ஹெர்மன் ஹெஸ்ஸெ
சித்தார்த்தன்

ஹெர்மன் ஹெஸ்ஸெ
சித்தார்த்தன்

திருலோக சீதாராம்

ரிதம் வெளியீடு

சித்தார்த்தன்
திருலோக சீதாராம் ©

Siddharthan
Thiruloga Seetharaam ©

1st Edition: Jan 2024
Pages: 160   Price: Rs. 175
ISBN: 978-93-93724-84-7

Published by:
Rhythm Veliyeedu
New No.58, Old No.26/1, 1st Floor,
Alandur Road, Saidapet,
Chennai - 600 015, Tamil Nadu, INDIA
Ph : (044) 2381 0888, 2381 1808, 4208 9258
E-mail : senthil@rhythmbooks.in
Web : www.rhythmbooksonline.com

Book Layout & Cover Design
Visual Vinodh - 9500149822

சித்தார்த்தன்: வாழ்வும் தேடலும்

இரண்டாயிரத்து ஐநூறு ஆண்டுகளுக்கு முன்னால் வாழ்ந்த சித்தார்த்தன் என்ற பிராமண இளைஞன் வாழ்க்கை என்பதற்கு அர்த்தம் காண பெற்றோர்களைத் துறந்து கோவிந்தன் என்னும் தோழனோடு சேர்ந்து கொண்டு போகிறான். நெடும் பயணத்தில் தோழனைத் துறந்து சமணனாகி அவர்கள் கூட்டத்தில் ஐக்கியமாகி அலைகிறான். அவன் நன்குக் கற்றவன். தன்னையும், உலகத்தையும் அறியும் ஞானம் பெற்று இருக்கிறான். அவன் ஞானமே அவனை அலைய விடுகிறது. அலைந்து திரியும் அவன் கௌதம சித்தார்த்தர் ஞானமுற்று, காவியுடையணிந்து தானமேற்று உபதேசம் புரிந்து கொண்டிருப்பதாகக் கேள்விபடுகிறான். அவரைக் காணவும் அவரின் அருளுரையைக் கேட்கவும் அவாவுற்று தோழன் கோவிந்தனுடன் செல்கிறான்.

சாவதி நகரத்தில் சித்தார்த்தன் முதலில் புத்தரைப் பார்த்தான். கடவுளே வந்து வழிகாட்டியதுபோல இருந்தது. பொன்நிற உடை அணிந்து, துறவுக் கோலத்தில் அகந்தை என்பதை அழித்துவிட்டு நிதானமாகத் தான கலயத்தோடு நடந்து செல்லும் புத்தரைக் கண்டு திகைத்துப் போய் கோவிந்தனுக்கு அடையாளம் காட்டினான். புத்தரின் கனிவான தோற்றத்திலும், தர்ம உபதேசத்திலும் மனத்தைப் பறி கொடுத்த கோவிந்தன், புத்தரின் சங்கத்தில் சேர்ந்து பிட்சுவாகிவிட்டான். ஆனால் சித்தார்த்தன் புத்தரிடம் இருந்து ஒதுங்கி நின்றான். அவரோடு வாதம் புரிந்தான். அவர்கூட சிறுநேரம் அவனோடு பேசினார். ஆனால் அவர் கூற்றில் இருந்து புதிய தெளிவு பெறவில்லை. அவன் புத்தரைத் துறந்து தன் வழியாக நடந்தான். ஞானம் என்பது தானாகப் பெறக்கூடியது என்று அவனுக்குப் பட்டது. அது பற்றி அவன் பேசவில்லை. உணர்ந்து கொண்டான். அதுவே அவனைத் தன் இலக்கு நோக்கி நடக்க வைத்தது. சித்தார்த்தன் நடந்தான். அவன் நடந்ததும், நடந்து பெற்றதுந்தான் நாவல்.

சித்தார்த்தன் நாவலில் பிரதான அம்சம் தேடல். ஒவ்வொரு மனிதனும் தனக்கான ஞானத்தைத் தானே பெற வேண்டும். பெற முடியும் என்பதுதான். அதுவே சித்தார்த்தன், அவன் தோழன்

கோவிந்தன், நகரத்தில் புகழ் பெற்ற கணிகையான கமலா. வணிகன் காமஸ்வாமி. படகோட்டி வாசுதேவன் என்பதோடு நீரோடும் ஆறு வழியாகச் சொல்லப்படுகிறது. சொல்லப்பட்டதின் வழியாகச் சொல்லப்படாத ஞானந்தான் நாவலை உயிர்ப்புடன் வைத்திருக்கிறது.

சித்தார்த்தன் நாவல் ஐரோப்பிய நாவல். ஜெர்மனி மொழியில் 1922ஆம் ஆண்டில் ஹெர்மன் ஹெஸ்ஸே எழுதினார். அதற்கு 1946ஆம் ஆண்டில் நோபல் பரிசு வழங்கப்பட்டது. அவர்க்கு அறுபத்தொன்பது வயதாகி இருந்தது. ஜெர்மனியின் சர்வாதிகார ஆட்சியை எதிர்த்ததால் அங்கு வாழ முடியாமல் போய்விட்டது. அவர் புலம் பெயர்ந்து சுவிட்சர்லாந்து குடிமகளாகி வாழ்ந்துவந்தார். அரசியல் கட்டுரைகள், கவிதைகள், கதைகள் எழுதி வந்தார். தன் காலத்திலேயே ஜெர்மனிய மொழியில் எழுதும் சிறப்பான எழுத்தாளர் என்று கவனிப்பு பெற்றிருந்தார்.

ஹெர்மன் ஹெஸ்ஸே 1877ஆம் ஆண்டில் ஜெர்மனியில் பிராட்டஸ்டெண்ட் கிறிஸ்துவக் குடும்பத்தில் பிறந்தார். அவர் குடும்பத்தினர் பலரும் கேரளாவில் கிறிஸ்துவ ஊழியத்திலும், கல்வி அளிப்பதிலும் ஈடுபட்டிருந்தார்கள். அவர் தாத்தா டாக்டர் ஹெர்மன் குண்டர்ட் தமிழ், மலையாளம் ஆங்கிலம் கற்றவராக இருந்தார். தலச்சேரியில் பள்ளிக்கூடம் ஏற்படுத்தி மக்களுக்குக் கல்வி கொடுத்து வந்தார். பைபிளை மலையாளத்தில் மொழி பெயர்த்து இருக்கிறார். மலையாளம் ஆங்கில அகராதியை முதன் முதலாகத் தொகுத்து வெளியிட்டார். அவர் சேவையைப் பாராட்டும் விதமாக தலச்சேரியில் சிலை வைத்து இருக்கிறார்கள். ஹெர்மன் ஹெஸ்ஸே தந்தை நோஹன்ஸ் ஹெஸ்ஸேவும் தாயார் மேரி குண்டர்டும் தலச்சேரியில் பிறந்தவர்கள். அங்கேயே படித்து வளர்ந்து ஜெர்மனி சென்றவர்கள். எனவே இரண்டு தலைமுறையாக இந்தியப் பண்பாடு, தத்துவம் வாழ்க்கை முறைகள் அவர்கள் குடும்பத்தின் சொத்தாக இருந்தது.

ஹெர்மன் ஹெஸ்ஸேவை ஒரு பாதிரியாராக்க அவர் குடும்பத்தினர் விரும்பினார்கள். அது கடவுளுக்கும் மக்களுக்கும் சேவை புரிவதாக இருக்குமென்று நம்பினார்கள். ஆனால் இளம் வயது ஹெஸ்ஸே அதற்கு உடன்படவில்லை. தேவாலய வாழ்க்கையைத் துறந்து அவர் வெளிவந்துவிட்டார். ஆனால் வாழ்க்கை நடத்த பணம் சம்பாதிக்க தொழில் பயிற்சி பெற்றார். பின்னர் ஒரு கடிகாரக் கம்பெனியில் மெக்கானிக்காக சிறிது காலம் வேலை பார்த்தார். விரைவில் அதில் சலிப்பு வந்துவிட்டது.

அவர் தன் பத்தொன்பதாவது வயதில் ஒரு புத்தகக் கடையில் வேலைக்குச் சேர்ந்தார். அது அவர் வாழ்க்கையில் திருப்பு முனையாக அமைந்தது. வேலை பார்த்துக் கொண்டே இலக்கியம், தத்துவம், சரித்திரம் உளவியல் படித்தார். படிப்பு அவரை எழுத வைத்தது. கவிதைகள், சிறுகதைகள் எழுதினார். பெரிய அளவில் வெற்றி கிடைக்கவில்லை. ஆனால் எழுத்தாளராகவே வாழ்வது என்று உறுதி எடுத்துக் கொண்டார்.

1912-ஆம் ஆண்டில் கிழக்கத்திய நாடுகளைச் சுற்றிப் பார்க்க வேண்டுமென்று புறப்பட்டு இலங்கை, இந்தியா வந்தார். முதலில் தாத்தா பணியாற்றிய தலச்சேரிக்குச் சென்றார். தாயார் பிறந்த இடத்தையும் தந்தை வாழ்ந்த வீட்டையும் பார்த்தார். இந்தியா வருவதற்கு முன்பே, புத்தர் வாழ்க்கையைப் பற்றியும் அவர் தத்துவம் பற்றியும் படித்திருந்தார். அதனால் புத்தர் வாழ்ந்த உபதேசம் புரிந்த இடங்களுக்கு எல்லாம் சென்றார். அது அவர்க்கு சித்தார்த்தன் தேடலை முன்வைத்து நாவல் எழுத முடிவு எடுக்க வைத்தது. ஆனால் அதற்குத் திருப்திகரமான உருவமும், வடிவமும் தத்துவத்தின் அடிப்படையில் கொடுத்தெழுத பத்தாண்டுகள் பிடித்தன.

சித்தார்த்தன் நாவல் கௌதம சித்தார்த்தன் பற்றிய நாவல் இல்லை. ஒவ்வொரு மனிதனும் தன்னளவில் ஞானம் பெற முடியும் என்பதுதான். அதனை ஒரு தத்துவமாகவும், வாழ்க்கையாகவும் எழுதியிருக்கிறார். வாழ்க்கை என்பது பெண்ணும் ஆணும் சேர்ந்து வாழ்வது. வாழ்க்கை என்பது பரதேசிகள், தாசிகள் எல்லாம் கொண்டதுதான். எப்படி வாழ்கிறார்கள் என்பது முக்கியமல்ல. அவர்கள் வாழ்க்கை எதை நோக்கிப் போகிறது என்பதையே கமலாவின் வழியாகச் சொல்கிறார். கமலா அழகு அறிவு, கனிந்த உள்ளம் என்பதின் குறியீடாகவே இருக்கிறாள்.

பெரும் வாழ்க்கையை வாழ்க்கையின் தத்துவ சரட்டைச் சொல்லும் பெரிய நாவல். ஆனால் குறைந்தப் பக்கங்களில் அதாவது சுமார் 150 பக்கங்களில் எழுதப்பட்டு இருக்கிறது. மகத்தான நாவல் என்பது பக்கங்களின் எண்ணிக்கைச் சார்ந்ததில்லை என்று சொல்வதுதான். 1950ஆம் ஆண்டில் சித்தார்த்தன் ஆங்கிலத்தில் மொழி பெயர்க்கப்பட்டு அமெரிக்காவில் வெளியிடப்பட்டது. வாசகர், விமர்சகர்கள் வரவேற்பு பெற்றது. 1958ஆம் ஆண்டில் தமிழ், மலையாளம், கன்னடம், தெலுங்கு மொழிகளில் மொழி பெயர்க்கப்பட்டது. தமிழ் மொழிபெயர்ப்பு கவிஞர் திருலோக சீதாராம். கவித்துவம் மிகுந்த சொற்களால் மொழி பெயர்த்திருக்கிறார்.

பல சொற்களின் பொருள் அறிந்து கொள்ள அகராதியைத் தான் பார்க்க வேண்டும். ஆனால் அது நாவலைப் படித்து அனுபவிக்கத் தடையாக இல்லை. அதனையும் மொழிபெயர்ப்பின் சிறப்பு என்று குறிப்பிட வேண்டும்.

சித்தார்த்தன் வாழும் நாவல். அது பழங்காலத்து வாழ்க்கையைச் சொல்கிறது என்றோ, அன்னிய மொழியில் எழுதப்பட்டதென்றோ, மொழிபெயர்ப்பு என்றோ தள்ளிவிடக்கூடிய நாவல் இல்லை. எப்பொழுதும் படிக்கத் தக்க நாவல். தன்னைக் கவர்ந்து தேடுதலை வாழ்க்கையாக்குவது. எனவே படிக்கப்படுகிறது.

1972-ஆம் ஆண்டில் கார்னாட் ரூக்ஸ் என்ற சினிமா இயக்குநர் ஆங்கிலத்தில் படமாக எடுத்தார். இந்தியாவில் புத்தர் நினைவிடங்களில் படம் எடுக்க அரசிடம் அனுமதி கோரினார். அரசாங்கம் மறுத்துவிட்டது. எனவே ரிஷிகேஷ் மற்றும், இமயமலை சார்ந்த வனப்பகுதிகளிலும், மகாராஜாக்களின் பழைய அரண்மனைகளிலும் படம் எடுத்தார். சித்தார்த்தனாக சசிகபூர், கமலா என்ற தாசியாக சிம்மி கிர்வால் என்ற நடிகையும் நடித்தார்கள். படம் தணிக்கைக்குச் சென்றது. அதில் கமலாவான சிம்மி முத்தமிடும் காட்சிகளும், நிர்வாண காட்சிகளும் வெட்டப்பட்டன, சில காட்சிகள் மாற்றப்பட்டு ஸ்டில் அவுட்டாகக் காட்டப்பட்டன என்றார்கள். ஆனால் சித்தார்த்தன் விளம்பரத்தில் அவையே முதன்மையாக இடம் பெற்றன. சினிமா பேசப்பட்டது. ஆனால் வெற்றிகரமான படமாக நாவல் அளவிற்கு வரவில்லை.

02.01.2015
நந்தனம் சா. கந்தசாமி
சென்னை -600 035

சிறப்புரை

நல்ல கதையை நாம் மீண்டும் மீண்டும் படிக்கிறோம். வயலிலே விதை விதைப்பது போல் அதை நமது நெஞ்சினுள் விதைத்து வளர விடுகிறோம். நாம் முதலில் அதிலே கண்டது ஒன்று; காலப் போக்கிலே காண்பது வேறு. அதன் உண்மைப் பொருள் இதுவேதான் என்று நிர்ணயிப்பது கடினமாகி விடுகிறது. இதற்கு உதாரணமாக ராமாயணத்தையும், ஏசுநாதர் எடுத்துரைத்த நீதிக் கதைகளையும் கூறலாம். இவற்றை நாம் விதவிதமாய்ச் சுவைக்கலாம். வெவ்வேறு பாத்திரத்தின் நிலையில் நின்று நிகழ்ச்சிகளை அனுபவித்தால், மேலும் மேலும் இன்பமும் நன்மையும் பெருகும்.

இதைப் போலவே ‘சித்தார்த்தன்’ என்ற இந்தக் கதையும் பயிலப் பயில நமது பரிவாற்றலையும் கற்பனா சக்தியையும் வளர்த்து, நமக்கு ஆழ்ந்த அகன்ற அறிவைத் தரக்கூடிய நூலாக விளங்குகிறது. ஏசுநாதர் “சத்தியத்தை அறிவீர்கள். சத்தியம் உம்மை விடுதலையாக்கும்” என்று கூறியபோது இந்தக் கதை நமக்கு வழங்கும் பேரறிவைத்தான் குறிக்கிறார்.

ஆனால், வயது வந்தவர்களுக்கு மட்டுமே ‘சித்தார்த்தன்’ பயன்படும் சிறு குழந்தைகள் இதைப் படித்துப் புரிந்து கொள்ள முடியாது. எனவே, இதைத் தணிக்கை செய்வோர் ‘வயது வந்தவர்களுக்கு மட்டுமே’ என்று இந்தக் கதையின் மேல் முத்திரையிடத்தான் வேண்டும். ஆனால் வயது வந்து சற்று முக்திப் பசியும் எழுந்தவர்கள் இதை நன்கு சுவைப்பார்கள். நம்முள் சிலர் நாஸ்திகர் என்று தம்மைப் பெருமையாய்க் கூறிக் கொள்ளுகிறார்களே, அவர்களும் இந்த நூலைத் திரும்பத் திரும்பப் படித்துச் சுவைப்பார்கள் என்பதில் சிறிதும் சந்தேகமில்லை.

“தெய்வமோ வேதமோ தீயிற் செய் வேள்வியோ
செய்வகையிற் சேர்பலவாந் தட்சிணையோ எவ்வகையு
மங்கில்லை...”
என்றும்,
தன்னிலே தன்னாலே தன்னிலமர் தன்னையே
யுன்னிட வேண்டுமுணர்.”

இது சமயத்தை எதிர்ப்பவர் பேச்சன்று; ரமணர் வாக்கு. சகல சமயத்தையும் அங்கீகரிப்பதாய்த் தோன்றும் ரமணரும், சகல சமயத்தையும் நிராகரிப்பதாய்த் தோன்றும் ஜே.கிருஷ்ணமூர்த்தியும் கண்ட உண்மையைத்தான் 'சித்தார்த்தன்' எடுத்துக்காட்ட முயலுகிறது.

புத்தர், ஏசு ஆகியோரும் இந்த சத்தியத்தின் மூலம், அறிவின் மூலம் விடுதலை பெற்றவர்களே. ஆனால் அவர்களது கொள்கைகளை விற்று வாணிபம் செய்வோர் உண்மையை நேரில் அறியாதவர்கள்; விடுதலை பெறாதவர்கள். இவரால் எப்படிப் பிறருக்கு விடுதலை வாங்க முடியும்? ஏகான்ம வஸ்துவை ஆதி குரு (தஷிணாமூர்த்தி) செப்பாது செப்பித் தெரியுமா, செய்தனரேல் எவர் செப்பித் தெரிவிப்பர் செப்பு? (ஸ்ரீ ரமணா)

"கண்டார் விண்டிலர்; விண்டார் கண்டிலர்" எனவே அனுபூதிமான்கள் வாய்மூடி மௌனியாய்ச் சும்மாயிருத்தலே அழகாம்.

எனினும், கைக்கு எட்டாத திங்களை விரல் சுட்டிக் காட்டுவதுபோல், மனத்தையும் நமது கண்முன் நிறுத்தி, "சிந்தை செய்வாய் தினமும் சிந்தைக் கெட்டாததையே" என்று நமக்கு உபதேசித்து, நம்மை மேலிழுத்துச் செல்லுகின்றன.

இந்நாட்டிலே தோன்றிய பௌத்தமதம் இந்நாட்டிலிருந்து மறைந்து போனதற்குக் காரணம் என்ன? இந்நாட்டுப் பாமர மக்களும் பரம்பொருளை அறிவதற்குப் பரிபக்குவம் அடைந்தவர்களாயிருக்கின்றனரே; இதன் காரணம் என்ன?

மந்திரவாதி அரைமணி நேரத்தில் உண்டாக்கும் செயற்கைக் கனியைக் கண்டு ஏமாறுவது விவேகமா? அல்லது மெல்ல மெல்ல வளர்ந்தோங்கிய மாமரத்திலே, பருவத்திலே மட்டும், பழுக்கும் உண்மைக் கனிக்குக் காத்திருப்பது விவேகமா?

நாம் ஒவ்வொருவரும் தனியாகத் தோன்றுகிறோம். தனியாய் மறைகிறோம். தனியாய்த் தான் அறிவும் விடுதலையும் பெற வேண்டும். நேர் அனுபவத்தால் தாமே அறியவேண்டிய உண்மையைப் பிறரிடமிருந்து கொடையாகவோ, கிரயமாகவோ, கடனாகவோ பெற்றுவிட முடியாது. ஒவ்வொருவரும் தத்தமது வழியைத் தாமே வகுத்து, அறிவு முதிர்ந்து தக்க பருவத்தில் பக்குவமடைந்து விடுதலை பெறவேண்டும். ஒருவரோடு ஒருவர் நட்புக் கொள்ளலாம். ஒருவருக்கொருவர் உதவி புரிந்து கொள்ளாமல்

என்றாலும், தாயும் சேயும் ஒன்று ஆயினும் வாயும் வயிறும் வேறாம். உயிரும் அறிவும் வேறாம்.

பிறருக்கு விடுதலை வழியைக் காட்டும் மிகக் கடினமான காரியத்தை ஹெஸ்ஸெ எடுத்துக் கொண்டு அதில் பெரும்பாலும் வெற்றியும் பெற்றிருக்கிறார். சிக்கலான கேள்விகளைக் கிளப்பி நம்மைச் சிந்திக்கச் செய்கிறார். அந்தண குமாரன் ஏன் பார்ப்பனீயத்தில் அதிருப்தி கொள்கிறான். ஏன் புத்தரைக் கூட குருவாக ஏற்க மறுக்கிறான்? தந்தையை உதறித் தள்ளிவிட்டு சமணருடன் சென்றவன் மீண்டும் ஏன் சம்சாரத்திலே சிக்கி உழலுகிறான்? இதனின்றும் மறுமுறை தப்பிப் பிழைத்த பின்னும், தன் மகன் மட்டும் தனது ஆதிக்கத்திற்குள் இருக்க வேண்டும் என்று விரும்புவது மாயையின் மயக்கம் அன்றோ? அகந்தை அழிந்த பின்னும் மமதை ஆட்டுவிக்கிறதே! அதையும் போக்க வாசுதேவன் உதவுகிறான். பார்ப்பனப் பண்டிதன், ஓடும் நதியைக் குருவாய்க் கொண்ட ஓடக்காரனைத் தனது குருவாய்க் கொண்டு, சாந்தி பெறுகிறான்.

ஞானம் எங்கிருந்து வரக்கூடும்? ஓயாதே உள்குவார், உசாவுவார், உழைப்பார், உள்ளிருக்கும் ஒளியன்றோ அது? நமது துன்பத்தைப் போக்கும் செல்வம் அருகிலேதான் உள்ளது தொலைவிலில்லை; தூரதேசம் சென்று அதைத் தேடத் தேவையில்லை. நமது அகத்திலே, நமது உள்ளத்திலே புதைந்து கிடக்கிறது. ஆனால் அதையும் தேடிக் கண்டுபிடிக்க வேண்டி இருக்கிறது. இதற்கும் நம்பிக்கை பிறக்க வேண்டும். வழி காண வேண்டும். நமது கனவை நம்பி, வெகுதூரம் பிரயாணம் செய்து அன்னிய நாடடைந்து, அவர் கண்ட கனவையும் கேட்டு, நமது இல்லத்துக்குத் திரும்பி வந்து உண்மைப் பொருளைத் தேடித் துருவி வெளிக் கிளப்ப வேண்டியிருக்கிறது. அன்னியன்தானே என்று அவனிடமும் பராமுகமாய் இருந்து விடலாகாது.

ஹெஸ்ஸெ போன்ற அறிஞரின் பேருதவியை அளவிடுவதற்கு, ஜிம்மர் என்ற ஜெர்மன் வேதாந்திக்குப் பிடித்த ஒரு ரசமான நீதிக் கதையைச் சொல்லலாம். ஜெகல் ரபியின் குமாரனாகிய ஐஸக்ரபி, போலந்து நாட்டின் தலைநகராம் கிராகோவில் யூதச்சேரியில் வாழ்ந்து வந்தார். அவர் மிகவும் பக்திமான்; குலத்துக்குரிய அனுஷ்டானங்களை நன்கு நிறைவேற்றி வந்தார். இந்த ஐஸக்ரபி ஓர் இரவு தூங்கும்பொழுது ஒரு கனவு கண்டார். அதாவது, ஊரைவிட்டுப் புறப்பட்டு வெகுதூரம் சென்று பொஹீமியாவின் தலைநகராகிய, பிராகையடைந்து, அந்நாட்டு மன்னரின் அரண்மனையின் முன்னுள்ள

பாலத்திற்கு அடியே மறைந்து கிடக்கும் பெரும் புதையலைத் தான் தேடிக் கண்டுபிடிப்பதாகக் கனவு கண்டார். ரபி அவர்களுக்கு வியப்புத் தோன்றியது. விருப்பமும் தோன்றியது. எனினும் உறுதி ஏற்படவில்லை. கனவிலே கண்டதை மறக்க முயன்றார். ஆனால் மீண்டும் ஒரு முறைக்கு இருமுறை தெளிவாக, அதே கனவைக் கண்டார். அதை நிராகரிக்க முடியவில்லை. போய்ப் பார்த்துவிடுவது என்று துணிந்து கச்சையை இறுகக் கட்டிக் கொண்டு பிராகை நோக்கிக் கிளம்பினார்.

அந்நகரம் சேர்ந்ததும் தாம் கனவில் கண்டபடியே அரண்மனையும் அதற்குச் செல்லும் பாலமும் காட்சியளித்தன. ஆனால் அந்தப் பாலத்தை இரவும் பகலும் காவலாளர் காத்து நின்றனர். பாலத்திற்கு அடியில் வெட்டிச் சோதிக்க எவ்வாறு முடியும்? எனவே பல நாள் பொழுது விடிந்ததும் பாலத்துக்கு அருகில் வருவார். நிற்பார், இரவு வரை அங்கேயே நின்று பார்ப்பார். இப்படி ஒரு கிழவர் பிடிவாதமாய்த் தினந்தோறும் வந்து, நின்று நோக்கித் திரும்புவதைக் கண்டு வியந்த காவலாளரின் தலைவன், அவரை அணுகிப் பின் வருமாறு விசாரித்தான். “ஐயா, பெரியவரே, காணாமல் போன எதையேனும் தேடுகிறீரா? யாருக்காவது காத்திருக்கிறீரா? தினந்தோறும் இங்கு வந்து, நின்று நோக்கி நீங்குவதன் மர்மம் என்ன?

ஒளிவு மறைவு எதுவுமின்றி, ஐஸக்ரபி தாம் கண்ட கனவைத் தெளிவாய்க் கூறினார். ராணுவ வீரன் வாய்விட்டுச் சிரித்தான். “ஐயோ பாவம்! ஒரு சொப்பனத்தை முன்னிட்டா இவ்வளவு தூரம் கால் நோக நடந்து வந்தீர். அறிவுடைய எவரேனும் சொப்பனத்தை நம்புவார்களா? ஏன் நானே இம்மாதிரி கனவு ஒன்றைக் கண்டிருக்கிறேன். அதை நம்பினேன் என்றால் நீர் செய்வதற்கு நேர்மாறாக நான் செய்ய வேண்டிவரும். உமது பைத்தியம் உம்மைப் பிராகுக்குக் கொண்டுவர, என் பைத்தியம் என்னைக் கிராகோவுக்குக் கொண்டுபோகும். உம்முடைய பயணம் வீணானதுபோல் என்னுடைய பயணமும் வீணாகத் தான் போயிருக்கும். நான் கண்ட கனவைச் சொல்லுகிறேன் கேளும்”

பயங்கரமான மீசையுடைய வீரன், ரபியைப் பார்த்து மேலும் சொன்னான் “கனவில் நான் கேட்ட குரல் என்னை ‘கிராகோவுக்குப் போய் அங்கே ஜெகல் ரபியின் குமாரன் ஐஸக்ரபியின் வீட்டில் மறைந்து கிடக்கும் புதையலைத் தேடிக் கண்டுபிடி’ என்றது. சமையல் அறையில் அடுப்புக்குப் பின்னால் வெட்டிப் பார்த்தால்

கிடைக்குமாம் புதையல். ஐஸக்காம்! ஜெகலின் மகனாம்! பிராக் எங்கே? கிராகோவ் எங்கே? நாடுவிட்டு நாடு போவதாம். யூதச்சேரியில் உள்ள வீடுகளுக்குள் ஒன்றன்பின் ஒன்றாய்ப் புகுந்து குழிநோண்டிப் பார்ப்பதாம்! அதுவும் யூதரிடை ஜெகலும் ஐஸக்கும் சர்வசாதாரணமான பெயர்களாயிற்றே!'' இந்த வேடிக்கைக் கனவைச் சொல்லி மீண்டும் மீண்டும் நகைத்தான் வீரன்.

அடக்கம் மிக்க ரபி அமைதியாய்க் கேட்டார். குனிந்து வணங்கினார். அந்நிய நண்பருக்கு நன்றி கூறினார். உடனே திரும்பி ஊரையும் வீட்டையும் நோக்கிச் சென்றார். கவனிப்பாரற்றுக் கிடந்த சமையலறை மூலையை வெட்டிப் பார்த்தார். பெரும் புதையலைக் கண்டார். முன்னோர் சேர்த்து வைத்த பொருளைப் பெற்றார். கவலையற்று வாழ்வு நடத்தினார். பிரார்த்தனைக் கூடம் கட்டுவித்தார், தமது பெயரையும் புகழையும் நிலைநாட்டினார்.

துன்பம் துடைக்கும் இந்தப் புதையல் பொருள் மேல் நாட்டிலும் கீழ் நாட்டிலும் ஒவ்வொருவர் உள்ளத்திலும் மறைந்து கிடக்கிறது. இதை நம்பித் தேடிக் கைவசப்படுத்தும் முறையைத்தான் 'சித்தார்த்தன்' காட்டுகிறது. இதை ஒவ்வொருவரும் முயன்று கண்டுபிடிப்பதே சகல மத சமரசத்திற்கும் வழியாகும். நமது யுக்தியினால் ஒரு திட்டம் தயாரித்து அதனுள் பல மாதங்களின் கொள்கைகளைப் பொருத்தி வைப்பதனால் அந்த சமரசத்தை உண்டாக்க முடியாது. தனி மனிதர்களுக்குள் நிரந்தர நட்பு ஏற்படுவதற்கு அவர்கள் உள்ளங்களைப் பிணைத்தல், அவசியமானால், மதங்களை சமரசப்படுத்துவதற்கு அவைகளின் உள்ளத்து ரகசியம் என்னவென்பதை நாம் உணர வேண்டாமா?

இந்த அறிவு மற்ற அறிவுகளைப் போன்றதன்று; அதை விளக்குவதற்கு மத நூல்கள் திணறுகின்றன. "எதை மதி கிரகிப்பதில்லையோ, எதனிடமிருந்து தான் கிரகிக்கும் சக்தியை மதி அடைகிறதோ'' என்று பரம்பொருளைப் பற்றிக் கேனோபநிஷத் (1:5) கூறுகிறது. திருக்குரானும் (VI:104) அதேமுறையில் "பார்வையால் அவனை நாம் கொள்ளுதல் இயலாது. பார்வை சக்தியையே அவன் தன்னுள் கொண்டவன்'' என்கிறது.

"ஆனால், ஆத்மிக நூல்களின் உபயோகந்தான் என்ன?'' என்று எழும் கேள்விகள் கேனோபநிஷத் முன்கூட்டியே பதிலளிக்கிறது. "அதை நான் நன்றாயறிந்ததாய்க் கருதவில்லை. ஆனால் நான் அறியாததும் அன்று அறிந்ததுதான். நம்முள் எவன் அதை

அறியப்படாதென்றும் அறியப்பட்டதென்றும் (இரு வகையிலும்) அறிகிறானோ அவனே அறிந்தவன்"

இன்று நாம் அரைகுறையாய்க் காணும் ரகசியத்தை 'சித்தார்த்தன்' என்ற நூல் துலக்கி வெளியிட முயலுகிறது.

'அறியப்படாததன்று' என்ற காரணத்தினாலேயே அதை நாம் அறிந்து தெளிவதற்கு முன்னும் அது நம்முன்னிருந்து, தன்னை நோக்கி வரும்படி நம்மைப் பலவகைகளிலும் உந்துகிறது. நாம் கற்றதும் கேட்டதும் பசியைக் கிளப்புகின்றன. செயலும், சிந்தனையும் உணவாய், இந்தனமாய் உதவி, திருப்தி அளித்து, பசித் தீயை அணைக்கின்றன. அவ்வாறு உந்தப் பெற்றுள்ள நாம் முன் செல்லச் செல்ல இச்சக்தி நாளுக்குத் தெளிவு பெற்று இறுதியில் முழுத் தூய்மையுடன் மிளிர்கிறது. நாம் அறிந்த சக்திகளெல்லாம் இந்த ஒன்றின் விகாரங்கள், மங்கிய தோற்றங்கள் என்ற அறிவுக்கு, நாம் வந்துவிடுகிறோம். இதுவே 'அறியப்பட்டது' என்ற நிலை.

சித்தார்த்தன் 'விடுதலை வேட்கை' நிலையில் இருந்து 'விடுதலைப் பேறு' நிலையை நோக்கிச் செய்த பயணத்தின் வரலாறாக அமைந்துள்ளது. இக்கதை. வரலாற்றின் தொடக்கத்திலிருந்து அவனை இயக்கும் ஒரு சக்தி. வரலாற்றின் இறுதியில் இயங்காது ஓங்கி நிற்கும் உள்ளொளியாகிறது. அவன் ஆன்றவிந்து அடங்கிய கொள்கைச் சான்றோன் ஆகிறான்.

இவன் கண்டடைந்த சத்தியமே பரம்பொருள். பேரறிவு, பேரின்பம் என்பதை நிரூபிப்பது எப்படி? இதை அடைவதற்கு மற்ற எந்த அனுபவத்தையும் மறக்க வேண்டும் அவற்றைப் பொய் என்று மறுக்க வேண்டும். தந்திரத்தால் மறைக்க வேண்டும் என்பது அவசியமானால், தீமை, துன்பம், காமம், லோபம், சோர்வு, வெறுப்பு, அகந்தை- இவைகளுக்கும் அதனுள்ளே இடமில்லையென்றாலும், அது வெறும் ஏமாற்றமே, மூளியே தவிர முழுமையில்லை. சமாதியிலே கண்மூடிப் புகுந்து கொண்டவனுக்கு அதில் அடங்கிக் கிடக்கும்வரை மட்டும் சாந்தியுண்டானால் போதுமா? பிறகோ கண்ணைத் திறந்தாலோ..? விழித்த கண்களுடனே மற்றவர் காணுவதையெல்லாம் கண்டு, அவை ஒவ்வொன்றினுள்ளும், தன்னுள் தான் கண்ட மெய்ப் பொருளின் உண்மையினைக் காண்பவனே ஞானக்கண் திறந்தவனாவன். அவனுக்கே ஒளியோடு இருளையும், நன்மையோடு தீமையையும் இன்பத்தோடு துன்பத்தையும், உயிரோடு சாவையும் ஏற்கும் திறன் சித்திக்கும்.

“உனக்கு நான் தெய்வக் கண் தருகிறேன். அதைக் கொண்டு உலகம் அனைத்தையும் முக்காலத்தையும் நோக்கு” என்று கிருஷ்ண பகவான் சொன்னதும், அர்ஜூனன் பல கோரக் காட்சிகளைக் காண்கிறான். ஆனால் அவற்றுள் எல்லாம் பகவானின் ஒவ்வொரு அங்கமும் காணப்பட்டது என்று கீதை சொல்லுகிறது. போலவே இந்த நூலிலும் ஒரு விச்வரூப தரிசனம் வர்ணிக்கப்படுகிறது.

பரம்பொருள் ஒன்று உண்டு என்று பகர்வோர் அதை எல்லாவற்றிலும், இன்றே, இங்கே காண வேண்டும்; ஒவ்வொன்றிலும் அபின்னமாய், மோனமாய், முறுவலாய் இது இருத்தலைக் காண வேண்டும். “அதுவும் (பரம்பொருளும்) பூர்ணம்: இதுவும் (சிருஷ்டிப் பொருள்கள் ஒவ்வொன்றும்) பூர்ணம். பூர்ணத்திலிருந்து பூர்ணம் எடுக்கப்பட்டது. ஆனால் எஞ்சிநிற்பதும் பூர்ணம்.” இந்த உண்மையை வரலாறாகவும் உவமைத் தொடர்புகளாகவும், நேரடி உபதேசமாகவும் இந்நூல் விளக்குகிறது.

இது வெறும் வேதாந்தம்; ஐரோப்பிய ஆசிரியரின் கற்பனைக்குள் நாமாகப் புகுத்தும் கருத்துக்கள் என்று சொல்ல முடியாது. “வேதாந்த ஞானத்தை நான் பரப்புகிறேன்” என்பதை குறிக்கத் தானே ஆசிரியர் தம் கதையை இந்நாட்டில் புத்தர் காலத்தில் நிகழ்த்தியிருக்கிறார். தவிரவும் கதாநாயகன் ஒரு அந்தண வாலிபன். தன் ஜாதி அப்பியாசங்களாகிய தியானம், வேள்விகளிலும், தன் மதத்தின் சித்தாந்தத்திலும் பயிற்சி பெற்றவன். ஆனால் அவனுக்கு ‘சித்தார்த்தன்’ என்ற பெயரை ஆசிரியர் இட்டதேன்? புத்தருக்கே ஞானோதயமாகுமுன் வழங்கிய பெயரல்லவா இது? ஆனால் இந்த சித்தார்த்தன், புத்தருடன் பழகிப் பேசிய பிறகும், அவரைப் பின்பற்றிச் செல்லமறுக்கிறான். கௌதம புத்தரும் தானும் ஒன்றென்று சித்தார்த்தன் ஒரு நிலையில் உணர்கிறான். புத்தரின் சிஷ்யன் என்று தன்னைக் கருதிக் கொள்ளும் கோவிந்தனுக்கும் சித்தார்த்தனைக் காணும் பொழுதெல்லாம் புத்தர் நினைவே வருகிறது. புத்தருக்கு ஏற்பட்ட ஞானோதயத்தின் தன்மையும் வேதாந்தத்தில் விளங்கும் உண்மையும் ஒன்றே. ஆத்மீக அனுபவம் சித்தாந்தங்களாக உருவெடுத்து வெளிக் கிளம்பும்போது வெவ்வேறாகப் பிரிகிறது. அனுபவத்திற்கும், சித்தாந்தங்களுக்கும் உள்ள சம்பந்தம் சங்கீதத்திற்கும், சாகித்தியத்திற்கும் உள்ள தொடர்பைப் போன்றதே. ஒரே மெட்டில் நேர் எதிர்க் கருத்துகளைக் குறிக்கும் சொற்களைப் பொருத்தலாம். ‘எதனிடமும் அன்பு செலுத்தாதே’ என்பதும், ‘அன்பே பிரதானம்’ என்பதும் ஒரே மெட்டு; வெவ்வேறு

சொற்கள். சம்சாரமென்பதும், நிர்வாணமென்பதும் அப்படியே. சொற்களும், மனதின் சிந்தனைகளும் வேறுபாடுகளை வளர்ப்பன. ஆகவேதான் ஒருவன் "இதுவே என் குறிக்கோள்" என்று ஆத்மீக நிலையை மனதால் வரையறுத்து நிர்ணயித்துக் கொண்டால், பரமானுபவமடைவதற்கு அதுவே தடையாகிறது. பற்றுள்ளவரை, விடுதலை நமது வீடாகாது.

இந்த வகையில் கோவிந்தனுக்கு நேர் எதிரிடையான ஓடக்கார வாசுதேவன் மூலம் இந்நூலின் ஒரு முக்கிய கருத்து வெளியாகிறது. "எனக்குப் பேச்சிலும், சிந்தனை செய்வதிலும் சாமர்த்தியம் கிடையாது. செவி கொடுத்துக் கேட்பதிலும், வணக்கம் ஏற்பதிலுமே என்திறமெல்லாம்" என்று அவன் தன்னைப் பற்றிச் சொல்லிவிட்டு சித்தார்த்தனுக்குக் கூறும் புத்திமதியாவது: "நதியில் மூழ்கப் பயில்வது நலம்; உள்நோக்கிச் செல்; ஆழத்தை நாடு" ஆழத்தை நாடுபவர்கள் ஒற்றுமையை அடைகிறார்கள்.

நம்முள் ஆழத்தில் திகழும் சக்தி பிளவுபடாது; சிதறிப் போகாது. அது சிந்தனையின் சித்தரிப்பாக, சொல் வடிவமாக வெளிப்படும்போது, தானும் சிதறுகிறது. உலகத்தையும் சிதைக்கிறது. இந்த உண்மையை அறியாத கோவிந்தன் இறுதிவரையில், "உன் சிந்தனையின் முடிவுகள் என்ன? உன் சித்தாந்தம் எது?" என்று மற்றவர்களைக் கேட்டுக் கொண்டே அலைகிறான். அறிவை 'வாங்க' முயலுகிறான். ஆகையால் கோவிந்தனிடமிருந்து சித்தார்த்தன் பிரிவது அவசியமாகிறது. வாசுதேவனைக் குருவாய் ஏற்றுக் கொள்ள முடிகிறது. புத்தரிடமிருந்து பிரியும் காலத்திலும் "தாங்கள் புத்தர், மகாபுருஷர் என்பதில் எனக்கு ஐயமில்லை. தங்கள் போதனையே, மார்க்கமே மிகச் சிறந்தவை எனினும் அவற்றுக்கு அப்பால் நிற்பது தங்களது ஓர் அனுபவம். அதை நானும் அடையாதவரையில் சொற்களை மாத்திரம் ஏற்பதில் என்ன பயன்? அந்த அனுபவத்தை நானும் நாடிச் செல்வேன்" என்று சொல்லி அவரிடம் விடைபெற்றுக் கொள்கிறான். இறுதியில் சித்தார்த்தன் வாசுதேவன் உதவியால் உள்ளே ஆழ்ந்து அடிப்படை அனுபவத்தையடைகிறான்.

ஆனால், இந்த இரண்டு நிலைகளுக்குமிடையே சித்தார்த்தன் வாழ்க்கையில் வேறு சில சம்பவங்கள் நிகழ்கின்றனவே! அவை ஆத்மீகத்திற்கு உகந்தவையா? அவற்றின் உட்கருத்து என்ன? ஆத்மீக அனுபவத்தை நாடுபவன் புலன்களின் இன்பத்தில் மமதைக்கு இரைதேடும் தொழிலில் ஈடுபடுவானா? சமணனாயிருந்த சித்தார்த்தன் ஒரு வேசியின் காதலில் திளைத்து உழல்கிறான்.

பொருளீட்டுவதில் முனைகிறான். சூதாட்டத்தில் ஆவேசம் கொள்கிறான். தவம் புரிந்தவன் இத்தகைய பாவங்களை எப்படிப் புரிய முடியும்?

இதை விளக்க, இதுவரை சித்தார்த்தன் புரிந்த தவத்தின் தன்மை என்னவென்று ஆராய வேண்டும். இளமையில் மனதை ஒருமுகப்படுத்தப் பயின்றான். மனத்துள் மறைந்து கிடந்த சக்திகளை எழுப்பித் தன் ஏவலாட்களாக்கினான். தன் சங்கல்பங்களினின்றும் வழுவாதிருக்கும் ஆற்றல்களை வளர்த்தான். இதேபாங்கில் 'ஆத்மாவை அடைந்தே தீருவேன்'' என்னும் சங்கல்பத்தைச் செய்து நின்றான். இந்த தன்னிச்சை நிலைக்கும், மனதின் சலனமும், செயலும் ஓடுங்கி, ஓய்ந்து, நதியின் குரலால் அது நிரம்பிக் கிடக்கும் நிலைக்கும் எவ்வளவு தூரம்.?

இவ்வளவு தூரம் அவனைத் தாங்கிச் செல்வன் அவனது பாவச் செயல்கள். எப்படி? அவன் சம்சாரத்தில் விளையாடிக் களிக்கும் பொழுதும் அந்தக் களிப்புள் அவன் மூழ்கியதில்லை. "மனதின் எண்ணங்களும் செயல்களும் வேறு. நான் வேறு'' என்று அவனுள் ஏதோ ஒன்று விலகி நிற்கிறது. இதைத் தான் 'சாக்ஷி பாவம்' என்கிறார்கள்.

பெண்ணாசையிலும், பொன்னாசையிலும் அவன் சிக்கிய பொழுதும் அழுந்திப் போய்விடாது, அவனுள் விழித்துப் பதுங்கியிருந்தது ஒன்றுண்டு. இனி தப்ப வழியில்லை. சிக்கியே ஆக வேண்டும் என்று அவன் முடிவு கட்டும் தருணத்தில் மாயவலையைக் கிழித்தெறிந்து அது வெளிக் கிளம்புகிறது. இதுவும் ஒரு வைராக்கிய சங்கல்பமா? ஒரு தீரனின் சாகஸமா? இல்லை. இது ஆத்மாவின் இயல்பாகிய மலர்ச்சி. சகஜநிலை "நான் செய்கிறேன்'' என்ற எண்ணத்தை எழுப்பும் புண்ணியம், தவம் இவைகளின் முழக்கம் ஒடுங்கி, அருள் பொழிகிறது. மழைக்கு முன் வெக்கை; அருளுக்கு முன் பாவ வேட்கை இதுவரை சித்தார்த்தன் ஒரு பிரம்ம ராக்ஷஸைப் போன்றவன். உள்ளிருந்த சக்திகளை வளர்த்தான். ஆனால், சாந்தியைக் காணவில்லை. இப்பொழுதோ குணப்பாடு, மறுபிறப்பு; இனி மாறாது இன்புறும் பிள்ளைப் பருவம். சூழ்ந்ததோர் சத்தியம் இன்பமாய் எங்கும் ததும்பி வழிய, அதை ஏற்பதே வாழ்வு என்றறிந்து செயல்களின் இறுதியை அடைகிறான். ஆத்மானுபவம் குளிர்ந்தது. பாவங்களைத் தனக்கு எரிபொருளாகக் கொண்டு ஓங்கும் தீ அணைந்துவிட்டது. அகந்தை

நீறாயிற்று. ஞானி எதையும் பாவத்தையும், தீமையையும் கூட மறக்க வேண்டாம்; மறுக்க வேண்டாம்.

பரம சத்தியத்தையே சித்தார்த்தன் கண்டான் என்பதற்கு வேறு என்ன சான்று தேவை? "சமாதி நிலை சிறிது காலம் உலகத்தை மறக்கச் செய்யும் ஒரு போதை - எனக்கு அது எதற்கு?" என்று சித்தார்த்தன் அதைக் கதைத் தொடக்கத்தில் இழந்தான். இப்பொழுது (அது) முழு விழிப்பேயாகும் என்ற உண்மையறிவின்ப நிலையெய்தினான். 'ஓம்' என்ற பிரணவச் சொல் கதைத் தொடக்கத்தில் தியானம் பயில்வதற்கு மனதை ஒருமுகப்படுத்துவதற்கு. ஒரு சாதனம், பயணத்தின் முடிவு நெருங்க நெருங்க பிரணவத்திற்குள் எல்லாக் குரல்களும் அடங்குகின்றன. எல்லாப் பொருள்களும் அதை உபாசிக்கின்றன என்பது சித்தார்த்தன் அனுபவம். உலகம் உலகமும்தான். பிரம்மமும்தான். உலகம் மாயை என்பது மாயையின் சிருஷ்டியான அகந்தைதானே?

இந்த முழுமையை அனுபவிப்பதற்கு உலகமனைத்தையும் மனதால் சிந்தனையின் மூலம் சேர்த்துப் பிடித்துப் பார்க்க வேண்டுமா? வாசுதேவன் ஞானத்தை அடைந்தது நதி ஒன்றின் பலகுரலை மட்டும் கவனித்துக் கேட்டதால், பிறகு தான் அதே குரலை வெவ்வேறு ஓசைகளிலும் எல்லாவற்றின் சேர்க்கையிலும் கேட்கலாமென்று அறிந்து கொண்டான்.

இந்தியத் தத்துவங்கள் (Philosophies of India) என்ற தமது மாபெரும் நூலின் இறுதியில் ஜிம்மர் கூறுவதாவது:- "தீர அலசிப் பார்க்கையில், இந்தியாவின் மத சம்பிரதாயமானது ஒரு சபையையோ, பாடசாலையையோ, சித்தாந்தத்தையோ பற்றி நிற்பதன்று. இத்தனை கருத்துகள் உடையது என்று அதை வரையறுத்துக் கூறவும் இயலாது.

ராமகிருஷ்ணர், ரமணர் போன்ற ஞானிகளின் மோக்ஷத்திலேதான் அதன் உயிர் நின்று இலங்குகிறது. இக்கட்டற்ற அன்னப் பறவைகள் பாரத நாட்டின் ஒவ்வொரு பகுதியிலும் பல்வேறு விதமாகத் தோன்றி சொற்கடந்த நற்செய்தியை மீண்டும் மீண்டும் புதுப்பித்துப் பரப்பி வருகின்றனர். அழிவற்ற இப்போதனையைத் தத்துவ ஆசிரியர்கள் பலவாறு வகையறுக்கின்றனர். தகுதியுள்ளவரோ கடந்து செல்லுகின்றனர்."

சரித்திரமறிந்த இத்தகைய பரஹம்ஸர்களைச் சுற்றி மடம், தொண்டர் குழாம், பிரச்சார இயக்கம் முதலியன தோன்றி 'எனது குரு' 'உனது குரு' என்ற வேற்றுமையும் வீண் வழக்கும் கிளம்புகின்றன.

அனுபூதிமான் கற்பனைக் கதாநாயகனாய் இருந்துவிட்டால், நிழலின்றி ஒளியைக் காணும் பேற்றை வாசகர் பெற இயலும்.

நமது மஹரிஷிகள் கண்ட உண்மையே சர்வமதசாரம் என்று மேல்நாட்டுச் சிந்தனையாளர்கள் ஏற்று அதை விவரிக்கின்றனர். ஹெஸ்ஸெ போன்ற கவிஞர்கள் அதை வர்ணிக்கவும் முற்படுகின்றனர். 'கீழ்த்திசைப் பயணம்' என்ற நூலில் சிதறிக் கிடந்த உள்ளொளியானது நாற்பது ஆண்டுகளுக்குப் பின்னர் 'சித்தார்த்தன்' என்ற அழல் வடிவம் எடுத்துத் திகழ்கிறது. பேரின்பப் புதையலை தேடிக் கண்டுபிடிக்க உதவும். இந்தக் கதை ஒரு துப்பறியும் நாவலைப் போலவே நம்மை வசீகரிக்கிறது. இந்த அரும்பெரும் நூலை வேகமும் தெளிவும் சிறிதும் குறையாது. தமிழிலே பெயர்த்துத் தந்திருக்கும் திருலோக சீதாராம் அவர்களுக்கு தமிழ் மக்களாகிய நாம் நன்றியும் பாராட்டும் செலுத்தக் கடமைப்பட்டுள்ளோம். வெளியீட்டாளர்களுக்கும் நன்றி செலுத்தக் கடமைப்பட்டுள்ளோம். 'சித்தார்த்தன்' தமிழாக்கத்தைப் பல்லாயிரக் கணக்கிலே வாங்கிப் படிப்போமாயின் இக்கடன்களைத் தீர்ப்பதோடு, பலநோய்களினின்றும் தப்பிக் 'குணப்படுவோம்' மறு பிறப்பெய்துவோம் என்பதில் ஐயமில்லை.

சென்னை
8.4.57 **கி.சுவாமிநாதன்***

*பேராசிரியர் கே.சுவாமிநாதன் 1896ஆம் ஆண்டில் புதுக்கோட்டையில் பிறந்தார். சென்னை மாநிலக் கல்லூரியில் ஆங்கில இலக்கியமும், ஆக்ஸ்போர்டு பல்கலைக் கழகத்தில் மேற்படிப்புப் படித்தார். மாநிலக் கல்லூரியிலும், அண்ணாமலை பல்கலைக் கழகத்திலும் ஆங்கிலப் பேராசிரியராகப் பணியாற்றினார். தமிழ் இலக்கியத்தின் மீது ஈடுபாடும் அக்கறையுங் கொண்டிருந்தார். பாரதிதாசன் கவிதைகள் முதன் முதலாக அச்சாகி வெளிவந்ததும் அதைப் பாராட்டி விமர்சன முறையில் மணிக்கொடியில் எழுதினார். பல்லாண்டுகள் மகாத்மா காந்தி நூற்திரட்டு தலைமை ஆசிரியராகச் செயல்பட்டார். அவர் திரட்டை ஆதாரமாகக் கொண்டுதான் இந்திய மொழிகள் பலவற்றிலும் மகாத்மா காந்தி பனுவல்களை வெளியிட்டார்கள். மத்திய, மாநில அரசுகளில் கல்வி, கலாசார, இலக்கிய அமைப்புக்கள் பலவற்றுக்கு ஆலோசகராக இருந்தார். திருவண்ணாமலை ரமணமகரிஷி மீது அதிகமான ஈடுபாடு கொண்டிருந்தார். அவரைப் பற்றி நூற்கள் எழுதியுள்ளார். 1998ஆம் ஆண்டில் காலமானார்.

மொழிபெயர்ப்பாசிரியர் உரை

இது புத்த சரித்திரமல்ல. ஆயினும் புத்த சரித்திரம்தான். கபிலவாஸ்துவில் இருந்து அரசாண்ட சுத்தோதன மன்னனின் மகன், இளவரசன் சித்தார்த்தனை நாம் அறிவோம். நம்மைப் போல், கோழை உலகின் உயிர்த்துயரம் பொறுக்காமல் சாந்தியை நாடித் திரிந்தவன் அவன். அரச வாழ்வையும், ஆருயிர்க் காதலியையும், அருமைக் குழந்தையையும் அவன் விட்டுப் பிரிந்ததுகூட நமக்குச் சம்மதம்தான். அவன் கண்டுபிடிக்கும் விடை நமக்குப் பயன்படுமே என்ற ஆசை நமக்கு நம்மை அவன் ஏமாற்றவில்லை. அவன் விடை கண்டுபிடித்துவிட்டான். சித்தார்த்தன் புத்தனாகிப் போனான். அவனுடைய சுடர் முகத்தின் ஒளியில், உலகத்தைக் கவிந்த இருள் விலகிப் போகிறது. சித்தார்த்தனுக்குப் போதி மரத்தின் அடியில் ஞானம் உதயமாகிவிட்டது. இதுவரையிலும்தான் நமக்கு விளங்குகிறது. அதற்குமேல் நமக்கு ஒன்றும் விளங்கவில்லை. அவர் ஆனந்தத்தின் பொய்கையாக அழிவற்ற இறுதியற்ற பெருநிலையில் விளங்கக் கண்டோம். அந்த நிலை இதுவென்றோ, அந்த ஆனந்தம் இதுதான் என்றோ நாம் காணமுடியவில்லை.

புத்தரின் போதனைகளில் இல்லை அவரது முழுப் பெருமை. இருந்திருந்தால் இந்த இரண்டாயிரத்துச் சொச்சம் ஆண்டுகளில் உலகம் தேவலோகமாயிருக்கும். புத்தரின் பெருமை அவரது குமிண் சிரிப்பில் இருக்கிறது. அதனால்தான் இன்னமும் அந்த மாயப் புன்னகைக்குப் பொருள்தேடிக் கொண்டிருக்கிறோம். அப்படி நம்மைத் தேட வைத்த பெருமையினாலேயே புத்தர் அழிவற்ற நிலை பெற்று விளங்குகிறார். விளங்குவார்.

போதி மாதவர் தாமே வாய்திறந்து பேசினால் தவிர அவருடைய குறுநகையின் பொருளை அவரே நமக்குக் கூறினால் தவிர யாரே நமக்கு அதனை விளக்கக்கூடும். அவர் நமக்கு வழங்குவது ஒரு புன்னகைதான். ஆனால், அதில் நாம் காண்பது நமது தாபங்கள், ஆசைகள், வெற்றி வீழ்ச்சிகள், யாவையும்தாம். படைப்பின் மர்மமே அதில் இருப்பது நமக்குத் தெரிகிறது. ஆனால் அந்த உண்மைதான் நமக்குத் தெரியவில்லை. அவர் ஞான ஒளி பெற்ற அந்த திவ்ய மூகூர்த்தத்தில் அவர் பெற்ற பேரனுபவம் அதில்

இல்லை. ஒன்றேயுள்ளது. நாமே வாழ்ந்து நாமாகவேதான் கண்டு கொள்ள வேண்டும் என்ற உண்மைதான் அது.

இதோ புதிய சித்தார்த்தன், இவனும் நம்மில் ஒருவன்தான். இந்த நூற்றாண்டின் ஜெர்மானியப் பேராசிரியர் படைத்த கலா சிருஷ்டி இவன். இல்லை அந்தப் புத்தரேதான் இவன். புத்தர் தமது புன்னகைக்குப் பொருள் கூறும் பொருட்டாக மறுபடியும் தாமே ஒரு பிறப்பெடுத்து, தமது வாழ்க்கையை மீண்டும் வாழ்ந்து காட்டி விமர்சிக்கத் திருவுளம் பற்றினால் அந்த வாழ்க்கை இப்படித்தான் இருக்கும். அப்பொழுதுகூட இந்த சித்தார்த்தனும், அதே புத்தராகி மறுபடியும் அந்த இறுதியற்ற, அழிவற்ற மோனப் புன்னகை ஒன்றுதான் எஞ்சுகிறது. சரித்திர நாயகர் புத்தர், போதி மர நிழலில்; இந்தக் கற்பனைச் சித்தார்த்தனுடைய புத்தநிலை, தோணிக்கரையில், வேற்றுமை இவ்வளவுதான். நாம் என்னவோ பழையபடி நாமாகவேதான் நின்று விடுகிறோம். அல்லது அதிகபட்சமாக இந்தக் கதையில் வரும் கோவிந்தனாக இருப்போம். சற்றே விளங்கப் பெற்றதுபோல் சித்தார்த்தன் முன் தாழ்ந்து பணிவோம். வேண்டுமானால் நமக்கு என வேறு சில கோவிந்தர்கள் தோன்றக்கூடும்.

இந்தச் சித்தார்த்தனும் ஞானம் நாடிப் போகிறான். சரித்திர புத்தரையே இவன் சந்திக்கிறான். அவரது போதனைகளை ஏற்க முடியாமல் வெளியேறுகிறான். இறுதியில் தானாகவே ஞானம் எய்துகிறான். புத்தரின் குமிணகை இவனுக்கும் வசமாகிறது. பின்னர் இவனிடமும் பேச்சில்லை. வெறும் புன்னகைதான். “கண்டவர் விண்டிலர் விண்டவர் கண்டிலர்” என்ற உண்மைக்கு ஒரு விளக்கம். என்றும் போதி நிழல் வீற்ற திருக்கோலத்தைவிட, தோணிக்கரையமர்ந்த திருக்கோலத்தில் அந்தப் புன்னகை சற்றே தெளிவாக நமக்குப் புரிகிறது. அதே ஆனந்தம் இந்தக் காட்சியிலும் கிடைக்கத்தான் வேண்டும். இப்படித்தான் கோவிந்தன் உணர்கிறான். கதை இங்கே முடிந்து போகிறது.

ஜர்மானியப் பிரம்ம தேவனுடைய குரலைக் கேட்கவில்லை. சித்தார்த்தனை ஆங்கில மொழியில் கண்டு, தமிழில் படைத்திருக்கிறேன். ஆங்கில மத்யஸ்தமே மந்திர சக்தி படைத்த மகா வாக்கியங்களாக இருக்கின்றன. மூலத்தின் பெருமை எப்படிப்பட்டதோ! ஆயினும் என்ன? அந்த மூலத்திற்கும் ஆதிமூலமான சித்தார்த்த தத்துவம், இந்தப் பாரத மண்ணின் சிறப்பு. இந்த மண்ணின் மகன் என்ற உரிமையே எனக்குத் தகுதியும்

தருகிறது. இதை இரண்டாந்தடவையாகவும் வடித்து எடுக்க இந்தத் தகுதியுள்ளவர் என்னிலும் மிக்காரும் வல்லாரும் பலர் உண்டு. எனவே எனது மொழிபெயர்ப்பின் குறைகள் தமிழைச் சாராது என் சக்தியின்மையின் எல்லையை மட்டுமே குறிப்பிடுவதாகும் என்று அவர்கள் கண்டு கொள்வர். இதைத் தமிழாக்கக் கொடுத்து வைத்தேன்.

திறல் கடந்த ஒன்றில் துணிவு கொண்டு மேற்செல்லுமாறு கட்டளையிட்டு, எப்பொழுதும் என்னைப் புதிய திருப்பங்களிற் செலுத்தி வருகின்ற எனது நண்பர் 'சோமு' அவர்களுக்கும் இந்தச் செயலில் என்னை ஊக்குவித்த பேராசிரியர் கே.சுவாமிநாதன் அவர்களுக்கும் நான் கடமைப்பட்டிருக்கிறேன். உன்னதமான இந்தக் காப்பியத்தின் அருமையை உணர்ந்தும் இதைத் தமிழில் வழங்கவும் விரும்பியும் இந்தப் பணியை என்பாலளித்த தமிழ்ச்சுடர் நிலைய அதிபர் ஏ.கே.கோபாலனுக்கு என் நன்றி உரியது.

திருச்சி
15.1.57

திருலோகசீதாராம்*
மொழிபெயர்ப்பாசிரியன்

*திருவையாறு லோகநாதையர் சீதாராம் என்னும் திருலோக சீதாராம் கவிஞர், பேச்சாளர், பத்திரிகையாசிரியர், மொழி பெயர்ப்பாளர் என்று பல்துறை விற்பன்னர். தெலுங்கைத் தாய்மொழியாகக் கொண்ட குடும்பத்தில் பிறந்தார். பள்ளிப் படிப்பு இளம் வயதிலேயே நின்றுவிட்டது. சொந்த முயற்சியால் தமிழ், தெலுங்கு, சமஸ்கிருதம் ஆங்கிலம் கற்றுத் தேர்ந்தார்.

பாரதியார் மீதும், அவர் கவிதைகள் மீதும் பெரும் ஈடுபாடு கொண்டிருந்தார். பாரதியாரின் பாஞ்சாலி சபதத்தை மனங்கவர் முறையில் அரங்குகளில் சொல்லிவந்தார். அதற்குப் பொற்காசு பெற்றார்.

இளம்பருவம் முதலே எழுதுவதில் அக்கறைக்கொண்டிருந்தார்.கிராமஊழியன் பத்திரிகையில் சில ஆண்டுகள் துணை ஆசிரியராக இருந்தார். திருச்சியைத் தலைமை இடமாகக் கொண்டு சிவாஜி என்ற கலை இலக்கிய ஏட்டை முப்பதாண்டு காலம் நடத்தினார்.

சுந்தரூவ கானம் என்பது அவரின் கவிதைத் தொப்பு. கட்டுரைத் தொகுப்பு இலக்கியப் படகு. ஹெர்மன் ஹெஸ்ஸெவின் சித்தார்த்தன் நாவலை ஆங்கிலத்தின் வழியாகவும், மனுவின் தர்ம சாஸ்திரத்தை சமஸ்கிருதத்தில் இருந்தும் மொழிபெயர்த்துள்ளார்.

1973-ஆம் ஆண்டில் திருச்சியில் காலமானார். அவர் வாழ்க்கை வரலாற்றை ஏ.ஆர்.ராஜாமணி எழுத சாகித்ய அகாதமி வெளியிட்டிருக்கிறது.

அணிந்துரை

'சித்தார்த்தன்' எனப் பெயரிய நவீனத்தைத் தமிழில் தந்தவர் திருலோக சீதாராம். 'திருலோக' என்பதனை விரிக்க, திருவையாறு லோகநாக ஐயர் என்ற முழுமையை நாம் பெறுவோம். சீதாராம் ஆயிரத்துத் தொள்ளாயிரத்துப் பதினேழாம் ஆண்டு ஏப்ரல் மாதம் முதல் தேதியன்று பிறந்தார். ஏப்ரல் முதல் தேதி சர்வ முட்டாள்கள் தினம் என்று கொள்ளப்படுகிறது. அப்படி ஒரு நாளில் பிறந்த இவர் தம்முடன் வாதத்திற்கு வந்த அனைவரையுமே முட்டாள்களாக்கிப் போடும் திறல் படைத்தவராக விளங்கி வந்தார். தந்தையார் அகால மரணமடைந்ததால் திருவையாற்றுப் பள்ளியில் எட்டாம் வகுப்பு மாணவராகப் பயின்று வந்த இவர், பள்ளிப் படிப்பினைக் கைவிட நேர்ந்தது. "எனினும் தனிப்பட்ட வெள்ளை மலரணை மேல் அவள் வீணையும் கையும் கைவரப் பெற்றார் இவர். இவர் ஓர் ஏகசந்த கிராஹி. அந்நாளில் மாபெரும் புலவராக விளங்கிய அந்தக் கவி இராமசாமி படையாச்சியாரிடம் முறையாகத் தமிழ் பயின்ற இவர். தம் தாய் மொழியாக சுந்தரத் தெலுங்கிலும் உயர்ந்தார்."

பத்திரிகைத் துறையில் இவர் முதன் முதல் ஈடுபட்டபோது இவருக்கு வயது பதினெட்டு, இந்திய வாலிபன், பால பாரதம், ஆர்க்காடு தூதன், கிராம ஊழியன் ஆகிய ஏடுகளின் ஆசிரியராக இவர் அடுத்தடுத்துப் பணியாற்றி, முடிவிலே 'சிவாஜி'யின் ஆசிரியராக உயர்ந்தார்.

எட்டாம் வகுப்பு மட்டுமே இவர் படித்திருந்தாலும், இவர் தமிழ், தெலுங்கு, ஆங்கிலம் ஆகிய மொழிகளிலும் அருமையான புலமை பெற்றிருந்தார். சிறந்த சொற்பொழிவாளராகவும், கவியாகவும் விளங்கிய இவர் தம்முடைய சொற்பொழிவுக்கும், கவிப் பொழிவுக்கும் உரிய சம்பாவனை பொற்காசு என்று அறிவித்து அதன்படியே பொற்காசினைப் பெற்று மேடையேறுவார். ஆகவே, இவர் பொற்காசுப் புலவர் என்ற பெயரும் பெற்றிருந்தார். இவரது புனைப் பெயர் 'மந்தஹாஸன்' என்பதாம்.

சொல்லின் வளமெல்லாம் முருகுற்று, கனிந்து கசிவந்த தித்திப்பில் சொல்லின் திறம் ஓய்ந்த மோனத் திருக்காட்சியைத்

தேக்கிக் காட்டியவர் இவரே. மேலும் இவர், 'தீக்கடைந்தெழுந்ததென் சொல்' என்று தம் சொல்லாம் தென் சொல்லின் மர்மங்களை முற்றுமாக அறிந்திருந்தார். இவர் வரைந்த கவிகளில் சில 'கந்தர் கானம்' என்ற தலைப்பிலும், இவர் எழுதிய கட்டுரைகளில் சில 'இலக்கியப்படகு' என்ற தலைப்பிலும் நூல் வடிவம் பெற்றன.

பாரதியாரே இவருடைய ஞான குரு. ஒன்றுறப் பழகுதற்கே அறவுடைய மெய்த் தோழராக இவர் விளங்கி வந்தார். சொல்லெடுத்து சூக்குமத்தில் விட்டெறிந்து சுட்ட பழம் உதிர்க்கின்ற சித்து இவருக்கு வசமாகி இருந்தது. மண்மாசு அகன்ற வான்படு சொற்கள் கொண்டு பென்னம்பெரிய கருத்துக்களை விளக்குவதில் இவர் சமர்த்தவர்.

'சித்தார்த்தன்' என்ற நூலை ஜெர்மானிய மொழியில் தந்தவர், இலக்கியத்திற்காக நோபல் பரிசு பெற்ற ஹெர்மன் ஹெஸ்ஸெ ஆவார். அவரை சீதாராம், 'ஜெர்மன் பிரம்ம ரிஷியாகிய ஹெர்மன் ஹெஸ்ஸெ' என்று போற்றுவர். அவர் படைத்த மேற்சொன்ன நவீனம் இருபதாம் நூற்றாண்டில் தோன்றிய மிகப் பெரிய பனுவலாகும். இந்நூலைத் தமிழில் காண விரும்பிய தென் மொழிகள் புத்தக டிரஸ்ட், மிகச் சிறந்த மொழி பெயர்ப்பாளர்கள் மூவரைத் தெரிவு செய்தது. அவருள் ஒருவர் சீதாராம். இரண்டாமவர் பாலபாரதி ச.து.க. யோகி; மூன்றாமவர் பெயர் நினைவுக்கு வரவில்லை. காய்தல் உவத்தலின்றி இம்மூவரின் மாதிரி மொழி பெயர்ப்புகளைச் சீர்தூக்கிப் பார்த்த பேராசிரியர் கே.சுவாமிநாதன் திருலோகத்தின் மொழிபெயர்ப்பு திரிலோகத்தையும் வளையவரும் என்று தீர்ப்புத் தந்தார்.

மூல நூலாசிரியரைக் காணாமலேயே, அவர் மேதைமையை நன்கு உணர்ந்து கொண்டார் சீதாராம். எக்காரணம் கொண்டும் அம்மூலவரை விட்டுப் பிரியாதபடி அவரோடு ஓர் அற்புத அத்துவித உறவு பூண்டிருந்தார்.

ஹெஸ்ஸெ அவர்கள் காலமானதை வானொலியில் இரவு செய்தி அறிவிக்க, அதைக் கேட்ட அளவிலேயே வீட்டின் புழக்கடைக்குச் சென்று, சீதாராம் உயிர் நீத்தாருக்காக ஒரு முழுக்குப் போட்டார். "ஹெஸ்ஸெ அவர்களின் சாவுக்காகத் தீட்டுக் காக்கவில்லை என்றாலும், ஒரு முழுக்குப் போட்டேன்" என்று இச்செய்தியைத் தம் பத்திரிகையில் வெளியிட்டார்.

ஹெஸ்ஸெயின் ஜெர்மானிய மூலம் ஆங்கிலத்தில் மொழி பெயர்க்கப்பட்டது. அவ்வாங்கில மொழிபெயர்ப்பே இவருடைய

மொழி பெயர்ப்புக்கான மூலம், என்றாலும் "அந்த மூலத்திற்கும் ஆதிமூலமான சித்தார்த்த தத்துவம் இந்தப் பாரத மண்ணின் சிறப்பு" என்று கண்டு தெளிந்து, இம்மண்ணின் மைந்தராகிய சீதாராம் இதைத் தமிழில் வடித்தெடுத்திருக்கிறார். மூலத்தின் ஈரச்சுவை எள்ளளவும் குன்றாதபடி எளிய நடையில் இம்மொழிபெயர்ப்பு வெளிவந்திருக்கிறது என்பது உண்மை. ஆனாலும் கனமான மூலத்தைச் சுலபமாகத் தாங்கி வரும் இத்தமிழ்ப் பெயர்ப்பை உள்ளவாறே உணரும் சக்தி கொண்டவர்கள் ஒரு சிலரே என்பது யாமறிந்த உண்மை.

இந்நூலை மீளவும் பதிப்பிடுகிற பதிப்பகத்தாரை நான் வாழ்த்தி வணங்குகிறேன்.

5.டி. செல்வம் நகர்
தஞ்சாவூர்- 613007
6.12.1998

சேக்கிழார் அடிப்பொடி
தி.ந.இராமச்சந்திரன்

உள்ளே...

1. அந்தண குமாரன் 29
2. சமணருடன் 39
3. கௌதமர் 50
4. கண் விழிப்பு 60
5. கமலா 65
6. மக்களிடையில் 81
7. சம்சாரம் 92
8. ஆற்றுப் படுகை 102
9. தோணிக்காரன் 115
10. குமாரன் 129
11. ஓம் 139
12. கோவிந்தன் 147

அந்தண குமாரன்

மனை நிழலில், படகுகள் ததும்பும் நதிக்கரையின் வெயில் ஒளியில், மிலாரோடிப் போன காட்டில், அத்திமரத்து நிழலில் சித்தார்த்தன் என்ற அவ்வழகிய அந்தண குமாரன் தனது தோழன் கோவிந்தனுடன் ஒன்றாக வளர்ந்தான்.

ஆற்றங்கரையிலும், புனித நதியிற் புனலாடும்போதும், புண்ணிய வேள்வியிலும் கதிர் ஒளி அவனது இள மென்தோள்களைச் சருவி மெருகேற்றும். அவனது அன்னை பண்ணிசைத்தபோதும், தந்தையின் பாடங்களிலும், கற்றோருடன் கூடியிருக்கையிலும், மாஞ்சோலையில் விளையாட்டின் இடையிலும், எப்பொழுதும் அவனது விழிகளின்மீது நிழல்கள் தோன்றி மறைந்தன.

சித்தார்த்தன் இதற்குள்ளாகவே, கற்றோரின் உரையாடர்களிற் கலந்து கொண்டுவந்திருந்தான். கோவிந்தனுடன் விவாதங்களில் ஈடுபட்டிருந்தான். அவனுடன் சேர்ந்து சிந்திக்கவும் தியானிக்கவும் பழகிக் கொண்டிருந்தான்.

புருவ விற்கள் சுத்தான்மச்சுடர்வீச, ‘ஓம்’ எனும் நிறை மொழியை வாசியுடன் ஒன்றி உண்முகமாக உச்சரித்து - பிராணாயாமம் புரிய இதற்குள்ளாக அவனுக்குத் தெரிந்துவிட்டது.

முழுமையில் ஒன்றி, அறிவற்று விளங்கும் ஆன்மாவைத் தன்னுள் தான் உணரும் வழி இதற்குள் அவனுக்குப் புலனாகிவிட்டது.

நுண்ணறிவும், ஞானவேட்கையும் கொண்ட பிள்ளையினால், அவனது தந்தையின் இதயத்தில் மகிழ்ச்சி நிறைந்தது. அந்தண குலத்திற்கே அதிபனாகவும், ஆசார்யனாகவும், பெருங் கல்விமானாகவும் அவன் வளர்ந்து கொண்டு இருப்பதையே அவர் கண்டார்.

உடற்கட்டும், வனப்பும், நளினமும் கொண்டு விளங்கும் சித்தார்த்தன் தன்முன் வளையவரும் போதெல்லாம், அவன் நடந்தாலும் இருந்தாலும், எழுந்தாலும் அவனைக் காணும் அன்னையின் உள்ளத்தில் பெருமை குடி கொண்டது.

விரிந்தகன்ற புருவங்கள் -வீரத் திருவிழிகளுடன் ஒற்றைநாடியான தோற்றங்கொண்டு, சித்தார்த்தன், அந்த நகரத்து வீதிகளில் நடந்து சென்றபோது அந்தணச் சிறுமிகள் அனைவரின் இதயங்களிலும் காதல் அரும்பியது.

மற்றவர் யாரையும்விட, அவனது நண்பன் கோவிந்தன் இருந்தானே. அந்தப் பிராமணச் சிறுவனுக்குச் சித்தார்த்தன் மீது மட்டற்ற காதல். அவனது விழிகளும், வெண்கலக் குரலும் அவனைக் கவர்ந்தன. அவனது நடையையும், நளினப் பாங்கையும் அவன் விரும்பினான். சித்தார்த்தனுடைய செயலும் சொல்லும் அனைத்தும் அவனை ஈர்த்தன. இத்தனைக்கும் மேலாக அவனது அறிவு, சுடர்விடும் சிந்தனைகள், உறுதி கொண்ட நெஞ்சு, உன்னத வாழ்க்கை இலட்சியம் இவற்றைப் பெரிதும் போற்றினான் கோவிந்தன்.

சித்தார்த்தன் ஒரு சாதாரணப் பிராமணனாகவோ, சோம்பேறிப் புரோகிதனாகவோ, படாடோபமான மந்திரங்களை ஓதிப் பிழைக்கும் பேராசைக்காரனாகவோ, கயமை மிக்க போலி வைதீகனாகவோ அல்லது பெரிய மந்தை ஒன்றின் கொழுத்த ஆடாகவோ மட்டும் ஆகிவிடமாட்டான் என்பதைக் கோவிந்தன் உணர்ந்திருந்தான். ஏன், இவ்வகை ஒன்றில் எந்த ஒன்றாகவும், பதினாயிரக்கணக்கான பிராமணர்களுள் அவர்களைப் போன்று தானும் ஒருவனாகவும் இருந்துவிட கோவிந்தனே விரும்பவில்லையே!

அன்பு வடிவினனாகப் பெருமிதம் கொண்டிலங்கும் சித்தார்த்தனைப் பின்பற்றவே அவன் விரும்பினான். எப்பொழுதேனும் சித்தார்த்தன் தெய்வமாகவே ஆகிவிடுவதாக இருந்தால் எப்பொழுதேனும் அவன் தேஜோமயமான ஒளிவட்டத்திற்

சென்று நிறைந்து விடுவதாக இருந்தால் அப்பொழுதும் அவனது தோழன், கூட்டாளி, தொண்டன், கட்டியக்காரன், நீங்கா நிழல் என்ற முறையில் அவனைப் பின் தொடர்ந்து செல்ல வேண்டும் என்றே கோவிந்தன் விரும்பியிருந்தான்.

இவ்வாறு சித்தார்த்தனை ஒவ்வொருவரும் விரும்பினர். அவன் அனைவரையும் மகிழ்வித்தான். ஆனந்தத்தில் ஆழ்த்தினான். ஆனால், சித்தார்த்தனுக்கு மட்டும் ஆனந்தம் இல்லை. அத்திப்பழத் தோட்டத்தின் ஒளி மலர்ப் படுகையில் திரிந்தும், சோலையின் பசுநிழல் அமர்ந்து சிந்தித்தும், நாள்தோறும் புனித நீராடியும், மாஞ்சோலையின் மரகத நிழலில் அமர்ந்து வேள்விகள் இயற்றியும், தனிக் கவர்ச்சியுடன் திகழும் சித்தார்த்தன் ஏனையோரின் அன்புக்கும் இன்பத்திற்கும் இலக்கியமாக இருந்தான். ஆயினும் அவன் இதயத்தில் மட்டிலும் மகிழ்ச்சி என்பதே இல்லை.

நதியினின்றும், இரவிற் கண் சிமிட்டும் தாரகைகளிலிருந்தும், உருகி ஓடி வரும் கதிர்க் கிரணங்களிலிருந்தும், கனவுகளும் கலங்கிய சிந்தனைகளும் பெருகி வந்து அவனை அடைந்தன. ஆவற் கனவுகளும் தன்னுள் ஒரு அமைதியின்மையும், வேள்வித்தீயின் புகையிலே சுழன்றெழுந்தன. ரிக் வேத மந்திரத்தின் கவிதைகளின் உள்ளிருந்து வெளிக்கிளம்பின. மூச்சில் இழைந்து, வயோதிகப் பிராமணர்களின் அறிவுரைகளிற் கசிந்துருகின. அவை எங்கிருந்தோ வந்து அவனை அடைந்தன.

அதிருப்தியின் விதைகளைத் தன்னுள்ளே கண்டுகொண்டான் சித்தார்த்தன். தாய், தந்தையரின் அன்பும், தோழன் கோவிந்தனுடைய நட்பும்கூட, தனக்கு இன்பமோ அமைதியோ தந்து தன்னை எப்பொழுதும் திருப்திப்படுத்தவோ, நிறைவுறச் செய்யவோ முடியாதென்று உணரத் தலைப்பட்டான். மதிப்புக்குரிய தந்தையும், ஏனைய அவனது ஆசிரியர்களும், அறிவு சான்ற அந்தணர்களும் இதற்குள் தங்கள்பால் இருந்த ஞானம் அனைத்தையும் தனக்கு வழங்கி முடித்துவிட்டார்கள் என்றும், தான் ஏந்தி நின்ற பாத்திரத்தில் அவர்களிடம் இருந்த ஞானம் முழுமையும் கொட்டிவிட்டார்கள் என்றுமே அவன் சந்தேகித்தான். எனினும் அவனது பாத்திரம் நிறையவில்லை. அவனது அறிவு வேட்கை தீரவில்லை. ஆன்மா அமைதி பெறவில்லை. இதயத்தில் நிச்சலம் இல்லை.

தீர்த்தாடனங்கள் நன்றாகத்தான் இருந்தன. ஆனால் அவை வெறும் தண்ணீராக இருந்தன. பாவங்களை அவை போக்கிவிடவில்லை. தவிக்கும் இதயத்திற்கு அவை ஆறுதலளிக்கவில்லை. வேள்விகளும்,

வேண்டுதல்களும் சிறந்தவைதான். ஆயினும் அவையே போதுமா? வேள்விகள் மகிழ்ச்சி விளைவித்தனவா?

உண்மையில் உலகைப் படைத்தவன் பிரஜாபதி என்பவனா? இதைப் படைத்தவன் ஆத்மன். அவன் ஒருவனேயன்றோ? உன்னையும் என்னையும் போன்றே அழிவும் தோற்றமும் கொண்ட படைப்புகளேயல்லவா இந்தக் கடவுளர்கள்? எனவே இத்தெய்வங்களை வேட்டல் நலமும், தக்கதும் ஆகுமா? பொருத்தமும் அறிவுடைமையும் ஆகுமா? ஆத்மன் என்ற அத்தனி ஒருவனையல்லால் மற்று யாரை நாம் மதித்துப் போற்றலாகும்? மற்று யாரை நோக்கி வேள்விகள் புரிதலாகும்?

ஒவ்வொருவனும் தன்னில் விளங்கப் பெறும் நித்தியத்தில், உள் உணர்வில், தன் நிலையில் அல்லாமல் அந்த ஆத்மனை வேறு எங்கு காணமுடியும்? வேறெங்கு அவன் வீற்றிருப்பான்? வேறெங்கு அவனது பேரிதயம் பேசும்?

ஆனால், இந்தத் 'தான்' உள்ளுணர்வு எங்கே இருக்கிறது? அது வெறும் தசையோ, எலும்போ அன்று. எண்ணமோ அல்லது அறிவு உணர்ச்சியோ அல்ல. இதுவே அறிஞர்கள் கற்பித்தது. அப்படியானால் அது எங்கே? ஆன்மனை நெருங்க, தன்னையே மருவ முயலும் நல்வழி வேறொன்றும் உண்டோ? யாரும் வழிகாட்டவிலலை. ஒருவருமே அதை அறியவில்லை. அவனது தந்தை, ஆசிரியர்கள், அறிஞர்கள், மறைமொழிகள் யாருமே கூடத்தான்.

வேதியர்க்கும் அவர்தம் வேத நூல்களுக்கும் எதுவும், எல்லாமும் தெரியும். உலகப் படைப்பு, மொழிமூலம், உணவு, வாசியின் நடை, பொறிபுலன் அமைப்புகள், தெய்வ லீலைகள் ஒவ்வொன்றையும் அவர்கள் புகுந்து பார்த்திருக்கின்றனர். ஏராளமான விஷயங்களை அவர்கள் அறிவார்கள். ஆனால், ஒரு முக்கியமான பொருள்...ஒரே முக்கியமான பொருள்.. அதைப்பற்றி அறிந்து கொள்ளவில்லையென்றால், இவற்றையெல்லாம் தெரிந்து வைத்திருப்பதில் என்ன பயன்?

பற்பல சுருதிமொழிகள், எல்லாவற்றையும் விட சாமவேத உபநிஷத்துக்கள் இந்த உணர்வுப் பொருளைப் பற்றிப் பேசியிருக்கின்றன. "உனது ஆன்மாவே உலகு அனைத்தும்" என்று எழுதி வைத்திருக்கிறது. உறங்கும்போது மனிதன், தன்னில் தான் கலந்து ஆன்மாவில் உறைகிறான் என்று அது கூறுகிறது. இந்த வாக்கியங்களில் வியத்தகு ஞானம் அமைந்து கிடக்கிறது.

ஈக்கள் சேமித்த தூய தேன்போன்று. ரிஷிகளின் அறிவனைத்தும் இங்கு, மந்திர வலிமை மிக்க மொழியில் வடிக்கப்பட்டிருக்கிறது. வழிவழியாக, அறிவு சான்ற அந்தணர்களால் தொடுக்கப்பட்டுப் போற்றிக் காக்கப் பெற்று வந்துள்ள இந்த மகத்தான ஞான சேகரம் எளிதில் புறக்கணிக்க முடியாததுதான். ஆனால் இந்த மேன்மை அறிவனைத்தையும் பெற்றது மட்டும் அல்லாமல் அனுபூதி பெற்று விளங்கும் சாதகர்கள் எங்கே இருக்கிறார்கள்? அந்தண மேலோர் பலரைச் சித்தார்த்தன் அறிவான். எல்லோரையும் காட்டிலும், தூய்மையும், கல்வியும் சிறந்து மேன்மை பெற்று விளங்கும் அவனது தந்தையிருக்கிறார். அவனது தந்தை போற்றற்குரியவர். அவரது ஒழுக்கம் அமைதியும், மேன்மையும் கொண்டது. அவர் வாழ்வாங்கு வாழ்ந்தார். அறிவு சான்றவை அவரது சொற்கள். அவரது உள்ளத்தில் அரிய பெரிய சிந்தனைகள் குடிகொண்டிருந்தன. இவ்வளவு அதிகம் அறிந்த அவர்கூடத் தாபம் தணியாத சாதகரே அல்லவா? தணியாத தாகத்துடன் தொடர்ந்து புண்ணிய தீர்த்தங்களையும், தவ வேள்விகளையும், ஏடுகளையும் அந்தணர்தம் அறிவுரைகளையும் நாடிப் போகவில்லையா? குற்றமற்ற ஒருவர் ஏன் அன்றாடம் புதிது புதிதாகத் தன்னைத் தூய்மைப்படுத்திக் கொள்ள முயலவும், பாவங்களைப் போக்கிக் கொள்ளவும் வேண்டும்? அப்படியானால் ஆத்மன் அவரிடத்தில் உள் நின்று இலகவில்லையா? அப்படியானால் ஊற்று அவர் உள்ளத்தில் இல்லையா? ஒருவன் தன்னில்தானே அந்த மூலத்தைக் காண வேண்டும். கைவரப் பெறவேண்டும். மற்றவை எதுவுமே வெளிநாட்டம்தான். ஒரு பிறழ்ச்சி-பிழை இவையே சித்தார்த்தனுடைய சிந்தனைகள்; இதுவே அவனது தாபம். அவனது துயரம்.

'பிரம்மத்தின் பெயரே சத்யம்' இதை உணர்பவன் யாரோ அவனே அன்றாடம் வானுலகிற் புகுந்துறைபவன்.

சாந்தோக்ய உபநிஷத்தின் இந்த வாக்கியங்களை அவன் அடிக்கடி தனக்குள் சொல்லிக் கொண்டான். அந்த வானுலகம் அருகில் இருப்பதுபோலத்தான் தோன்றியது. ஆனால், அதை என்றும் அவன் அடைந்ததில்லை. அவனது இறுதி தாகம் தணியவில்லை. யாருடைய அறவுரைகளை அவன் பெற்றானோ அவ்வந்தணாளர்களில் ஒருவரேனும் அதை அந்த வானுலகை அடைந்தவர்கள் என்றோ, யாரேனும் தங்கள் வேட்கை தீரப் பெற்றவர்கள் என்றோ, அவனுக்குத் தெரியவில்லை.

"கோவிந்தா" என்று அழைத்துத் தன் நண்பனிடம் பேசினான் சித்தார்த்தன்.

"கோவிந்தா ஆலமரத்தடிக்கு என்னுடன் வா, நாம் தியானம் கூடுவோம்"

அவர்கள் சென்று மரத்தடியில் ஒருவருக்கொருவர் இருபதடி தூரத்தில் கீழே அமர்ந்தார்கள். சித்தார்த்தன் கீழே அமர்ந்து ஓம் இசைக்கத் தொடங்குமுன் மெதுவாய்ப் பாடலானான்.

ப்ரணவோதனு; சரோஹ்யாத்மா
ப்ரஹமஸ்தல்லட்சிய முச்யதே
அப்ர மத்தேன் வேத் தவ்யம்
விதிதச் சரவத் தன்மயோ பவேத்

வழக்கமான தியான காலம் முடிந்து கோவிந்தன் எழுந்தான். மாலையாகியிருந்தது. சந்தியா வந்தனம் செய்ய வேண்டிய சமயம். அவன் சித்தார்த்தனைப் பெயர் சொல்லி அழைத்தான். பதில் இல்லை. சித்தார்த்தன் சமாதி நிலையில் இருந்தான். அவனது விழிகள் தூரத்து இலட்சியம் ஒன்றில் நிலைத்துக் கிடந்தன. பற்களினிடையே நாவின் நுனி மட்டுமே சற்றே தெரிந்தது. அவன் மூச்சு விடுவதாகவே தெரியவில்லை. ஓங்காரம் ஒன்றையே பற்றி, தியானத்தில் மெய் மறந்து அப்படி வீற்றிருந்தான். அவன் ஆன்மா பிரம்மத்தைக் குறிக்கொண்டு அம்புபோல் நின்றது.

ஒரு சமயம் சித்தார்த்தனுடைய நகரத்தின் வழியாக நாடோடிகளான சமணத் துறவிகள் மூவர் சென்றனர். வாலிபமோ வார்த்திகமோ இல்லாமல், சிராய்த்து அழுக்குப் படிந்த தோள்களுடன், வெயிலால் உலர்ந்து, தனிவழியே யாருடனும் ஒட்டாமல் செல்லும் அவ்விந்தைத் திகம்பரர்கள், மனித குழாத்திடையே அலையும் வற்றல் நரிகளைப் போன்று இருந்தனர்.

மாலையில் தியான காலம் முடிந்ததும் சித்தார்த்தன் கோவிந்தனைப் பார்த்துச் சொன்னான். "நண்பா, நாளைக் காலையில் சித்தார்த்தன் சமணர்களுடன் சேரப் போகிறான். தானும் ஒரு சமணன் ஆகிவிடப் போகிறான்."

இச்சொற்களைக் கேட்ட கோவிந்தன் வெளிறிப் போனான். உறுதி தொனிக்கும் நண்பனுடைய வில்லில் விடுபட்ட கணைபோன்ற பிறழாத இலட்சிய வேகத்தைக் கண்டான். நண்பனுடைய முகத்தைப் பார்த்த கணத்திலேயே, புது கதி ஆரம்பம் என்று தெரிந்துவிட்டது கோவிந்தனுக்கு. சித்தார்த்தன் தனிவழியே புறப்படுகிறான்.

அவனது விதியின் பாதை விரியத் தொடங்குகிறது. அவ்வழியில் சித்தார்த்தனுடைய வாழ்வும் ஒன்றுகிறது.

கோவிந்தனுடைய முகம் காய்ந்த கதலித் தோல்போல வெளுத்தது. 'சித்தார்த்தா' என்று உரத்துக் கூவினான் கோவிந்தன். "தந்தை இதை அனுமதிப்பாரா?"

அப்பொழுதுதான் துயில் உணர்ந்தவனைப் போன்று சித்தார்த்தன் மலங்க விழித்தான். மின்னொளியின் வேகத்தில் கோவிந்தன் உள்ளமும், தாபமும், தவிப்பும் அவனுக்கு விளங்கிவிட்டன.

"கோவிந்தா, வீண் பேச்சு நம்மிடை எதற்கு? நாளை விடிந்ததும் நான் சமண வாழ்வை மேற்கொள்வேன். மீண்டும் அதைப்பற்றி விவாதம் வேண்டாம்" என்று அமைதியுடன் இசைத்தான் சித்தார்த்தன்.

தர்ப்பாசனத்தில் தந்தை அமர்ந்திருந்த அறைக்குள் சித்தார்த்தன் நுழைந்தான். தந்தையின் பின்புறமாகச் சென்று தன் வருகையை அவர் உணர்ந்து கொள்ளும் வரையில் அங்கேயே நின்று கொண்டிருந்தான்.

"யாரது? சித்தார்த்தனா?" என்று கேட்டு, "உன் உள்ளத்தில் உள்ளதைச் சொல்லப்பா" என்று பணித்தார். சித்தார்த்தன் சொன்னான்; "தந்தாய், தங்கள் அனுமதியின் பேரில் நாளை தினம் தங்கள் இல்லம் விட்டு அகன்று சாதுக்களின் சங்கத்தில் சேர்ந்துவிட விரும்புகிறேன் என்பதை விண்ணப்பித்துக் கொள்ளவே இங்கு வந்தேன். சமணனாகிவிட நான் விரும்புகிறேன். எனது தந்தை இதை மறுக்கமாட்டார் என்று நான் நம்புகிறேன்."

அறையின் நிசப்தம் கலைவதற்கு நெடுநேரம் ஆயிற்று. சாளரங்களினூடே தெரிந்த தாரகைகள் இப்போது இடம் பெயர்ந்திருந்தன. அதுவரையிலும் அந்தப் பிராமணர் பேசவேயில்லை. அவரது புதல்வன் கைகளைக் கட்டியவாறே மௌனமாக அசையாது அங்கே நின்று கொண்டிருந்தான். தந்தையும் தமது தர்ப்பாசனத்தில் மௌனமாக அசையாது வீற்றிருந்தார். நட்சத்திரங்கள் வானவீதியின் குறுக்கே போய்க்கொண்டே இருந்தன. பின்னர் தந்தை பேசினார்.

"சீறிச் சினமொழி கூறுதல் அந்தணர்க்கு அழகல்ல. ஆனால் என் இதயத்தில் வெறுப்பு ஏற்பட்டிருக்கிறது. மறுமுறை இந்த வார்த்தைகளை உன்னிடமிருந்து நான் கேட்கக்கூடாது."

அந்தப் பிராமணர் மெதுவாக எழுந்தார். கட்டிய கரங்களுடன் சித்தார்த்தன் நின்று கொண்டிருந்தான். "ஏன் நிற்கிறாய்" என்று கேட்டார் தந்தை. "ஏன் என்பது தங்களுக்கே தெரியும்" என்று

பதிலிறுத்தான் சித்தார்த்தன். வெறுப்புடன் அறையைவிட்டு வெளியேறிய தந்தை தன் படுக்கையில் போய் விழுந்தார்.

ஒருமணி நேரம் சென்றும் படுக்கை கொள்ளாமல் அந்தப் பிராமணர் எழுந்து குறுக்கும் நெடுக்குமாக அலைந்துவிட்டு வீட்டிலிருந்து வெளியில் வந்தார். அறையின் சிறிய சாளரத்தின் வழியே அசையாது கைகள் கட்டி நின்ற சித்தார்த்தனைப் பார்த்தார். அவனது மங்கிய வெள்ளுடை அசைவது தெரிந்தது. மனம் வேதனையுற்றது. படுக்கைக்கே திரும்பினார்.

மேலும் ஒரு மணிநேரம் கழிந்ததும் தூக்கம் பிடிக்காமல் மீண்டும் அவர் எழுந்திருந்தார். குறுக்கும் நெடுக்கும் நடந்தார். வீட்டிலிருந்து வெளியில் வந்து பார்க்கும்பொழுது சந்திரோதயம் ஆகியிருந்தது. சாளரத்தின் வழியே நோக்கினார். சித்தார்த்தன் சலனமற்று, கட்டிய கரங்களுடன் நின்று கொண்டேயிருந்தான். அவனது திறந்த உடலில் நிலவடித்துக் கொண்டிருந்தது. அவர் இதயம் வேதனைப்பட்டது. படுக்கைக்குச் சென்றார்.

ஒரு மணி நேரத்திற்குப் பிறகு மறுபடியும் திரும்ப வந்தார். மேலும் இரண்டு மணிநேரம் சென்று ஒருதடவை வந்தார். சாளரத்தின் வெளியே நிலவொளியிலும், பின் நட்சத்திர வெளிச்சத்திலும், பின் கவிந்து நின்ற இருளிலும் சித்தார்த்தன் அப்படியே நின்று கொண்டிருந்தான். இப்படியாக; மணிக்கொரு தடவை அவர் எழுந்துவந்து பார்க்கும்பொழுதெல்லாம் சித்தார்த்தன் அசையாமல் நின்று கொண்டுதான் இருந்தான். அவருடைய இதயத்தில் சினம், கவலை, அச்சம், துயரம் ஆகியவை நிறைந்து நின்றன.

பொழுது புலர்வதற்கு முன்பு, இரவின் கடையாமத்தில் மீண்டும் எழுந்து வந்து அறையில் நுழைந்து அங்கே இளைஞன் நின்று கொண்டிருப்பதைக் கண்டார். இப்பொழுது அவன் உருவம் உயர்ந்து, வேற்றாள்போல அவருக்குத் தோற்றினான்.

“சித்தார்த்தா! ஏன் காத்துக் கொண்டிருக்கிறாய்?” என்று கேட்டார் அவர்.

“ஏன் என்று தாங்களே அறிவீர்கள்.”

“இப்படி நின்று, காலை மதியம், மாலை வரையிலும் காத்துக் கொண்டே இருக்கப் போகிறாயா?”

“நிற்பேன், காத்திருப்பேன்.”

"நீ களைத்துப் போவாய் சித்தார்த்தா."

"ஆம், களைத்துப் போவேன்."

"தூங்கி விழுந்து விடுவாய், சித்தார்த்தா."

"தூங்கி விழமாட்டேன்"

"நீ இறந்து போவாயே சித்தார்த்தா."

"இறந்து போகிறேன்."

"அப்படியானால் தந்தை சொற்கிணங்கி நடப்பதைவிட இறந்து போகவே செய்வாயா?"

"சித்தார்த்தன் தந்தைக்கு எப்பொழுதும் பணிந்தே நடந்திருக்கிறான்."

"அப்படியானால் உனது திட்டத்தை விட்டுவிடுவாயா?"

"தந்தை என்ன சொல்கிறாரோ அதைத்தான் சித்தார்த்தன் செய்வான்"

பகலின் முதற்கிரணம் அறையில் நுழைந்தது. சற்றே கால் நடுங்கிக் கொண்டிருக்கும் சித்தார்த்தனை அந்தப் பிராமணர் கண்டார். ஆனால் அவன் முகத்தில் மட்டும் யாதொரு நடுக்கமும் இல்லை. அவனது பார்வை எங்கோ தொலைவில் நீண்டுகிடந்தது. சித்தார்த்தன் கணமும் வீட்டில் தரித்திருக்க மாட்டான். அவன் முன்னமேயே தன்னை விட்டுப் போய்விட்டான். இந்த உண்மையைத் தந்தை தெளிவாகப் புரிந்துகொண்டார். தந்தை சித்தார்த்தனுடைய தோள்களைத் தொட்டார்.

"நீ கானகம் செல்வாய். சமணனாகி விடுவாய். கானில் உனக்குப் பேரானந்தம் கிட்டுமானால், திரும்பி வந்து எனக்கும் அதைக் காட்டு. அங்கு உனக்கு வெறும் பிரமையே மிஞ்சுமானால் அப்பொழுதும் திரும்பி வா. இருவரும் சேர்ந்து மறுபடியும் தெய்வங்களை நோக்கி வேள்விகள் புரிவோம். இப்பொழுது செல்க. உன் தாயை வணங்கி எங்கே செல்கிறாய் என்பதை அவளிடம் கூறு. எப்படியும் எனக்கு நேரமாகிவிட்டது. நதிக்குச் சென்று காலைக் கடன்களை நிறைவேற்ற வேண்டும்."

பிள்ளையின் தோள்களை விட்டுத் தன் கரத்தை மீட்டுக்கொண்ட அவர் வெளியே சென்றார். சித்தார்த்தன் நடக்க முயன்றதும் தள்ளாடினான். தானே சமாளித்துக் கொண்டான். தந்தையின்

திருலோக சீதாராம்

முன் தாழ்ந்து வணங்கினான். கட்டளையிடப்பட்டவாறு தாயிடம் சென்றான்.

உறங்கிக் கிடந்த அந்த நகரத்தைவிட்டு, மரத்துப் போன கால்களுடன், இளங்காலையில் அவன் மெதுவாக வெளியேறியபோது ஊர்ந்து வரும் நீங்கா நிழல் ஒன்று ஊர்க்கோடியிலிருந்த குடிசையினின்றும் வெளிப்பட்டு அந்த யாத்திரீகனைத் தொடர்ந்தது. அதுதான் கோவிந்தன்.

"வந்துவிட்டாயா?" என்று சித்தார்த்தன் புன்முறுவல் பூத்தான். "வந்துவிட்டேன்" என்றான் கோவிந்தன்.

~

சமணருடன்

அன்று மாலையில் அவர்கள் சமணர்களை அடைந்து தங்களையும் சேர்த்துக் கொள்ளுமாறு கேட்டுக் கொண்டனர். அவர்கள் ஏற்றுக் கொள்ளப்பட்டனர்.

வழியில் ஒரு ஏழைப் பிராமணனுக்குத் தனது ஆடைகளைச் சித்தார்த்தன் கொடுத்து விட்டான். அவனிடம் எஞ்சியதெல்லாம் ஒற்றைக் கோவணமும், மண் காவி நிற மேலாடையும்தான். ஒரு வேளை மட்டுமே புசித்தான். அதுவும், பக்குவம் செய்ததை அல்ல. பதினான்கு நாட்கள் உண்ணாமலிருந்தான். அவனது கால்களிலும் கன்னங்களிலும் இருந்த தசை கரைந்துவிட்டது. விரிந்த கண்களில் விந்தைக் கனவுகள் நிழலாடின. அவனது மெல்விரல்களில் நகங்கள் நீண்டு எழுந்தன. தாடையில் பிசுபிசுத்த தாடி வளர்ந்தது. பெண்களைக் காணும்போது அவனது பார்வை உறைந்தது. நன்கு உடுத்து மாந்தர் வாழும் நகரத்தின் ஊடே செல்லும்பொழுது, வெறுப்பால் அவன் உதடுகள் பிதுங்கின. பேரம் செய்துகொண்டிருந்த வியாபாரிகள், வேட்டைமேற் சென்ற இளவரசர்கள், பிணத்தருகே ஒப்பாரியிட்டு அழுபவர்கள், தம்மையே விற்கும் வேசியர், நோயாளரைப் பேணும் மருத்துவர், விதைப்புக்கு நாள் வைத்துக் கொடுக்கும் புரோகிதர், காதலில் முனைந்த யுவர்கள், குழந்தைகளைத் தவழவிடும் தாய்மார்கள். இவர்கள் அனைவருமே, அவனால் ஒரு தடவையும் நிமிர்ந்து பார்க்கத்தகாதவர். ஒவ்வொன்றும் பகட்டு, பொய்மையின் கூடு. உணர்ச்சி, இன்பம், அழகு என்னும் இவற்றின் தோற்றமே இவையனைத்தும்;

அழிந்து ஒழிந்து போக வேண்டியவை. உலகமே அவனுக்குக் கசந்தது. வாழ்வே வேதனையாயிற்று.

சித்தார்த்தனுடைய நாட்டமெல்லாம் சூன்யத்தை நோக்கித்தான்; தாகம், விருப்பம், கனவு, மகிழ்ச்சி, துயர் இவை எதுவுமே அற்ற சூன்யம் நான் என்பது அறவே அழிந்த பாழ்.

'நான்' எனும் முனைப்பற்று விடுபட்ட உள்ளத்தின் அமைதியைத் துய்க்க, தூய, சிந்தனையின் சுகத்தில் திளைக்க வேண்டுமென்பதே அவனது இறுதி இலட்சியம். தன் முனைப்பு வெல்லப்பட்டு அழிந்து போகும்போது, ஆசாபாசங்கள் அவிந்து அடங்கிய பேரமைதியில், நானற்ற உண்மையின் உண்மை, மகாரகசியம், இறுதிப் பொருள், தன்னுள் விழிப்புற்றே தீர வேண்டும்.

எரிக்கும் வெயிலில் சித்தார்த்தன் மௌனமாக நின்று, வலி, தாகம் இவற்றைப் பொறுத்துக் கொண்டான். வலியும் தாகமும் பொருட்டல்லாது போகும்வரையில் அவன் அப்படி நின்றான். மழையிலும் அவன் அமைதியாய் நின்றான். தலையில் விழும் மழைத் தண்ணீர் சிகை வழியே சொட்டித் தோள்களைத் தழுவி, மரத்துப் போன முழந்தாளில் விழுந்து கால்களைக் கழுவிச் சென்றது. குளிர் நடுக்கம் ஓய்ந்து, தோள்களும், கால்களும், துவட்சியற்று விரைத்து, நிலைகொள்ளும் வரையிலும் அந்தத் தவசி மழையில் நின்றான். மௌனமாய் முட்களிற் சென்று முடங்கினான். நொந்து நலிவுற்ற தோளிலிருந்து இரத்தம் சொட்டியது. இரணமாகிவிட்டது. வலியும் குத்தலும் உறைக்காமற் போம் வரையில், பீறிடும் குருதி நிற்கும் வரையில் ஆடாமல் அசையாமல் கிடந்தான் சித்தார்த்தன்.

சித்தார்த்தன் நன்கு நிமிர்ந்து, வாசியை அடக்கி நடத்தவும், கும்பகம் செய்து கட்டவும் வகை தெரிந்துகொண்டான். மூச்சு வாங்கும்போது இதயத் துடிப்பை மட்டுப்படுத்தக் கற்றான். இதயத் துடிப்பு, தணிந்து அறுகும்வரை மட்டுப்படுத்தினான்.

சமணர் தலைவன் காட்டிய நெறியில் 'நான்' என்பதை அழித்து, சமண முறையில் சமாதி கூடவும் பழகிக் கொண்டான் சித்தார்த்தன்.

அந்த மூங்கிற் காட்டில் கொக்கு ஒன்று பறந்து வந்தது. சித்தார்த்தனுக்கு அதனுடன் ஒரு ஆன்ம லயம் உண்டாயிற்று. காடு மலை தாண்டிப் பறக்கலானான், கொக்குப் பசி அவனுக்கு. கொக்கின் குரலில் கதறினான். கொக்காகவே செத்தொழிந்தான். மணற்கரையில் ஒரு நரி செத்துக் கிடந்தது. சித்தார்த்தனுடைய ஆன்மா கூடு விட்டுக் கூடு பாய்ந்தது. சித்தார்த்தன் நரிச் சவமாகி,

கரையில் கிடந்து, ஊதிப் பருத்து, நாறி அழுகி, குதறிப் போய், வல்லூறுகளால் கொத்தப்பட்டு, எலும்புக்கூடாகி, பின் புழுதியாகி வெளியிற் கலந்தான். சித்தார்த்தனுடைய ஆன்மா திரும்பி வந்து இறந்து அழுகிப் பின் புழுதிபட்டது. உயிர்த் தோற்ற மறைவுச் சுழற்சியின் வேதனைகளையெல்லாம் நுகர்ந்தது. பிறப்பு இறப்புகள் சென்று மடங்கிவிடுவதும், காரணங்கள் யாவும் போய்ப் புதைந்து போவதும், தொந்தமற்ற நித்திய நிலை தொடங்குவதுமான பெரும் பாழ் ஒன்றைக் குறிக் கொண்டு, வேடனைப்போல் அவன் தவித்திருந்தான். புலன் உணர்ச்சிகளைக் கொன்றான். நினைவுகளைத் தீய்த்தான். நான் என்ற பாசத்திலிருந்து நழுவி ஆயிரக்கணக்கான வெவ்வேறு வடிவங்களிற் புகுந்து எழுந்தான். அவன் விலங்காகி சவமாகி, கல்லாகி, மரமாகி, நீராகி வடிவெடுத்து வடிவெடுத்து மறுபடியும் சுயநிலையில் விழிப்புற்றான். கதிரும் மதியும் ஒளிரும்போது, அவன் மீண்டும் சுய உணர்ச்சி பெற்று நிமிர்ந்து, பிறவி வட்டத்தில் புகுந்து, இச்சைகள் ஏற்று, அவற்றை வென்று முடித்து மேலும் தாபம் கொண்டான்.

சமணர்களிடமிருந்து சித்தார்த்தன் பெற்ற சித்திகள் பெரிது. நான் எனும் பாவனையை விட்டொழிக்கும் வழி பல கற்றான். தொல்லைகளை ஏற்றுக் கொண்டான். தன்னைத்தானே வருத்திக் கொள்வதன் மூலம் தொல்லைகளை வென்றான். பசி, தாகம், களைப்பு இவற்றைக் கடந்தான். இப்படி வைராக்ய வழியில் அவன் நடந்தான். தியானத்தால் மனக் கற்பனைகளைக் களைந்து தூ வெளியாக்கியும், ‘அகம்’ அழிந்த பாதையில் அவன் நடந்தான். இந்தச் சாதனைகளினாலும், வேறு பல வழிகளிலும் மேற்செல்ல அவன் முயன்றான். இப்படி ஆயிரம் தடவைகள் ‘நான்’ அழிந்து, பல நாட்கள் இன்மை நிலையிற் பொருந்திக் கிடந்தான். இந்தப் பயிற்சிகள் யாவும், அவனை அகங்காரத்திலிருந்து அகற்றி அழைத்துச் சென்றனவாயினும், இறுதியில் அதற்கே திரும்பக் கொண்டு வந்துவிட்டன. சித்தார்த்தன் தன் உணர்ச்சியில் இருந்து விடுபட்டு ஓராயிரம் முறை ஓடியபோதிலும், சூனியத்தில் சஞ்சரித்த போதிலும், கல்லிலும், உயிர்களிலும் கலந்து விளங்கப் பெற்ற போதிலும், விட்டதை மீண்டும் வந்து தொட்டு நிற்பது தீராது என்று ஆகிவிட்டது. பகல் அல்லது நிலவு என்றும், மழை அல்லது நிழல் என்றும் உணர்ச்சி வரும்போது சுய நிலைக்குத் திரும்பி வரத்தான் வேண்டியிருந்தது. பழையபடி அவன் ‘நான்’ ஆகி ‘சித்தார்த்தன்’ ஆகி உயிர் இயக்கச் சுழற்சியின் சுமை தாங்கமுடியாத துன்பத்தையே உணர்ந்தான்.

அவனருகில் நிழல் போன்ற கோவிந்தன் இருந்தான். அவன் முயன்றதையே முயன்றான். மேற்கொண்டொழுகும் சன்மார்க்க சாதனைகளைப் பற்றியெல்லாமல் வேறெதுவும் ஒருவருக்கொருவர் பேசிக் கொள்வதே அரிதாயிற்று.

தங்கள் ஆசிரியர்கட்கும் தங்கட்குமாகப் பிஷை ஏற்கச் சில சமயம் அவர்கள் ஊர்களுக்குள் சேர்ந்து செல்வதுண்டு. இத்தகைய ஒரு பிஷாடனத்தின்போது சித்தார்த்தன் கேட்டான். "கோவிந்தா, என்ன நினைக்கிறாய்? நாம் ஏதாவது முன்னேறி இருக்கிறோமா? நாம் சித்தியடைந்து விட்டோமா?

கோவிந்தன் விடையிறுத்தான். கற்றிருக்கிறோம். கற்க வேண்டியது இன்னும் இருக்கிறது. நீ மகா சமணன் ஆகிவிடுவாய் சித்தார்த்தா! சாதனை ஒவ்வொன்றிலும் வரைந்து தேர்ச்சியுற்றாய். அந்தப் பெரும் சாதுக்களே அடிக்கடி உன்னை மெச்சிக் கொள்ளுகிறார்கள். ஒரு நாள் நீ புண்ணிய புருஷனாகி விடுவாய் சித்தார்த்தா."

சித்தார்த்தன் உரைத்தான்: "எனக்கு என்னவோ அப்படித் தோன்றவில்லை நண்பா! சமணர்களிடம் நான் தெரிந்து கொண்ட இவ்வளவையும் ஒவ்வொரு பொது விடுதியிலும், வேசி வீட்டிலும், வண்டியடிப்பவர்களிடையிலும், சூதர்களிடையிலும் மிக்க விரைவாகவும் எளிதாகவும் கற்றுக் கொண்டுவிடலாம்."

"விளையாடுகிறாய் சித்தார்த்தா! பசி, துன்பம் இவற்றை வென்று மெய்மறந்து, மூச்சை அடக்கவும், மோனம் பயிலவும் அந்தத் தூர்த்தர்களிடமிருந்து நீ எப்படிக் கற்றுக் கொண்டுவிட முடியும்?" என்று கேட்டான் கோவிந்தன்.

தனக்கே சொல்லிக் கொள்வது போன்று நிதானமாகப் பேசினான். சித்தார்த்தன். "தியானம் என்பது என்ன? உடல் மறந்து கிடப்பதும், உபவாசமிருப்பதும், மூச்சை அடக்குவதும் எல்லாம் என்ன? அகத்தைவிட்டுப் பறப்பதுதானே! நான் எனும் வேதனையிலிருந்து சற்றே தப்பித்துக் கொள்ளும் தந்திரங்கள்தாமே! உயிர்த் துயரங்களையும், தொல்லைகளையும் சற்றே மறந்திருக்கிற தன் ஏமாற்றம்தானே! எருதுகள் பூட்டி வண்டியடித்து அலுத்தவனும் இதே வழியைத்தானே பின்பற்றுகிறான்? ஏதோ ஒரு விடுதியில் நுழைந்து கொஞ்சம் பனை நீரையோ, புளித்த காடியையோ ஒரு மொந்தை போட்டுவிட்டால், எல்லாத் துன்ப நினைவுகளையும் அதில் மூழ்கடித்துக் கொண்டு விடுகிறான். அப்பொழுது அவனுக்குச்

சுய உணர்வு போய்விடுகிறது. உயிர்த் துன்ப நினைவுகளையும் அதில் மூழ்கடித்துக் கொண்டு விடுகிறான். அப்பொழுது அவனுக்குச் சுயஉணர்வு போய்விடுகிறது. உயிர்த்துன்பங்களை அவன் அறிவதில்லை.. அந்த நேரத்துக்கு அவனும்தான் தற்காலிகமான விடுதலை இன்பத்தைத் துய்க்கிறான். பிரம்மப் பிரயத்தனம் செய்து சித்தார்த்தனும் கோவிந்தனும் 'நான்' அற்று விடுபட்டு நிம்மதியில் திளைக்கும் இன்பத்தையே அவனும் தனது மொந்தையின் மயக்கத்தில் ஆழ்ந்து அனுபவிக்கிறான்."

கோவிந்தன் கூறுவான்: "நண்பா, நீ என்னவோ சொல்லுகிறாயே தவிர, சித்தார்த்தன் வண்டி அடிப்பவனல்ல, ஒரு சமண சித்தன் குடி வெறியனுமல்ல. குடிவெறியன் ஏதோ ஆறுதல் பெறுவது சரிதான். சற்று நேர அமைதியும் ஓய்வும்கூட அவன் பெறலாம். ஆனால், போதை தெளிந்து பார்க்கும்போது எல்லாம் முன்னிருந்தபடியே இருப்பதை அவன் தெளிந்து கொள்வான். இதனால் அவன் நுண்ணறிவு பெற்று உயர்ந்து விடுவதில்லை. எந்த ஞானமும் அவனுக்குக் கிடைத்து விடுவதில்லை. ஒரு படிகூட அவன் மேலேறி விடுவதில்லையே!"

முகத்தில் புன்னகை தவழச் சித்தார்த்தன் இதற்கு விடை கூறினான்; "நான் அறியேன். நான் என்றும் குடிவெறியனாக இருந்ததில்லை. ஆனால், நான் சித்தார்த்தன், என் சாதனைகளிலும் தியானத்திலும் இப்படிப்பட்ட தற்காலிக ஓய்வைத்தான் உணர்கிறேன். கருவிலிருக்கும் குழவியைப் போன்று, வழி அறியாமலும், ஞானத்திற்கு வெகு தொலைவிலும்தான் நின்று கொண்டிருக்கிறேன். கோவிந்தா, இதுதான் எனக்குத் தெரிகிறது."

சாலையில் உள்ளவர்க்கும், ஆசிரியர்க்குமாகப் பிக்ஷை வாங்கி வரும் பொருட்டு மற்றொரு சமயம் கோவிந்தனுடன் காட்டைவிட்டு வெளியே சென்றான் சித்தார்த்தன். அப்பொழுது மீண்டும் பேசத் தொடங்கிய சித்தார்த்தன் கேட்டான். "சரி, கோவிந்தா, நாம் நேர் வழியில்தான் சென்று கொண்டிருக்கிறோமா? அறிவைப் பெற்று வருகிறோமா? நிர்வாண நிலையை நெருங்குகிறோமா? அல்லது வளையத்திலிருந்து தப்ப விரும்பி அந்த வட்டத்திலேயே ஒருக்கால் சுற்றிச் சுற்றி வந்து கொண்டிருக்கிறோமா?"

கோவிந்தன் கூறினான். "சித்தார்த்தா, நாம் எவ்வளவோ தெரிந்துகொண்டிருக்கிறோம். இன்னமும் நாம் தெரிந்து கொள்ள வேண்டியது மிகுதியும் இருக்கிறது. நாம் வளைய வந்து கொண்டிருக்கவில்லை. மேலேறித்தான் செல்லுகிறோம். நமது

திருலோக சீதாராம்

பாதைதான் மேலே சுழன்று செல்லும் பாதை. பல படிகள் நாம் மேலேறிக் கடந்திருக்கிறோம்.''

சித்தார்த்தன் கேட்டான். ''மதிப்புக்குரிய நமது பரமாசார்யரின் வயது என்ன இருக்கும்?''

''பெரியவருக்கு அறுபது இருக்கலாமென்று எண்ணுகிறேன்.''

''அவருக்கு வயது அறுபது! ஆனால் அவர் நிர்வாணம் எய்திட விடவில்லை. எழுபது, எண்பது என்று அவருக்கு வயதாகும்; நீயும் நானும்கூட அவரைப் போல் வயதில் முதிர்வோம். சாதனைகளும், தியானங்களும், விரதங்களும் புரிவோம். ஆனாலும் நாம் ஒருக்காலும் நிர்வாணம் பெற மாட்டோம். நாம் மட்டுமென்ன? அவரும் கூடத்தான். கோவிந்தா, நான் நம்புகிறேன். இத்தனை சமணர்களில் யாரேனும் ஒருவராவது நிர்வாணம் அடையப் போவதே இல்லை. ஏதோ நொண்டிச் சமாதானங்கள், சூழற்சிகள் கற்பித்துக் கொண்டு, நம்மை நாமே ஏமாற்றிக் கொண்டிருக்கலாமே தவிர, முக்கிய விஷயம் - அந்த வழி - நமக்குத் தெரியவில்லை.''

''அபசாரமான சொற்கள் ஆடாதே சித்தார்த்தா'' என்று மேலும் கூறுவான் கோவிந்தன். ''இத்தனை படிப்பாளிகள், அந்தணர், சாதுக்கள், சமணர் சாதகர்கள், அனுபூதிச் செல்வர்கள், புண்ணிய புருஷர்கள் ஒருவருமே மார்க்கத்தைக் கண்டறிய மாட்டார்கள் என்று எப்படிக் கூறமுடியும்?''

ஆயினும், சித்தார்த்தன், துயரும் நகையும் விரவிய குரலில், சற்றே விசனம் தோய்ந்த மெல்லிய குரலில் தாழ உரைப்பான்: ''கோவிந்தா, உன்னுடன் இதுகாறும் ஒன்றாக நடந்து சென்ற சமண மார்க்கத்தினின்றும் உனது நண்பன் விரைவில் விலகிவிடுவான். கோவிந்தா, நான் தாகத்துடன் தவித்துக் கொண்டிருக்கிறேன். இந்த சமணர்களின் நெடுவழியில் எனது தாகம் குறையவில்லை. நான் அறிவை நாடி நிற்கிறேன். என்னில் வினாக்கள் மூண்டெழுந்து நிறைந்திருக்கின்றன. ஆண்டாண்டு தோறும் அந்தணாளரை அணுகிக் கேட்கிறேன். ஆண்டுதோறும் வேதங்களின் முன்பு என் வினாக்களை வைத்து விடை தேடுகிறேன். கோவிந்தா, இத்தனை வினாக்களையும் ஒரு காண்டாமிருகத்தின் முன்போ, மனிதக் குரங்கினிடமோ ஒருவேளை கேட்டிருந்தாலும் இதே பயன்தான். கோவிந்தா,இங்கு எதுவும் கற்கவியலாது என்ற உண்மையைக் கற்பதற்கே நெடுங்காலம் செலவழித்து விட்டேன். இன்னமும் தீரவில்லை. எதிலுமே 'அறிவு' என்று கொள்ளத் தக்கது ஒன்றுமில்லை என்று நம்புகிறேன். நண்பா,

அறிவு என்று ஒன்று உண்டு. அது எங்கும் நிறைந்திருக்கிறது. அதுதான் ஆத்மன். அது, என்னிலும் உன்னிலும் ஒவ்வோர் உயிரிலும் இருக்கிறது. இந்த அறிவுக்கு, கேடு சூழும் பகைவர் கற்ற மனிதரையும் கல்வியையும்விட, வேறு யாருமில்லை என்று நம்பத் தொடங்கிவிட்டேன்.''

இதைக் கேட்ட கோவிந்தன் வழியில் அப்படியே செயலற்று நின்றுவிட்டான். கைகளைக் கூப்பியவாறு கூறினான். ''சித்தார்த்தா, இப்படி எல்லாம் உனது நண்பனைக் கலங்க அடிக்காதே. உண்மையிலேயே உனது வார்த்தைகள் என்னை வருத்துகின்றன. நீ கூறுவதுபோல, இவற்றில் 'அறிவு' என்பதே இல்லையென்று ஆகிவிட்டால், அந்தணர் போற்றும் அருமறைகளுக்கும், சமணர்களின் மேன்மைக்கும் பின்னர் என்ன பொருள் இருக்கும்? யோசித்துப் பார், சித்தார்த்தா, இவையெல்லாம் பின்னர் என்ன ஆகும்? உலகத்தில் புண்ணியம் என்பது எதுவாக இருக்கும்? எதுதான் மேலானதும் புனிதமுடையதும் ஆகும்?''

கோவிந்தன் ஒரு சுலோகத்தை முணுமுணுத்தான். அது ஒரு உபநிஷத வாக்கியம்.

தன்னில் தெளிவுறத் தன்னுட் கலந்தார்
சொன்னலம் கடந்த சுகம் உயர்வாரே!

சித்தார்த்தன் வாளாவிருந்தான். கோவிந்தன் கூறிய சொற்களிலேயே நெடுநேரம் ஈடுபட்டுக் கிடந்தான். தலையைக் குனிந்தவாறு தன்னில் எண்ணமிடலானான்.

''சரி, புனிதமாகத் தோன்றுவற்றுள் நமக்கு ஈறு நிற்பதென்ன? எஞ்சுவதென்ன? எதைத்தான் கைவரப் பெற்றோம்?'' அவன் தலையை ஆட்டினான்.

இளைஞர் இருவரும் சமணர் குழாத்தில் மூவாண்டுகள் முறையே பயின்ற பின்னர் ஓர் நாள் ஒரு வதந்தி, செய்தி ஒன்று, பலர் மூலமாக அவர்களுக்குத் தெரிய வந்தது. யாரோ ஒருவர் அவர் பெயர் கௌதமர் என்பது. பெருங்கீர்த்தியுடையவர். புத்தர், தன்னில் உலகத்துயர்களை வென்றுவிட்டார். திரும்பத் திரும்ப வரும் பிறவிச் சுழலுக்கு இறுதி கண்டவர். உடைமைகள் இன்றி, வீடற்று, பெண்டின்றி, துறவியின் சின்னமான மஞ்சள் காவி உடுத்து, அருள் நோக்குடைய அந்தப் புனிதர்; சீடர்கள் புடைசூழ, நாடெங்கும் சுற்றித் திரிந்து போதம் அருள்கிறார். அந்தணரும் அரச குமாரரும் அவர் முன் வணங்கி அவருக்குச் சீடர்கள் ஆயினர்.

இந்தச் செய்தி, வதந்தி, கதை பராபரியாகக் கேள்விப்பட்டே இங்கும் அங்கும் பரவிவிட்டது. நகர்ப்புறங்களில் அந்தணர் இதைப் பற்றிப் பேசினார்கள். கானகத்தில் சமணர்களும் இதைப் பற்றியே பேசினார்கள். நல்லதாகவும் கெடுதலாகவும், போற்றியும் தூற்றியும் பேசப்பட்டு, கௌதம புத்தரின் பெயர் தொடர்ந்து இளைஞர்களின் காதுகளில் அடிபட்டது.

பிளேக் வியாதி வந்து ஒரு நாடே சூறை போய்க் கொண்டிருக்கிறது. அப்பொழுது ஒரு வதந்தி யாரோ ஒருவர், அறிவாளி, கல்விமான், அவரது வாக்கும் காற்றும் பட்டாலே போதும், துன்பங்கள் தீர்ந்துபோகும். இந்தச் செய்தி நாடெங்கும் பரவி ஒவ்வொருவரும் இதே பேச்சாக இருக்கிறார்கள். பலர் நம்புகின்றனர். பலர் சந்தேகப்படுகின்றனர். என்றாலும் பல பேர் அந்த அறிஞனை, நலம் அருள்வோனை நாடி உடனே விரைகின்றனர்.

அதேபோன்று சாக்கிய குல திலகரான கௌதம புத்தரைப் பற்றிய வதந்தியும் நாடெங்கும் பறந்தது. "அவர் மகா ஞானம் படைத்தவர். தனது முற்பிறவிகளின் நினைவு அவருக்கு இருக்கிறது. அவர் நிர்வாணம் எய்தியவர். ஒருக்காலும் அவருக்கு மறுபிறப்பு என்பத கிடையாது. தொல்லைதரும் பிறவிப் பெருங்கடலில் அவர் அமிழ்வதில்லை" என்றெல்லாம் நம்புவோர் கூறினார்கள். அவர் அற்புதங்கள் செய்தார் என்றும், பேய் பிசாசுகளை ஓட்டினார் என்றும், தெய்வங்களுடன் நேரில் பேசினார் என்றும் நம்ப முடியாத அதிசயச் செய்திகள் அவரைப் பற்றிக் கூறப்பட்டன. அவரைச் சந்தேகப்படுகிறவர்களும் எதிரிகளுமோவென்றால் கௌதமர் ஒரு சோம்பேறிப் பித்தலாட்டக்காரர் என்றும், ஆடம்பர வாழ்க்கை வாழ்ந்து வேள்விகளை நிந்தித்து வந்தவர் என்றும் சொன்னார்கள். புத்தரைப் பற்றிய வதந்திகள் கவர்ச்சிகரமாக இருந்தன. இந்தச் செய்திகளில் ஏதோ மாயம் இருந்தது.

உலகம் நொந்து கிடந்தது. உயிர் வாழ்க்கை கடினமாகிவிட்டிருந்தது. ஆனால் இங்கோ, புதிய நம்பிக்கை முகிழ்த்தது. வரப்பிரசாதங்களும், இங்கிதமும், இதமும் நிறைந்த ஒரு செய்தி இருப்பதாகத் தெரிந்தது.

எங்கும் புத்தரைப் பற்றிய வதந்திகள் நிலவின. பாரதநாடு முழுவதுமுள்ள இளைஞர்கள் இதைக் கேட்டனர். ஆவலும் நம்பிக்கையும் கொண்டனர்.

புகழாளரான அந்தச் சாக்கிய முனிவரைப் பற்றி ஏதாவது செய்திகள் கொண்டு வரும் யாத்ரீகர், புதியவர் ஒவ்வொருவருக்கும் பட்டணங்களிலும் பாக்கங்களிலுமுள்ள பிராமணப் பிள்ளைகளிடையில் வரவேற்பு இருந்தது.

கானகத்தில் வாழ்ந்த சமணர்களுக்கும், சித்தார்த்தன், கோவிந்தனுக்கும் இந்த வதந்திகள், சிறிது சிறிதாய் வந்தடைந்தன. ஒவ்வொரு தகவலிலும் பெரும் நம்பிக்கை நிறைந்திருந்தது. பெரும் அவநம்பிக்கையும் மலிந்திருந்தது.

சமணர்களில் முதியவருக்கோ இந்த வதந்திகள் கட்டோடு பிடிக்காது. ஆக அதைப்பற்றி அவர்கள் பேசுவதில்லை. புத்தர் என்று சொல்லப்படுகிறவர் ஏற்கெனவே துறவியாக இருந்து கானகத்தில் வசித்தார் என்றும், உலக இன்பங்களையும் சுகவாழ்வையும் நாடித் திரும்பினார் என்றும் அவர் கேள்விப்பட்டிருந்தார். எனவே இந்தக் கௌதம புத்தரை அவர் மதிக்கவில்லை.

ஒரு சமயம் நண்பனிடம் வந்து கோவிந்தன் சொன்னான். "இன்று நான் ஒரு கிராமத்துக்குப் போயிருந்தேன். ஒரு பிராமணர் என்னைத் தனது வீட்டினுள் அழைத்தார். அவ்வீட்டில் மகதநாட்டு அந்தண குமாரன் ஒருவன் வந்திருந்தான். அவன் புத்தரைக் கண்ணால் பார்த்திருக்கிறான். அவரது உபதேசங்களையும் நேரில் கேட்டிருக்கிறான். உண்மையாக எனக்கு ஆவல் உண்டாகிவிட்டது. நான் நினைத்துக் கொண்டேன். பரிசுத்தமான ஒருவரின் வாய்மொழியாகப் போதனைகளைக் கேட்கிற ஒருநாள் வந்து நானும் சித்தார்த்தனும் வாழ்ந்திருக்க ஆசைப்பட்டோமே என்று, நண்பா, இப்பொழுதே நாமும் சென்று தரிசித்து, புத்தரின் பொன்மொழிகளைக் கேட்க வேண்டாமா?

சித்தார்த்தன் சொன்னான். "அட, கோவிந்தன் இப்படியே சமணர்களுடன் இருந்துவிடுவான் என்றல்லவா நான் இதுவரை எண்ணியிருந்தேன். அறுபது, எழுபது என்று வயதாகிப் போய் அப்பொழுதும் இப்படியே சமணர் தரும் கலைகளையும் சாதனைகளையும் பயின்று கொண்டிருப்பதுதான் அவனுடைய இலட்சியம் என்றல்லவா இதுவரை நம்பிக் கொண்டிருந்து விட்டேன். ஆனால், கோவிந்தனைப் பற்றி நான் தெரிந்து கொண்டது எவ்வளரு அற்பம்? அவனது உள்ளக் கருத்தை நான் அறிந்து கொண்டதுதான் எவ்வளவு சொற்பம்? இதோ பார், புதிய பாதையொன்றைக் கண்டு புத்தரின் உபதேசங்களைக் கேட்பதற்கல்லவா விரும்பிப் புறப்பட்டுவிட்டாய்?

கோவிந்தன் "என்னைக் கேலி செய்வது உனக்கு மகிழ்ச்சியாக இருக்கிறது. சித்தார்த்தா, நீ அப்படிச் செய்வது பற்றிப் பொருட்டில்லை. உனக்கு மட்டும் இந்த உபதேசங்களைக் கேட்கும் ஆசையும் வேட்கையும் உண்டாகவில்லையா? நீயே ஒரு தடவை 'இனி இந்தச் சமண மார்க்கத்தில் செல்ல மாட்டேன்' என்று கூறவில்லையா?

உடனே, குரலில் துயரத்தின் சாயையும் எள்ளுதலும் தோன்றச் சிரித்துவிட்டு சித்தார்த்தன் மேலும் கூறினான். "நன்று கூறினாய் கோவிந்தா. நல்ல நினைவு வைத்துக் கொண்டிருக்கிறாய். அத்துடன் மேலும் நான் கூறிய மற்றதையும் நீ நினைவுறுத்திக் கொள்ள வேண்டும். உபதேசம் பெறுவதிலும், கற்றுக் கொள்வதிலும் நான் அவநம்பிக்கை உடையவனாகிவிட்டேன் என்றும், ஆசிரியரிடமிருந்து நாம் பெறும் உரைகளில் எனக்கு நம்பிக்கை இல்லை என்று நான் உன்னிடம் சொல்லியிருக்கிறேன். ஆயினும், நல்லது நண்பா, அந்தப் புதிய உபதேசம் -அதன் சுவைமிக்க கனியை முன்னரே சுவைத்துவிட்டோம். ஆயினும், மீண்டும் அதைக் கேட்க நான் தயார்"

கோவிந்தன் கூறினான்: "நீ வரச் சம்மதித்தது பற்றி நான் மகிழ்கிறேன். ஆனால், கௌதமரின் உபதேசங்களைக் கேட்பதற்குள்ளாகவே, அவரது உபதேசத்திற்கு பழுத்துதிரும் தீஞ்சுவைக் கனிகளை என்னமோ சுவைத்தாகிவிட்டது என்று சொன்னாயே, அது எப்படி இயலும்? நானறியக்கூறு."

சித்தார்த்தன் உரைத்தான்: "அதுவா? ஒரு கனி நமக்குக் கிடைத்துவிட்டிருக்கிறது. மற்றவைகளுக்காகக் காத்திருப்போம். நாம் பெற்றுச் சுவைத்து விட்ட அந்த முதற்கனி -நம்மைச் சமணர் குழாத்திலிருந்து பிரிந்து வெளியேறி வருமாறு கவர்ந்து இழுக்கிறதே அதுதான். இந்த ஒன்றுக்கே நாம் கௌதமருக்குக் கடமைப்பட்டிருக்கிறோம். இன்னும் நற்கனிகள் மேலும் அங்குக் கிடைக்குமா என்பதைப் பொறுமையுடன் காத்திருந்து பார்ப்போம்."

அன்றே சித்தார்த்தன் தான் விலகிவிட முடிவு செய்ததை, சமணர் தலைவரிடம் தெரிவித்தான். மாணவர்க்கும் இளைஞர்களுக்கும் அணி செய்யும் அடக்கத்தோடும், பணிவோடும் அந்தப் பெரியவரிடம் அவன் தெரிவித்துக் கொண்டான். ஆனால், அந்தக் கிழவரோ, இளைஞர் இருவரும் வெளியேற விருப்பங்கொண்டதைப் பற்றிச் சினமுற்று, உரத்துக் கூவி வசைமொழி கூறினார்.

அந்தப் புகழாளர் வசிக்கிறார். யாத்ரீகர்களே, அங்கு நீங்கள் இரவைக் கழிக்கலாம். அவரது வாசகங்களைச் செவிமடுப்பதன் பொருட்டு திரண்டு வந்து கூடும் எண்ணற்ற மக்களுக்கு அங்கு வேண்டிய இடம் இருக்கிறது."

கோவிந்தன் உவகையடைந்தான். மகிழ்வுடன் சொன்னான். "ஆ! அப்படியானால் நமது இலட்சியத்தையே அடைந்துவிட்டோம். நமது யாத்திரை முடிவெய்துகிறது. எங்கள் தாயே, சொல்லும்; புத்தரை உங்களுக்குத் தெரியுமா? அவரை உங்கள் கண்களாலேயே பார்த்திருக்கிறீர்களா?"

அம்மாது உரைத்தாள்: "அந்த மகானை, பன்முறை நான் பார்த்திருக்கிறேன். அவர் மஞ்சள் ஆடையுடுத்து தெருக்களின் வழியாக மௌனமாக நடந்து செல்வதையும், வீட்டு வாசல்களின் மௌனமாகக் கப்பரை ஏந்தி நிற்பதையும், நிறைந்த கப்பரையுடன் திரும்புவதையும் பல நாட்கள் நான் பார்த்திருக்கிறேன்."

கோவிந்தன் பரவசத்தோடு கேட்டிருந்தான். இன்னும் எவ்வளவோ கேள்விகள் போட்டு மேலும் அதிகமாய் கேட்டுக் கொள்ள விரும்பினான். ஆனால், நாழியாகிவிட்டது. போக வேண்டுமென்று சித்தார்த்தன் நினைவுபடுத்தினான். அவர்கள் நன்றி கூறிவிட்டுப் புறப்பட்டனர். வழி விசாரிக்க வேண்டிய அவசியமே இல்லை. கௌதமரின் திருக்கூட்டத்தாரான துறவிகளும், யாத்ரீகர்களும் ஏராளமாகவே ஜேதாவனம் செல்லும் பாதையில் போய்க் கொண்டிருந்தனர். இரவில் அவர்கள் அங்கு சேர்ந்தபோது மேலும் தொடர்ந்து பலர் புதிது புதிதாய் வந்து சேர்ந்துகொண்டே இருந்தனர். அவர்களிடையில் தங்குவதற்கு இடம் கேட்பவர்கள், பெறுபவர்களின் குரலொலி ஒரே ஆரவாரமாக இருந்தது. கானகத்தில் வாழப் பழகிய அவ்விரண்டு சமணர்களும் தங்களுக்கு வேண்டிய ஒதுக்கிடம் ஒன்றை அமைதியாக உடனே கண்டுகொண்டு விடியும் வரையில் அங்கே தங்கியிருந்தனர்.

பொழுது புலர்ந்தபோது, இரவெல்லாம் அங்கிருந்த ஏராளமான பக்தர்களையும் வேடிக்கை பார்க்க வந்த மக்களையும் கண்டு அவர்கள் வியந்து போனார்கள். அந்த எழிலார் சோலையின் எல்லாப் பாதைகளிலும் மஞ்சள் உடையணிந்த பிக்ஷுக்கள் நெடுக நடமாடிக் கொண்டிருந்தனர். இங்குமங்கும் மரங்களின் அடியில் அமர்ந்து தியானத்திலோ, தீவிர விவாதத்திலோ ஆழ்ந்திருந்தார்கள். வண்டுகள் மொய்த்துக் கிடந்த நகரம் போல விளங்கின அந்த நிழலார் சோலைகள். நாளைக்கு ஒரு தடவை மட்டும் தாங்கள் உண்ணும்

பகலுணவுக்காக, பெரும்பாலான பிக்ஷுக்கள் கப்பரைகளுடன் புறப்பட்டார்கள். காலையில் புத்தர்கூடத்தானும் பிக்ஷைக்குச் சென்றார்.

சித்தார்த்தன் அவரைப் பார்த்தான். கடவுளே வந்து சுட்டிக்காட்டியதுபோல உடனேயே அவரைத் தெரிந்துகொண்டு விட்டான். மஞ்சள் உடுத்து, அகந்தை சிறிதுமில்லாது, துறவுக் கோலத்தில் ஒரு கப்பரை ஏந்தியவாறு அவ்விடத்தை விட்டு நிதானமாகச் செல்லும் அவரைக் கண்டான்.

"பார், அதோ புத்தபிரான்" என்று கோவிந்தனிடம் மெதுவாகச் சொன்னான் சித்தார்த்தன். மஞ்சள் துறவுடை பூண்ட நூற்றுக்கணக்கான பிக்ஷுகளிடையில் எளிதில் அடையாளம் கண்டுகொள்ள முடியாத போதிலும் அவரைக் கூர்ந்து கவனித்து கோவிந்தன் கண்டு கொண்டான். ஆம் அவரேதான். அவரைப் பின் தொடர்ந்து சென்று அவர்கள் கவனித்தனர்.

சிந்தனையில் மெய்மறந்து புத்தர் தம் வழியில் மெதுவாகச் சென்றார். அமைதி குடிகொண்ட அவரது குளிர் வதனத்தில் மகிழ்வுமில்லை. துயரமுமில்லை. அவர் தன்னுள் இளமுறுவல் பூத்தவராக இலகினார். களித்தும்பும் குழந்தையினதைப் போன்ற ஒரு மாயப் புன்னகையுடன், மெதுவாகவும், அமைதியாகவும் அவர் வழியே நடந்தார். ஆயினும் அவரது வதனமும் காலடியும், கீழ் நோக்கும் சாந்தப் பார்வையும், அமைதியுடன் தாழ் தடக்கைகளும், அவரது ஒவ்வொரு கைவிரலும் சாந்தியை உணர்த்தின, நிறைவை உணர்த்தின. விருப்பு இன்றி, பாவனை இன்றி, ஒரு நெடிய அமைதியை, மங்காத ஒளியை, குலையாத சாந்தியை உணர்த்தின.

இவ்விதம் பிக்ஷைக்காகக் கௌதமர் நகருள் சுற்றி வந்தார். அவரது தூய நடையின் பேரமைதியிலிருந்தே, ஏதும் நாடாமல், இச்சையின்றி கள்ளமின்றி; முயற்சியின்றி, ஒளியும் சாந்தியுமே வடிவமாகத் திகழும் அவரது நிச்சலத் தன்மையிலிருந்தே அவர்தாம் என்று கண்டு கொண்டனர் சமணர் இருவரும்.

"இன்றைக்கு அவர் வாக்கை நேரிலே கேட்போம்" என்றான் கோவிந்தன்.

சித்தார்த்தன் மறுமொழி கூறவில்லை. அவனுக்கு உபதேசங்களைப் பற்றி அப்படி ஒன்றும் அதிக ஆவலில்லை. உபதேசங்கள் புதிதாக ஏதாவது கற்பிக்கக் கூடுமென்று அவன் எண்ணவில்லை. கேட்டவர், கேட்டவர்களைக் கேட்டவர்,

மூலமாக வேனும்- கோவிந்தனைப் போலவே சித்தார்த்தனும் புத்த போதனைகளின் சாரத்தை முன்பே கேட்டுத்தான் இருந்தான். கௌதமரின் முகத்தையும், அவரது புயங்களையும், அவர் பாதங்களையும், அமைதியாய்க் கீழ் நோக்கித் தாழும் கைகளையும்தான் அவன் ஊன்றிக் கவனித்தான். அவரது கைவிரல்களின் ஒவ்வொரு கணுவிலும் ஞானம் நிறைந்திருப்பதாக அவனுக்குத் தோன்றியது. அவை பேசின, உயிர்த்தன, சத்தியச்சுடர் விடுத்தன. இம்மனிதர், இந்த புத்தர், உண்மையிலேயே பாதாதிகேசமும் பரம புண்ணிய புருஷர். எந்த மனிதனையும் சித்தார்த்தன் இப்படி மதித்ததில்லை. இப்படி யோசித்ததுமில்லை.

அவ்விருவரும் புத்தரைத் தொடர்ந்து நகருக்குள் சென்று மௌனமாகவே திரும்பினார்கள். அன்று தாங்கள் உணவருந்துவதில்லை என்று முடிவு செய்தனர். கௌதமர் திரும்பியதும் சீடர்களின் கோஷ்டியில் அமர்ந்து, ஒரு பறவையின் பசிக்கும் பற்றாத சிறு கவளமே உண்பதும், பின்னர் மாமர நிழலுக்குச் சென்று அமர்வதும் கண்டார்கள்.

மீண்டும், மாலையில் வெப்பம் தணிந்தபோது பாடியில் ஒவ்வொருவரும் கலகலப்புடன் ஒன்று கூடி புத்தரின் உபதேசங்களைச் செவிமடுத்தனர். அவர்கள் அவர் குரலைக் கேட்டனர். இதுவும், மருவற்று, அமைதியும், சாந்தமும் ததும்பப் பொலிந்திருந்தது. துக்கம், துக்க காரணம், துக்க நிவாரணம் ஆகியவற்றைப் பற்றி கௌதமர் பேசினார். வாழ்வே வேதனைதான். உலகம் துக்கம் நிறைந்தது. ஆயினும் துக்க நிவாரண மார்க்கம் கண்டாகிவிட்டது. புத்தரின் வழியிற் செல்லுவோருக்கு விடுதலை உண்டு.

அந்தப் புகழாளர் மிருதுவாக, ஆனால் உறுதியான குரலில் பேசினார். சதுர்வித நிலைகள், அஷ்டமார்க்கங்கள் ஆகியவற்றைப் போதித்தார். உதாரணங்களுடன் வலியுறுத்திக் காட்டும் முறையான வழியை நிதானமாகக் கையாண்டார். சுடரைப் போல் தெளிவாகவும், வானத்துத் தாரகைபோல் அமைதியுடனும் அவரது குரல் கேட்போருக்குத் துலங்கிற்று.

புத்தர் நிறுத்தியபோது முன்னரே இரவாகியிருந்தது. யாத்ரீகர் பலர் முன் வந்து தங்களையும் சங்கத்திற் சேர்த்துக் கொள்ளுமாறு விண்ணப்பித்தனர். அவர்களை ஏற்றுக் கொண்டு புத்தர் பேசினார். “போதனைகளைக் கவனமாக நீங்கள் கேட்டீர்கள். ஆக நீங்கள் நம்முடன் கூடி ஆனந்தத்தில் நடப்பீர்களாக! துன்பத்தைத் துடைப்பீர்களாக!”

கூசம்மிக்க கோவிந்தனும் முன் வந்து சொன்னான். "மகா புருஷருக்கும் அவரது போதனைகளுக்கும் எனது பக்தியைப் பணிவுடன் சமர்ப்பிக்க நானும் விரும்புகிறேன்."

சங்கத்தில் தன்னையும் சேர்த்துக் கொள்ள வேண்டுமென்று அவன் கேட்டுக் கொண்டான். ஏற்றுக் கொள்ளப்பட்டான். இரவமைதிக்குப் புத்தர் ஏகியதும் கோவிந்தன் சித்தார்த்தனை நோக்கித் திரும்பி அவனிடம் ஆவலுடன் கூறுவான்.

"சித்தார்த்தா, நான் உன்னைக் குறை சொல்வது பொருத்தமன்று. நாம் இருவரும் மகாபுருஷரைக் கேட்டிருந்தோம். அவரது உபதேசங்களைச் செவிமடுத்தோம். போதனைகளைக் கேட்டு கோவிந்தன் அவற்றை ஏற்றுக் கொண்டாயிற்று. ஆனால், அருமை நண்பா, நீயும் விடுதலை மார்க்கத்தில் அடியெடுத்து வைக்கமாட்டாயா? நீ தாமதிக்கப் போகிறாயா? இன்னுமா காத்திருத்தல்?"

கோவிந்தன் சொல்லைக் கேட்டதும் சித்தார்த்தன், ஏதோ தூக்கத்தில் ஆழ்ந்திருந்தவனைப் போல விழித்துக் கொண்டான். நெடுநேரம் கோவிந்தன் முகத்தையே உற்றுப் பார்த்தான். பின்னர் மெதுவாகப் பேசலானான். அவனது குரலில் ஏளனம் எதுவும் இல்லை

"கோவிந்தா, எனது நண்பா, நீ அடியெடுத்து வைத்துவிட்டாய். உன் வழியைத் தேடிக் கொண்டாய். கோவிந்தா, நீ எப்பொழுதும் என் தோழனாக இருந்து வந்திருக்கிறாய். எப்பொழுதும் ஒரு அடி எனக்குப் பின்னால் இருந்து வந்திருக்கிறாய். என்னையன்றித் தன்னிச்சையாய் கோவிந்தன் ஒரு அடியாவது எடுத்து வைப்பானா என்று நான் அடிக்கடி எண்ணியிருக்கிறேன். இப்பொழுதே நீ ஒரு மனிதன். உன் வழியை நீயே தேடிக் கொண்டுவிட்டாய். நண்பா, அவ்வழியே இறுதிவரையிலும் செல்வாயாக, விடுதலை காண்பாயாக!"

முற்றும் புரிந்துகொள்ள முடியாதவனாக, கோவிந்தன் தன் வினாவினை, பொறுமையிழந்து திரும்பவும் கேட்டான். "சொல்லு நண்பா, புத்தருக்கு அடிமையாதலைத் தவிர உனக்கும் வேறு கதியில்லை என்று சொல்லு"

கோவிந்தனுடைய தோளின் மேல் கை வைத்துச் சொன்னான் சித்தார்த்தன். "கோவிந்தா, எனது ஆசியைக் கூறினேன். மறுபடியும்

அதையே கூறுகிறேன். இவ்வழியே இறுதிவரையில் நீ செல்வாயாக. விடுதலை காண்பாயாக!"

தனது நண்பன் தன்னை விட்டுப் பிரிந்துபோய்க் கொண்டிருக்கிறான் என்பதை அந்தக் கணத்தில் உணர்ந்தான் கோவிந்தன். அழத் தொடங்கினான்.

"சித்தார்த்தா!" என்று கூவினான்.

சித்தார்த்தன் அன்புடன் அவனுக்குரைப்பான்: "மறந்து விடாதே கோவிந்தா. நீ இப்பொழுது புத்த சங்கத்தைச் சார்ந்தவன். வீட்டையும், பெற்றோர்களையும் நீ துறந்திருக்கிறாய், உடமை உரிமைகளைத் துறந்தாய். உனது சுய இச்சையைத் துறந்திருக்கிறாய். நட்பைத் துறந்திருக்கிறாய். இதுவே அவ்வுபதேசங்கள் போதிப்பது. அந்த மகாபுருஷரின் சித்தமும் இதுதான். அதுதான் நீ விரும்பியதும், நாளை உன்னைவிட்டுச் செல்லுகிறேன் கோவிந்தா."

அந்த நண்பர்கள் நெடுநேரம் காட்டில் அலைந்தார்கள். வெகுநேரம் கீழே படுத்திருந்தார்கள். ஆயினும் உறங்க முடியவில்லை. புத்தருடைய போதனைகளை அவனும் ஏன் பின்பற்ற முடியாதென்றும், அவற்றில் அவன் என்ன பிழை கண்டானென்றும் தனக்குச் சொல்லுமாறு திரும்பத் திரும்பக் கோவிந்தன் துளைத்தான். ஆனால், ஒவ்வொரு தடவையும் சித்தார்த்தன் தட்டிக் கழித்தான்.

"கோவிந்தா, சும்மா இரு. அந்த மகா புருஷரின் போதனைகள் மிக்க நல்லவை. அவற்றில் நான் எப்படிக் குறை காண முடியும்?"

அதிகாலையில், புத்தரின் சீடர்களில் ஒருவர், முதிய பிக்ஷுக்களில் ஒருவர் தோட்டத்தின் உள்ளே சென்று, சங்கத்தில் புதிதாகச் சேர்ந்தவர் அனைவரும் தன்பால் வந்து மஞ்சள் துறவுடை அணிந்து புத்த மார்க்கத்தின் முதற் கடமைகளையும், பாடங்களையும் தெரிந்து கொள்ளுமாறு அழைத்தார். அதன் மேல் கோவிந்தன் சரேலென்று எழுந்து, தனது இளமையின் தோழனைத் தழுவிப்பின் பிரிந்தான்; துறவுடை பூண்டான்.

சித்தார்த்தன் சிந்தனையில் ஆழ்ந்தவனாய் அந்தச் சோலையெங்கும் திரிந்தான்.

அங்கே அந்த மகாபுருஷர் கௌதமரைத் தரிசித்தான். பணிவுடன் அவரை வணங்கியபோது, புத்தரின் தோற்றம், சுபமும் சாந்தமும் பொலிந்திருந்தது. அவ்விளைஞன் துணிவு பெற்று, அம்மகானுடன்

திருலோக சீதாராம் 55

பேசுதற்கு அவரது அனுமதி வேண்டினான். அவரும் தலையசைத்துச் சம்மதித்தார்.

சித்தார்த்தன் உரைத்தான். "மேலோய், நேற்று, தங்கள் அபூர்வ போதனைகளைக் காதாரக் கேட்கக் கொடுத்து வைத்தேன். தங்களைக் கேட்கவே, நண்பனுடன் நெடுந்தொலை இருந்து வந்தேன். என் நண்பன் தங்களை அண்டி இங்கிருப்பான். தங்கள் மார்க்கத்தில் அவன் ஈடுபட்டிருக்கிறான். நானோ எனது வழியையே மறுபடியும் தொடர்கிறேன்."

புத்தர் மௌனமாகத் தலையசைத்து ஒப்பினார்.

சித்தார்த்தன் பேசினான்: "ஓ மகாத்ம, தங்கள் போதனைகள் அனைத்திலும் ஒன்றை நான் பெரிதும் போற்றினேன். அதில், ஒவ்வொன்றும் முற்றத் தெளிந்தும், நிரூபிக்கப்பட்டும் இருக்கிறது. இந்த உலகை, காரணகாரியத் தொடர்பால் இணைக்கப்பெற்று, இடையின்றி நீளும் முழுச் சங்கிலி என்று காட்டுகிறீர்கள். என்றுமே இது இவ்வளவு தெளிவாய்க் காட்டப்பெற்றதில்லை. மறுக்க வொண்ணாதபடி இது என்றும் இப்படி விண்டு கூறப்பட்டதில்லை.

"முற்றும் தொடர் விளைவாய் முகிழ்த்த, பொத்தல் அற்ற, பளிங்காய்த் தெளிந்த, அகாரணமான ஒன்றைப் பற்றி நிற்காத, கடவுளர்களைச் சார்ந்திராத உலகை தங்கள் போதனைகளின் மூலம் காணப்பெறும் அந்தணன் ஒவ்வொருவருடைய இதயமும் துடிதுடிக்கும்.

"அது நன்றோ தீதோ, வாழ்வு என்பது துக்கமோ அல்லது சுகமோ, அது நிலையாததுதானோ ஒருக்கால் அது முக்கியமல்லவென்றும் இருக்கலாம். ஆனால் ஐயனே, தோன்றி மறையும் தொடர் விளைவிலிருந்து அவ் ஒரே ஊற்றிலிருந்து கிளைக்கிற சிறிதும் பெரிதுமானவற்றின் தழுவல், நிகழ்ச்சிகளின் கோவை, உலகின் ஒருமை அது மட்டும் தங்கள் எடுப்பான போதனைகளில் தெளிவாகத் துலங்குகிறது.

"ஆனால், தங்கள் போதனைகளின்படியே அந்தக் காரணகாரிய நியதி- அந்த ஒருமை, ஓரிடத்தில் துண்டித்துப் போகிறது. ஒரு சிறிய இடுக்கு வழியாக விந்தையான ஏதோ ஒன்று, புதுமையானது விளக்கி நிரூபிக்க ஒண்ணாதது. முன் இருந்திராதது, ஏதோ ஒன்று ஒருமை உலகில் வந்து பாய்கிறது. உலகினின்றும் மேலேறுதல், வீடு பெறுதல் என்னும் தங்கள் சித்தாந்தம் அது. இச்சிறிய பிளவால், இச்சிறிய உடைப்பால் எப்படியும் நிலையான ஓர் உலகக் கொள்கை

மறுபடியும் தகர்ந்து போகிறது. நான் எழுப்பும் இம்மறுப்புக்கு என்னைப் பொறுத்தருள்க."

கௌதமர் அசைவின்றி அமைதியுடன் கேட்டார். பரிவும் சாந்தமும், தெளிவும் கொண்ட குரலில் இப்பொழுது அப்புனிதர் பேசினார்.

"அந்தண குமாரா, போதனைகளை நன்றாகக் கேட்டிருக்கிறாய். அவற்றை இவ்வளவு ஆழ்ந்து சிந்தித்தது உனக்குச் சிறப்புதான். பிழை ஒன்றை நீ காண்கிறாய். மீண்டும் நன்றாகச் சிந்திப்பாயாக. ஞானவேட்கை கொண்ட நீ, சொற்களின் முரண்பாடுகளிலும், கருத்துப் புதர்களிலும் சிக்காமல் இருக்க வேண்டுமென்று எச்சரிக்கிறேன். கருத்துக்களிலே பொருள் இல்லை. அவை அழகாகவோ ஆபாசமாகவோ இருக்கலாம். திறமையாகவோ மடமையாகவோ இருக்கலாம். யாரும் அவற்றைக் கொள்ளலாம் அல்லது தள்ளலாம். எப்படியும் நீ கேட்ட போதனை எனது கருத்து அல்ல அல்லது அறிவு வேட்கையுடையவர்களுக்கு இந்த உலகை விளக்கிக் காட்ட வேண்டுமென்பதும் அதன் நோக்கம் அல்ல. அதன் நோக்கம் முற்றிலும் வேறானது. துக்க நிவாரணமே அதன் குறிக்கோள் அதுவே கௌதமன் உபதேசிப்பது மற்றெதுவுமல்ல."

'ஓ., புகழாள, என்மீது சினம் கொள்ளற்க" என்று இளைஞன் கூறினான். "சொற்களைப் பற்றித் தங்களுடன் வாதாடுவதற்காக அவ்வாறு அடியேன் பேசவில்லை. கருத்துக்கள் அர்த்தமற்றவை என்று தாங்கள் கூறுவது சரி. மேலும் ஒன்று சொல்லலாமா? ஒரு கணமும் நான் தங்களை ஐயுறவில்லை. தாங்கள் புத்தர் என்பதை -பல்லாயிரம் அந்தணரும், அந்தண குமாரரும் பெற விரும்பித் தவிக்கும் உன்னத இலட்சியத்தைத் தாங்கள் அடைந்திருக்கிறீர்கள் என்பதை ஒருபோதும் நான் சந்தேகித்ததில்லை. தங்கள் சுயமுயற்சியால் தங்கள் தன் வழியில், சிந்தனையால், தியானத்தால், அறிவால், ஞான ஒளியால் தாங்கள் அதை சாதித்திருக்கிறீர்கள். தாங்கள் எதையும் பிறர் போதனை மூலம் தெரிந்து கொள்ளவில்லை. எனவே, ஓ கீர்த்திமானே, எவருமே போதனைகளின் மூலம் விடுதலை காண்பதில்லை என்றே நான் எண்ணுகிறேன். தாங்கள் ஞானம் பெற்ற தருணத்தில் தங்களுக்கு என்ன நேர்ந்தது என்பதை சொற்களாலும் உரைகளாலும் தாங்கள் யார்க்கும் உணர்த்த முடியாது. ஞானம் பெற்ற புத்தரின் போதனைகள் தம்மில் எவ்வளவோ அடங்கியுள்ளன. நல்வழியில் வாழ்வது எப்படி, தீமையைத் தவிர்ப்பது எப்படி என்றெல்லாம் அவை நிறையக் கற்பிக்கின்றன. ஆனால், இந்தத் தெளிவான உயர்ந்த

போதனையிலும்கூட ஒன்று இல்லை. நூறாயிரம் பேர்களிடையில், அந்த மகா புருஷர் ஒருவர் மட்டுமே பெற்றிருக்கிற சுவானுபூதியின் ரகசியம் அதில் இல்லை. தங்கள் போதனைகளைக் கேட்டபோது அப்படித்தான் எண்ணினேன். உணர்ந்தேன். எனவே, நான் என் வழியிலேயே போகிறேன். நனி சிறந்த வேறொரு மார்க்கத்தை நாடி அல்ல. ஏனெனில் அப்படி ஒன்றில்லை என்று எனக்குத் தெரியும். ஆனால் எல்லாக் கொள்கைகளையும், போதகரையும் விட்டகன்று இலட்சியத்தைத் தனியே அடைந்து தீருவது அல்லது இறந்துபோவது என்ற உறுதியுடன் போகிறேன். ஆயினும், ஒரு புண்ணிய புருஷரை என் கண்ணாரக் கண்ட இந்த நேரம், இந்த நாள் அதை மட்டும் அடிக்கடி நினைப்பேன்.''

புத்தரின் கண்கள் தாழ நோக்கின. ஆழங்காண முடியாத அவர் வதனம் உபசாந்தியை உணர்த்திற்று.

''உனது மதியூகத்தில் நீ தவறி விடவில்லை என்றே நம்புகிறேன்'' என்று நிதானமாகப் பேசினார் அந்த மகான். ''நீ இலட்சிய சித்தி பெறுவாயாக. ஆனால், எனது இத்தனை சாதுக்களின் சங்கத்தையும், போதனைகளை ஏற்றுத் தழுவிய எனது இத்தனை சகோதரர்களையும் பார்த்தாயல்லவா? நாடி வந்த சமண, இதைச் சொல்லு எனக்கு போதனைகளையெல்லாம் உதறிவிட்டு அவரவர் உலக வாழ்வையும் ஆசைகளையும் நோக்கித் திரும்பி விடுவதுதான் இத்தனை பேருக்கும் நலமென்று நீ எண்ணுகிறாயா?''

''அந்த எண்ணமே எனக்குத் தோன்றவில்லை'' என்று கூவினான் சித்தார்த்தன். ''போதனைகளை அவர்கள் பின்பற்றட்டும். இலட்சிய சித்தி பெறட்டும். மற்றவர் வாழ்க்கையைப் பற்றித் தீர்ப்புக் கூறல் என் வேலையல்ல. என்னைப் பற்றித்தான் நான் முடிவு செய்துகொள்ள வேண்டும். ஒன்றை எனக்கு நானே கொள்ள வேண்டும் அல்லது தள்ள வேண்டும். மகானே. சமணர்களாகிய நாங்கள், 'நான் என்பதிலிருந்து விடுதலை தேடுகிறோம். நான் தங்களைப் பின்பற்றுவோன் ஆகிவிட்டால், அது மேலுக்குத்தான் இருக்கும். சாந்தியும் விடுதலையும் பெற்றுவிட்டதாகக் கருதி என்னை நானே வஞ்சித்துக் கொள்வதாகத்தான் இருக்கும். ஏனெனில், தங்கள் போதனைகளில் ஈடுபட்டுக் கரைந்துபோய், தங்கள் பால் தீட்சை பெற்றுத் தங்களுக்கும் பிக்ஷ சங்கத்துக்கும் நான் உரிமை பூண்டால், எனது 'நான்' மேலும் வளர்ந்து, இருந்தது கொண்டுதானே இருக்கும். மகாத்ம, இதைத்தான் நான் அஞ்சுகிறேன்''

குமிண்சிரிப்புடன், களங்கமற்ற ஒளியுடன், நட்புரிமையுடன், புத்தர் அந்தப் புதியவனை உன்னிப்பாய்ப் பார்த்துக் கொண்டிருந்து விட்டு, ஜாடையாக முடித்தனுப்பினார்.

"சமணனே, நீ சமர்த்தன். நன்றாகப் பேசத் தெரிந்தவன் நீ எனதன்பா, சாமர்த்தியம் அதிகமாகிவிடாமல் பார்த்துக் கொள்."

புத்தர் எழுந்து சென்றார், அவரது குமிண் சிரிப்பும் பார்வையும் சித்தார்த்தனுடைய நினைவில் நிலையாகப் பதிந்துவிட்டன. இந்தப் பார்வை, புன்சிரிப்பு, வீற்றிருக்கை, நடை கொண்ட ஒருவரை தான் கண்டதேயில்லை என்று அவன் எண்ணினான். "எனது பார்வையும் புன்னகையும், இருக்கையும் நடையும்கூட அவ்வளவு சரளமாகவும், அவ்வளவு தரமாகவும், அவ்வளவு கச்சிதமாகவும், அவ்வளவு தூய்மையாகவும், குழந்தையினதைப் போல் அவ்வளவு மாயமாகவும் இருக்க வேண்டுமென்று விழைகிறேன். தன்னை வென்று முடித்த ஒருவன்தான் அப்படிப் பார்ப்பான். நடப்பான், நானும் தன்னை வென்று தீர்ப்பேன்.

"நான் யார்முன் தாழ வேண்டுமோ அந்த ஒருவரை ஒரே ஒருவரைக் கண்டுவிட்டேன். மற்ற யார் முன்னும் என பார்வையைத் தாழ்த்த மாட்டேன். இந்த மனிதரின் போதனைகளே, என்னை வசப்படுத்தாதபோது இனி வேறு யாருடைய போதனைகளும் என்னைக் கவர முடியாது." இவ்வாறு நினைத்தான் சித்தார்த்தன்.

"புத்தர் என் உடமையைப் பறித்தார்" என்று எண்ணினான் சித்தார்த்தன். "ஆம், அவர் என் உடமையைப் பறித்தார். ஆயினும், அதனிலும் பெரிய மதிப்புள்ள ஒன்றை எனக்குத் தந்தார். என் நண்பனை என்னிடமிருந்து கொள்ளை கொண்டுவிட்டார். அவன் எனது நிழலாக இருந்தான். இப்போது அவன் கௌதமரின் நிழலாகியிருக்கிறான். ஆனால், அவர் எனக்கு என்னை, சித்தார்த்தனை வழங்கியிருக்கிறார்."

~

கண் விழிப்பு

புத்த பரிபூரணரும் கோவிந்தனும் உறையும் அச்சோலையை நீங்கிய சித்தார்த்தன். தனது முன் வாழ்வையும்கூட அந்தச் சோலையிலேயே விட்டுவிட்டு வந்ததுபோல உணர்ந்தான். தன் வழியில் மெதுவாய்ச் சென்று கொண்டிருந்த அவனது உள்ளத்தில் இவ்வெண்ணமே நிறைந்திருந்தது. இந்த உணர்ச்சி அவனை முற்றும் கவிந்து, காரணங்களைக் கண்டறியும் வரையில் அவன் தன்னுள் ஆழ்ந்திருந்தான். காரணம் தெளிதல் சிந்திப்பதே என்றும், எண்ணங்களின் வழியாகத்தான் உணர்ச்சிகள் அறிவாகி நிலைத்து, அவை உண்மையாகி, கனியவும் தொடங்குகின்றன என்றும் அவனுக்குத் தோன்றியது.

தனது வழியிற் சென்றவாறே சித்தார்த்தன் தன்னுள் ஆழ்ந்து சிந்தித்தான். இன்னமும், தான் இளைஞனல்ல-மனிதனாகி விட்டோம் என்று அவன் உணர்ந்து கொண்டான். பாம்பு பழஞ் சட்டையை உரிப்பதுபோல, ஏதோ ஒன்று தன்னைவிட்டுக் கழன்று போய்விட்டதென்று அவன் அறிந்தான். இளமைதொட்டு அவனுடன் இருந்து வந்த அவனில் ஒரு அம்சமாக இருந்து வந்த ஏதோ ஒன்று இப்பொழுது அவனிடம் இல்லை. ஆசிரியர்களை அடையவும், அவர்களின் அறிவுரைகளைக் கேட்கவும் அவனுக்கிருந்த ஆர்வம்தான் அது. இப்பொழுது கடைசியாக அவன் சந்தித்த ஆசிரியர், அந்தப் பெரும் பேராசிரியர், புனிதர், புத்தர் அவரையே விட்டு அவன் விலகி வந்துவிட்டான்; விலக வேண்டியதாயிற்று. அவருடைய போதனைகளை அவன் ஏற்க முடியவில்லை.

தனது பாதையிற் சென்றுகொண்டே அச்சிந்தனையாளன் தன்னில் தானே வினவலானான்: போதனைகளிலும் போதகரிடமிருந்தும் தெரிந்துகொள்ள நீ விரும்பியது யாது? அவர்கள் எவ்வளவோ உனக்குக் கற்பித்த பின்னரும், அவர்கள் உனக்கு உணர்த்தவே முடியாமற் போன அது யாது?

மேலும் எண்ணினான்: அது 'நான்' தான் 'நான்' எனும் அதன் இயல்பையும் குணங்களையுமே நான் அறிந்து கொள்ள விரும்பினேன் 'நான்' என்பதிலிருந்து என்னை விடுவித்துக் கொள்ளவும், அதனை வெல்லவும் விழைந்தேன். ஆனால், நான் அதனை வெல்லக் கூடவில்லை. நான் அதனை வஞ்சிக்கத்தான் முடிந்தது. அதைத் தப்பி ஓடவே முடிந்தது. அதிலிருந்து என்னை மறைத்துக் கொள்ளவே முடிந்தது. நான் இருக்கிறேன். நான் தனி, நான் சித்தார்த்தன்-ஏனையோர் ஒவ்வொருவரிலும் நான் வேறானவன், தனிப்பட்டவன் என்னும் இந்தப் புதிர், இந்த 'நான்', இதைப் போன்று, உண்மையில் வேறெதுவுமே என் சிந்தையில் இவ்வளவு அதிகமாகப் புகுந்து கொண்டதில்லை. என்னைப் பற்றி சித்தார்த்தனைப் பற்றி நான் அறிந்து கொண்டதைக் காட்டிலும் குறைவாக நான் அறிந்துள்ள பொருளும் இவ்வுலகில் வேறில்லை.

இவ்வெண்ணத்தால் இழுத்து நிறுத்தப்பட்டவனாய், தன் வழியே நிதானமாகச் சென்று கொண்டிருந்த சித்தார்த்தன் சட்டென்று அப்படியே நின்றுவிட்டான். இவ்வெண்ணத்தினின்றும் மற்றோர் எண்ணம் எழுந்தது.

என்னைப் பற்றி நான் எதுவும் அறியாமலிருப்பதற்குக் காரணம், சித்தார்த்தன் என்னில் வேற்றாளாக, என்னால் உணரப்படாதவனாக இருந்துவிட்டதற்குக் காரணம் ஒன்றிருக்கிறது. ஆம். ஒன்றே ஒன்றுதான் காரணம். நான் என்னையே அஞ்சினேன். என்னைவிட்டே விலகி ஓடிக் கொண்டிருக்கிறேன். அறிவைக் கடந்த உள்நடுவை, ஆதிமூலத்தை ஆத்மனை, உயிரை, பரமனை, தனிமுதலை தேடிக் காணும் பொருட்டு என்னிலிருந்தே நான் விலகிச் செல்லவும், என்னையே அழித்துக் கொள்ளவும் விரும்பினேன். அப்படிச் செய்ததில்தான் நான் வழிதவறிப் போனேன்.

சித்தார்த்தன் சுற்றுமுற்றும் பார்த்தான். அவன் வதனத்தில் முறுவல் அரும்பிற்று. பிறவி தொடங்கி அவனிற் படர்ந்து கிடந்த நெட்டைக் கனவு ஒன்றிலிருந்து நிச்சயமான ஒரு விழிப்புணர்ச்சி! காரியமாகச் செல்லும் மனிதனைப் போல விருட்டென்று அவன் மேலும் விரைந்து நடந்தான்.

"ஆம்" ஆழ்ந்த நெட்டுயிர்ப்பு ஈர்த்து அவன் எண்ணுவான்: "இனி சித்தார்த்தனைத் தப்பிச் செல்லமாட்டேன். இனி ஆத்மாவைப் பற்றியோ உலகத் துயர்களைப் பற்றியோ என் சிந்தனைகளைச் செலுத்தமாட்டேன். அழிவுக்கு அப்பால் இருக்கிற ரகசியத்தை உணரும்பொருட்டு, இனி நான் என்னை வருத்தி அழித்துக் கொள்ளமாட்டேன். யோக சாஸ்திரம், அதர்வ வேதம், துறவு மற்றும் எந்தப் போதனைகளையுமே இனி நான் பயிலமாட்டேன். நான் இனி எனக்கே மாணவனாக இருப்பேன்; என்னுள்ளேயே சித்தார்த்தனின் ரகசியத்தை எதையும் கண்டறிவேன்.

ஏதோ அப்பொழுதுதான் உலகை முதன் முதலில் காண்பவனைப் போன்று, அவன் தன்னைச் சுற்றிலும் பார்த்தான். உலகம் அழகாய், புதுமையும் விந்தையுமாய் இருந்தது. அங்கே நீலம் இருந்தது. அங்கே மஞ்சள் இருந்தது. அங்கே பசுமை இருந்தது. வானும் நதியும், காடும் குன்றும், அத்தனையும் ஒரே அழகு. அத்தனையும் ஒரே விந்தை, அத்தனையும் ஒரே மோகனம், அதன் நடுவில் தன்னில் உள்நாடி நிற்கும் அவன், சித்தார்த்தன் அந்த விழிப்புற்றோன்.

இவை யாவும், இந்த மஞ்சளும் நீலமும், நதியும் காடும் யாவுமே இப்பொழுதுதான் முதன் முறையாக சித்தார்த்தன் கண்களுக்குத் தெரிந்தன. பன்மைப் பாவனைகளை வெறுத்து, ஒருமை நிலையைக் காண விரும்பிய ஆய்ந்த அந்தாளர்கள் இகழ்ந்துவிட்ட உலகமாய், இவையெல்லாம் பொருளற்றவையாகவோ, வெறும் தோற்றமயக்கங்களாகவோ இப்பொழுது இல்லை. அவை இப்பொழுது மாரனின் மாயமோ, மாயையின் திரையோ அல்ல. ஆறு ஆறாகத்தான் இருந்தது. சித்தார்த்தனுக்குள் இலகும் அந்த பரம்பொருளே அந்த நீலத்திலும் ஆற்றிலும் கலந்துறையுமானால், இந்த மஞ்சள், நீலமென்றும், அங்கு வானும் வனமுமென்றும், இங்கு சித்தார்த்தன் என்றும் தோற்றுவன யாவும் அவ்வாறே அவை தோற்றக் கடவது என்று சங்கற்பித்த தெய்வலீலைகளே. ஒவ்வொன்றின் பொருளும் உண்மையும் அவற்றின் புறம்பே எங்கோ மறைக்கப்பட்டிருக்கவில்லை. அவற்றிலேயே இருந்தன. அவை ஒவ்வொன்றிலுமே இருந்தன.

விரைந்து நடந்தவாறே அவன் எண்ணினான்:

மூடனாகவும் செவிடனாகவும் அல்லவா இருந்து வந்திருக்கிறேன். கற்க விரும்பும் நூல் ஒன்றைப் படிப்போன், எழுத்துக்களையும், இடையீட்டுக் குறிகளையும் வெறுத்து ஒதுக்குவதில்லை. அவை ஏதோ, வேண்டாத, அகாரணமான வரி வடிவங்கள் என்றும் மாயை

என்றும் கொள்ளாமல் அவற்றை விரும்பி எழுத்தெழுத்தாகப் படிக்கிறான். ஆனால் உலகமென்னும் நூலையும் எனது சொந்த இயல்பு என்னும் புத்தகத்தையும் படிக்க விரும்பிய நானோ, அவற்றின் எழுத்துக்களையும் இவ்வுலகை மாயை என்றேன். எனது விழிகளையும் நாவையும் காரணமற்றனவென்றேன். இவையெல்லாம் இப்பொழுது முடிந்துவிட்டன. நான் விழித்துக் கொண்டேன். நிச்சயமாகவே நான் விழித்துக் கொண்டு விட்டேன். இன்றுதான் நான் பிறந்திருக்கிறேன்.

சித்தார்த்தனுடைய உள்ளத்தில் இப்படி எண்ணங்கள் ஓடிக் கொண்டிருக்கும்போதே, வழியிடையே சர்ப்பம் கிடக்கக் கண்டது போலும் அப்படியே சட்டென்று அவன் நின்றான்.

அப்பொழுது இதுவும் அவனுக்கு உடனே தெளிவாயிற்று உண்மையில் விழித்துக் கொண்டவனைப் போலவோ, புதுப்பிறவி எடுத்தவனைப் போலவோ இருந்த அவன். இனித் தனது வாழ்வை முற்றும் புதிதாகத்தான் தொடங்கியாக வேண்டும். முன்னமே விழிப்புற்றவராய் ஏற்கெனவே தன்னில் உள்நாடியவராய் விளங்கும் அப்புனிதரின் சோலை ஜேதாவனத்தை விட்டு அன்று காலையில் அவன் வெளியேறியபோது துறவிற் கழித்துவிட்ட இத்தனை ஆண்டுகளுக்குப் பின்னர் மறுபடியும் வீட்டுக்குத் திரும்பி தந்தையை அடைவதுதான் தனக்கு இருக்கும் வழி என்பதுதான். ஆனால், எதிரே பாம்பு கிடந்ததுபோலும் சட்டென்று அப்படியே நின்றுவிட்ட அந்தத் தருணத்தில், எப்படியோ இப்படி ஒரு எண்ணமும் அவனுக்கு உண்டாகிவிட்டது. நானோ முன்பு இருந்த அதே ஆசாமியல்ல. இனி நான் ஒரு துறவியுமல்ல, நான் இனி ஒரு போதகனும் அல்லேன். இனிமேல் நான் ஒரு பிராமணன்கூட ஆகேன். அப்படி இருக்க வீட்டுக்குச் சென்று தந்தையுடன் என்ன செய்ய? கற்கவா? வேள்வி புரியவா? தியானம் பழகவா? இவை யாவும்தான் என்னைப் பற்றிய வரையில் தீர்ந்து போனவை ஆயிற்றே!

சித்தார்த்தன் அசைவற்று நின்றான். ஒரு கணம், ஏதோ குளிர் நடுக்கம் வந்து அவனைக் கவ்விக் கொண்டது. தன்னந்தனியனாகி விட்டிருக்கும் தனது நிலையை அவன் உணர்ந்தபோது, சிறு பறவை அல்லது முயலைப் போல், அற்பப் பிராணியைப் போல் அவன் உள் நடுங்கி வெடவெடத்தான். வருஷக் கணக்கில் வீடின்றி இருந்திருக்கிறான். அப்பொழுதெல்லாம் அவன் இப்படி அதை உணர்ந்ததில்லை. ஆனால் இப்பொழுது, அதை நன்றாக உணர்ந்தான். முன்பெல்லாம் அவன் தியானத்தில் ஆழ்ந்திருந்தபோது கூட,

தன் தந்தைக்குப் பிள்ளையாக ஒரு பிராம்மணோத்தமனாக சமய ஒழுகுடையவனாகவே இருந்திருக்கிறான். இப்பொழுதோ அவந் விழிப்புற்றவன். சித்தார்த்தன் என்பதற்குமேல் யாதொன்றுமில்லை. ஆழ்ந்து நெடுமூச்சிழுத்து ஒரு கணம் அவன் துணுக்குற்றான். ஆம், யாருமே அவனைப் போன்று அப்படித் தன்னந்தனியராக இருக்கவில்லை. அவன் இப்பொழுது எந்தப் பெருங்குடியிலும் வந்த பெருமகன் அல்லன். எந்த இனத்தையும் சார்ந்து, தஞ்சமடைந்து, அதன் வாழ்விலும், மொழியிலும் பங்கு கொண்டிருக்கும் ஒரு குலமகன் அல்லன். அந்தணர் வாழ்விற் குலவும் அந்தணாளனும் அல்லன். சமணர் கூட்டத்தைச் சார்ந்த துறவியுமல்லன். கானகத்தில் தனித்து வாழும் தவசிகூட, தனிமையானவனாக இருக்கவில்லை. அவனும்கூட ஒரு மக்கட் குலத்தைச் சார்ந்தவனே. கோவிந்தன் பிக்ஷுவாகிவிட்டான். அவனுடன் சகோதரர்களாக அவனைப் போன்று உடுத்து, நம்பிக்கைகளிலும் மொழியிலும் பங்கு பெறுகின்ற பிக்ஷுக்கள் ஆயிரக்கணக்கில் இருக்கிறார்கள். ஆனால், சித்தார்த்தன் எதைச் சேர்ந்தவன்? அவன் யாருடைய வாழ்வில் பங்கு கொள்வான்? யாருடைய மொழியில் அவன் பேசுவான்?

தன்னைச் சுற்றியிருக்கும் உலகமே கரைந்துருகிப் போக, வான நடுவில் தனித்து ஒளிரும் தாரகை ஒன்றைப் போல் அவன் தனித்து நின்ற அந்தத் தருணத்தில், மிகக் கொடிய நிராசை உணர்ச்சி ஒன்று வந்து கவிந்து அவனை அழுத்தியது. என்றாலும் அவன் எப்போதையும் விட, தன்னில் மிக்க உறுதியுடன் நிலை நின்றான். அது அவனுடைய விழிப்பின் இறுதிக் குலை நடுக்கம். கடைசிப் பிரசவ வேதனை அது. வீட்டை நோக்கான், தந்தையை நாடான், பின் திரும்பிப் பாரான், மேலும் முன்னேற உடன் விரைந்து அவன் விடுவிடு என்று நடந்தான்.

~

கமலா

சித்தார்த்தன் தனது ஒவ்வொரு தப்படியிலும் புதிதாக ஏதாவதொன்றைத் தெரிந்து கொண்டான். இப்பொழுது உலகம் முற்றும் மாறித் தெரிந்தது. அவனும் அதில் லயித்து விட்டான்.

காடு மலைகளின் மேலே கதிர் எழுந்து வருவதையும், தூரத்துப்பனைவிடலிக் கரையிற் சென்று மறைவதையும் அவன் கண்டான். இரவில் வானத்துத் தாரகைகளையும், நீலக் கடலில் மிதந்து வரும் படகைப் போன்ற கூனற் பிறை மதியையும் அவன் கண்டான். மரங்கள், விண்மீன்கள், விலங்குகள், முகிலினங்கள், வான் விற்கள், பறவைகள், புற்கள், மலர்கள், ஓடைகள், ஆறுகள், காலையில் புதர்களின் மேலே ஒளிரும் பனி முத்துக்கள், தொலைவில் தோன்றும் வெளிறிய நீலமலை முகடுகள் ஆகியவற்றைக் கண்டான். பறவைகள் பாடின. வண்டினங்கள் இசைத்தன. நெல் வயல்களினூடே தென்றல் மெல்லெனத் தவழ்ந்தது. வண்ணமும், ஆயிரம் தனி வடிவமும் காட்டி நின்ற இயைனைத்தும் எப்பொழுதுமேதான் இருந்தன. கதிரும் மதியும் எப்பொழுதுமே ஒளிர்ந்தன. ஆறுகள் எப்பொழுதும் ஓடிக் கொண்டிருந்தவைதான். வண்டுகள் முன்னும் இசை பாடிக் கொண்டிருந்தன. எனினும் சித்தார்த்தனுக்கு - முன்பெல்லாம் இவை யாவும் தன் முன்பு படபடத்துக் கொண்டிருக்கும் மாயத்திரையன்றி வேறல்ல. அப்படி ஒரு அவநம்பிக்கை அவனுக்கு இருந்தது. மானதக் கற்பிதங்களான இவற்றைப் பொருட்படுத்துவதே தகாதென்று அவற்றை அவன்

புறக்கணித்து விட்டிருந்தான். ஏனெனில், அவை மெய்யல்ல. காண் பொருளைக் கடந்த அப்புறத்தில்தான் உண்மை இருக்கிறதென்பதே அவன் கருத்து. ஆனால், இப்பொழுதோவெனில், அவனது கண்கள் இப்புறத்திலேயே துழாவுகின்றன. காண் பொருளை உற்று நோக்கி இனம் பிரித்து உணர்ந்தான். இவ்வுலகில் தனக்குரிய இடத்தை அவன் நாடினான். அவன் இப்பொழுது உண்மையைத் தேடிப் போகவில்லை. அவனது குறி இப்பொழுது வேறு எப்புறத்திலும் இல்லை. தேட்டையின்றி, அவ்வளவு சாதாரணமாக, அவ்வளவு குழந்தைத் தன்மையுடன் காணும் பொழுது உலகமே அழகாய் இருந்தது. சந்திரனும் தாரகைகளும் அழகாய் இருந்தன. ஓடை, கரையோரம், காடும் குன்றும், வெள்ளாடும், பொன்வண்டும், மலரும், வண்ணாத்திப் பூச்சியும் அழகாய் இருந்தன. அவ்வளவு பிள்ளைமையுடன், அவ்வளவு மலர்ச்சியுடன், அவநம்பிக்கையற்று, முன்னுள்ளதை அப்படியே மதித்து, உலகைத் துய்ப்பது அழகாகவும் ஆனந்தமாகவும் இருந்தது. மற்றும் சூரியன் தகித்துக் கொண்டிருந்தான், மற்றும் கானிழலில் குளிச்சியிருந்தது, மற்றும் பூசணியும் வாழையும் இருந்தன.

பகல் இரவுகள் குறுகின. ஒவ்வொரு நாழிகையும் கடலில் ஊர்ந்து செல்லும் கப்பலைப்போல் விரைந்தது. கப்பலில் செல்வமும் இன்பமும் மண்டிக்கிடந்தன.

வானரக் கூட்டம் ஒன்று உச்சாணிக் கொப்புகளில் தாண்டிக் கொண்டிருந்ததைச் சித்தார்த்தன் பார்த்தான். அவற்றின் வெறியேறிய காமக் குரல்கள் அவன் காதுகளில் விழுந்தன. செம்மறியைத் தொடர்ந்து கூடும் கடா ஒன்றை அவன் கண்டான். நாணல் செழித்த ஏரி ஒன்றில் மாலைப் பசியால் ஒரு சுறாமீன் வேட்டையாடிக் கொண்டிருந்ததைக் கண்டான். நீரில் மொய்த்துக் கிடந்த சிறு மீன் கூட்டம் துள்ளித் துவண்டு பளபளத்து அதனிடமிருந்து தப்பி ஒடிக் கொண்டிருந்தது. பொங்கியெழுந்து சாடி வரும் பெருமீன், விரைந்து எழுப்பிய நீரலை வட்டங்களில், ஆசையும் வலிமையும் ஆர்ப்பன கண்டான்.

இவை அனைத்தும் எப்பொழுதுமே இருந்திருக்கின்றன. அவனோ அவற்றைப் பார்த்ததில்லை, அவன் அங்கு இருந்ததேயில்லை. இப்பொழுது, அவன் அங்கு இருந்தான்; அதனோடு உறவு கொண்டான், ஒளியையும் நிழலையும் கண்கொண்டு பார்த்தான். மதியையும் நட்சத்திரங்களையும் மனம் கொண்டு மதித்தான்.

வழியில், ஜேதாவனத்தில் தான் முன் பெற்ற அனுபவங்களையெல்லாம் சித்தார்த்தன் நினைத்துக் கொண்டான். புனித புத்தரிடமிருந்து அவன் கேட்டுக்கொண்ட அந்தப் போதனைகள், கோவிந்தனிடமிருந்து பிரிந்தது, மகானுடன் நிகழ்த்திய உரையாடல் எல்லாவற்றையும்தான். அந்த மகானுடன் தான் பேசிய ஒவ்வொரு சொல்லையும் நினைத்தான். அப்பொழுது, உண்மையில் தான் அறிந்திராத விஷயங்களையெல்லாம் அவரிடம் உரைத்து விட்டதை எண்ணி வியந்தான். அவன் புத்தரிடம் கூறியதை புத்தருடைய ஞானமும் இரகசியமும் கற்பிக்க முடியாதன என்றதை-ஞானோதயமான போதில் அவர் பெற்ற பேரனுபவம் வகுத்துரைக்கவோ, வாரி வழங்கவோ இயலாததென்றதை - தான் அனுபவித்தே தீருவதென்று இதோ அவன் திட்டமிட்டிருக்கிறான். அனுபவிக்கவும் தொடங்கியிருக்கிறான். அனுபவத்தை அவனாகவேதான் பெற்றாக வேண்டும். 'நான்' என்பது 'ஆத்மாவே' என்றும், பிரமத்தைப் போல் அது அழிவும் இறுதியுமற்றதென்றும் நெடுங்காலமாகவே அவன் தெரிந்துதான் வைத்திருந்தான். ஆனால், சிந்தனை வலையில் அதைச் சிக்கெனப் பிடித்து அடைத்துவிட விரும்பிய அவன் உண்மையில் ஆன்மாவைக் கண்டு கொள்ளவில்லை.

இந்த உடல் நிச்சயமாக 'நான்' அல்ல. புலன்களில் லீலைகளோ, எண்ணமோ, ஆராய்ச்சி அறிவோ, பழைய சித்தாந்தங்களில் புதிய எண்ணங்களை இழைத்துத் துணிபுகளைக் காணப் பயன்படும் கல்வியறிவோ, கலையறிவோ, இவை எதுவுமே 'நான்' அல்ல. அல்லவே அல்ல. சிந்தனை உலகம் இன்னமும் இந்தப் பக்கத்தில்தான் இருந்து வருகிறது. மேலுக்குக் காரியப்பட்டு நிற்கும் தன்முனைப்பின் புலன் உணர்ச்சிகளை மட்டும் அழித்து ஒழித்துவிட்டு, எண்ணங்கள், கல்வியறிவு என்னும் தீனிபோட்டு அந்தத் தன் முனைப்பையே வளர்த்து வருபவன் லட்சியத்தை அடைவதில்லை. எண்ணம், புலன்கள் இரண்டுமே அருமையானவைதாம். இவற்றின் பின்னால்தான் மூலவஸ்து மறைந்து கிடக்கிறது! இவ்விரண்டையும் மதித்து, ஏற்று அவற்றில் எந்த ஒன்றையும் மிகைபடப் போற்றாது, வெறுத்து ஒதுக்காது அவற்றுடன் கலந்து விளையாடி, அவற்றின் குரல்களுக்குக் கவனமாய்க் காது கொடுத்து வந்தால் அவையிரண்டுமே நல்லவைதாம். உட்குரலின் ஆணை எவ்விதமாயினும் அவ்வாணை பிறந்த பிறகே, வழியில் தயங்காது, அவ்வாணை வழி அவன் முயலவேண்டும். ஞான ஒளி பெற்றபோது அந்தத் திவ்ய முகூர்த்தத்தில் கௌதமர் ஏன் போதிமர நிழலில் சென்று வீற்றிருந்தார்? ஒரு குரல், அந்த மரத்தடியில்

அமைதியை நாடுமாறு பணித்த தமது சொந்த இதயக்குரல் - அதை அவர் கேட்டார். அதற்கே அவர் காது கொடுத்தார். ஊனை வருத்தி உழைத்து, வேள்விகள் இயற்றி, புனித நீராடி, பிரார்த்தனைகள் புரிந்து, உண்டும் குடித்தும் உறங்கியும் கனாக் கண்டும் இப்படி எந்த வழியையும் அவர் தஞ்சமடையவில்லை. வெளியிலிருந்து வரும் ஆணைகளுக்கு இணங்காமல், தமது உட்குரல் ஒன்றுக்கே பணிந்து, அதன் வழி நடக்கத் துணிவு கொள்வதே நலம் தரும். அஃதொன்றே வேண்டுவது, வேறெதுவும் வேண்டியதில்லை.

இரவில் தோணிக்காரன் ஒருவனது கூரைக் குடிசையில் உறங்கியபோது சித்தார்த்தன் ஒரு கனவு கண்டான்.

மஞ்சள் துறவுடையணிந்து கோவிந்தன் தன் எதிர் நிற்கக் கனாக் கண்டான். துயரம் மிகுந்து கோவிந்தன், "நீ ஏன் என்னைவிட்டுப் போனாய்?" என்று அவனைக் கேட்டான். உடனே கோவிந்தனை கட்டித் தழுவித் தன்பால் இழுத்தணைத்து முத்தமிடும்போது பார்த்தால் அது கோவிந்தனல்ல. யாரோ ஒரு பெண்மணி. அப்பெண்ணின் மேலாடைக்குள்ளிருந்து புடைத்தெழுந்தது திரள் மார்பு. சித்தார்த்தன் அங்கு கிடந்து பருகினான். அம்மார்பகம் சுரந்த பால் மதுரமாய் மண்டு சுவையாய் இனித்தது. ஆண், பெண் சூரியன், காடு. விலங்குகள், மலர்கள், கனிவகைகள், இன்ப வருக்கங்கள் ஆகிய சுவையணைத்தும், அதில் இருந்தது. அது மயல் தருவதாய் இருந்தது. சித்தார்த்தன் கண் விழித்தபோது, குடிசைக்கு வெளியே வெளிறிட்ட சிற்றாறு நீண்டு கிடந்தது. காட்டுத் திசையிலிருந்து அலறி விசித்தெழும் ஆந்தைக் குரல் அழுத்தமாகவும் தெளிவாகவும் கேட்டது.

விடிந்ததும், ஆற்றைக் கடந்து தன்னைக் கொண்டு விடுமாறு சித்தார்த்தன், தனக்கு இடம் தந்து உதவிய அந்தத் தோணிக்காரனிடம் கேட்டான். அவனும் தனது மூங்கிற் புனையில் ஏற்றிக்கொண்டு போனான். தகடாய்ப் பரந்து கிடந்த புனல் முழுதும் காலைச் செவ்வொளியில் கனகமாயிற்று.

"அழகான ஆறு இது" என்றான் சித்தார்த்தன் தன் கூட வருபவனிடம்.

"ஆமாம்" என்று அந்தத் தோணிக்காரன் கூறுவான்: "இது மிகவும் அழகான ஆறு. இதனிடம் எனக்கு அபார மோகம். அடிக்கடி இதன் ஒலியைக் கேட்கிறேன். இதன் வடிவைக் கண்கொட்டாது பார்க்கிறேன். எப்பொழுதும் அதனிடமிருந்து ஏதாவதொன்றைத்

தெரிந்து கொண்டே வந்துள்ளேன். நதியிலிருந்து, ஒருவன் தெரிந்து கொள்வதற்கு எவ்வளவோ இருக்கிறது.''

அக்கரை சேர்ந்ததும், சித்தார்த்தன் கூறினான்: "நல்லவன் நீ. உனக்கு நன்றி. உனக்குக் கொடுக்கத்தான் என்னிடம் எதுவும் இல்லை. ஒரு காசும் இல்லை. நான் வீடு வாசல் இல்லாத அந்தணன், சமணன்.''

"தெரிகிறது. இப்பொழுது ஒன்றும் எனக்குக் கூலியோ இனாமோ தர வேண்டாம். எப்பொழுதாவது எனக்குக் கொடுப்பீர்கள்'' என்றான் அவன்.

"அப்படித் தோன்றுகிறதா உனக்கு?'' என்று சித்தார்த்தன் உவகையுடன் கேட்டான்.

"ஆமாம். அதையும் நான் இந்த நதியினிடமிருந்துதான் தெரிந்து கொண்டேன். எதுவுமே திரும்பித்தான் வருகிறது. சமணரே, தாங்கள் கூடத் திரும்பியே வருவீர்கள். இப்பொழுது சென்று வாருங்கள். தங்களுடன் பழகக் கிடைத்ததே எனக்குப் போதும். தாங்கள் தெய்வங்களை நோக்கி வேள்விகள் புரியும்போது மட்டும் என்னை நினைத்துக் கொள்ளுங்கள்''

பரஸ்பரம் புன்முறுவலுடன் அவர்கள் பிரிந்தனர். அந்தத் தோணிக்காரனுடைய நட்பில் சித்தார்த்தன் மகிழ்ந்தான்.

"கோவிந்தனைப் போலவே இருக்கிறான்'' என்று எண்ணிச் சிரித்துக் கொண்டான். "நான் வழியில் சந்திக்கும் எல்லோருமே கோவிந்தனைப் போன்றுதான் இருக்கிறார்கள். அவர்கள் அனைவரும் நன்றிக்கு உரியவர்களாக இருந்தபோதிலும் நன்றி நிறைந்தவர்களாக இருக்கிறார்கள். அத்தனை பேரும் பணிவுடையவர்கள். தயங்காது என்னுடன் இணங்கி, என் தோழமை கொள்ள விழைகின்றனர். குழந்தைகளாக இருக்கின்றனர் மக்கள்.''

நண்பகலில் சித்தார்த்தன் ஒரு கிராமத்தின் வழியாகக் கடந்து சென்றான். குழந்தைகள் பலர் ஒரு சந்தில் மட்குடிசைக்கு வெளியே வாசலில் கூடிக் குதித்துக் கொண்டிருந்தார்கள். அவர்கள் கூழாங்கற்களையும் கிளிஞ்சலையும் வைத்து விளையாடிக் கொண்டிருந்தனர். கத்திக் கொண்டும், ஒருவரோடொருவர் மல்லிட்டும் நின்ற அவர்கள் தங்களிடையில் விந்தையான அந்தக் சமணன் வரக்கண்டதும் கூச்சமுற்றவராய் ஓடிவிட்டார்கள். ஊர்க்கோடியிலிருந்து பாதை ஒரு ஓடைக் கரையை ஒட்டிச் சென்றது.

ஓடைத் துறையில் முழந்தாளிட்டு ஒரு பெண் துணி தோய்த்துக் கொண்டிருந்தாள். சித்தார்த்தனைக் கண்டதும் அவள் தலையைத் தூக்கி நகை முகத்தினளாய் அவனைப் பார்த்தாள். அவளது சுடர் விழிகளின் பிரகாசம் தெளிவாக அவனுக்குத் தெரிந்தது. வழிப்போக்கர்களின் மரபை ஒட்டி அவளை ஆசீர்வதித்து, பெரிய நகர் சென்றடைவதற்கு இன்னும் எவ்வளவு தூரம் இருக்கிறதென்று அவளிடம் வினவினான். அதன் மேல் அவள் எழுந்து அவன் அருகில் வந்தாள். அவளது இளவதனத்தில், ஈர உதடுகள் எழில் வீசி நின்றன. அவனுடன் சற்று ஏதேதோ உரையாடிவிட்டு, சாப்பிட்டாயிற்றா என்றும், சமணர்கள் கானகங்களில் இரவில் தனியாகத்தான் படுத்துறங்குவார்களாமே என்றும், தங்களுடன் பெண்கள் யாரையும் சேர்த்துக் கொள்ளமாட்டார்களாமே என்றும் அவனிடம் கேட்டாள். பின்னர் அவள் தனது இடது பாதத்தை அவனது வலது பாதத்தில் வைத்தழுத்திக் குறிப்புணர்த்தினாள்.

நரகுய்க்கும் என்று நன்னூல்கள் நவில்கின்ற சிற்றின்பத்திற்கு ஆணை வலிந்தழைக்கும் பெண்ணின் வழி அது. சித்தார்த்தன் தனது இரத்தம் கொதித்து எரிவதுபோல் உணர்ந்தான். அப்பொழுது தனது கனவை மறுபடியும் நினைவுகூர்ந்ததும் சற்றே அவள்பால் சரிந்து அவளது முலைக்காம்பை முத்தினான். அவள் ஏறிட்டுப் பார்த்தபோது ஆவல் ததும்பும் முறுவல் வதனத்தைக் கண்டான். பாதி மூடிக்கிடந்த அவளது கண்கள் தாபத்துடன் ஏங்கின.

சித்தார்த்தனும் தன்னில் ஒரு தாபமும் காம எழுச்சியும்பெற்றான். அவனது கரங்கள் அவளை இறுகப் பற்ற தவித்த போதிலும், எந்தப் பெண்ணையும் என்றும் தீண்டியிராத அவன் ஒரு கணம் தயக்கமுற்றான். அப்பொழுதில் தன்னுள்ளிருந்து உட்குரல் ஒலிப்பதைக் கேட்டான். குரல் “கூடாது” என்று ஒலித்தது. உடனே அந்தப் பெண்ணின் புன்னகை வதனத்திலிருந்த மாயம் முற்றும் மறைந்து போயிற்று. உணர்ச்சி வயப்பட்ட இள நங்கை ஒருத்தியின் ஆவற்பார்வை ஒன்றைத் தவிர அங்கு வேறொன்றையும் அவன் காணவில்லை. இதமாக அவளது கன்னத்தை தடவிக் கொடுத்துவிட்டு, ஏமாற்றமடைந்த அந்தப் பெண்ணின் முன்னின்று விரைவாய் அந்த மூங்கிற் காட்டில் மறைந்து போனான்.

அன்று மாலையாகுமுன் பெரிய நகர் ஒன்றைச் சென்றடைந்தான். அவனுக்கு மகிழ்வாயிருந்தது. ஏனெனில், ஜனங்களுடன் பழக வேண்டுமென்ற ஆசை அவனுக்கு இருந்தது. நெடுங்காலம் அவன் காடுறைந்து வாழ்ந்திருக்கிறான். முதல்நாள், அவன் துயின்றிருந்த

அந்தத் தோணிக்காரனின் குடிசைதான், இத்தனை நாட்களின் இடையில் அவன் தங்கியிருக்கப் பெற்ற முதல் கூரை.

நகரின் புறத்தே அழகாய் வேலியிடப் பெற்றிருந்ததோர் சோலை. சுமை கூடைகள் எடுத்து, சாரி வைத்துச் செல்லும் ஆண் பெண் பணியாளரை அங்கு அந்நாடோடி சந்தித்தான். அவர்கள் மத்தியில், நான்கு போயிகள் சுமந்து சென்ற பன்மணிபதித்த பல்லக்கொன்றில், வண்ண விதானத்தின் கீழ் செந்நிறத் திண்டுகளில் சாய்ந்து ஒரு மாதரசி, அவர்களின் பெருமாட்டி அமர்ந்திருந்தாள். சோலை வாயிலில் சட்டென்று சித்தார்த்தன் நின்று ஊர்வலத்தையும், பணியாளரையும் பணிப்பெண்களையும், கூடைகளையும் பார்த்துக் கொண்டிருந்தான். பல்லக்கையும் அமர்ந்திருந்த பெருமாட்டியையும் உற்றுக் கவனித்தான். திரண்ட கருங்குழற்கற்றையின் இடையே, அறிவு ததும்பும், ஒளிரும் இன்முகமும், அப்போதே அரிந்த அத்திப் பழத்தினை ஒத்த செம்மலர் வாயும், குனித்த புருவ வில்லினைக் காந்தமும் நேர்படத் தெளிந்து நோக்கும் கருவிழிகளும், அவளது பைம்பொன்னாடைக்கு மேல் சற்றே தெரியும் கடைந்தெடுத்த கழுத்தும் அவன் கண்டான். திண்மையும் மென்மையும் கொண்ட அம்மாதரசியின் நெடுங்கரங்கள் பொன்வளை குலுங்கப் பொலிந்தன.

அவளது கொள்ளையழகை சித்தார்த்தன் கண்டான். அவனது தயம் களி துளும்பியது. பல்லக்கு அவனருகே சென்றபோது அவன் தலை தாழ்த்திப் பின் தானே மறுபடியும் நிமிர்ந்து அந்த அழகொளிர் முகத்தையும், வளை புருவத் திறல் விழிகளையும் ஒரு கணம் வைத்த கண் வாங்காமல் பார்த்தான். இன்னதென்றறியாத நறுமணம் ஒன்று வீசி வருவதை முகர்ந்தான். ஒருகணம் அவ்வழகி தலையசைத்து, முறுவல் பூத்துப் பின், சோலையுள், தன் பணியாளருடன் சென்று மறைந்தாள். “அப்படியானால் நான் இந்த நகருக்கு நல்ல வேளையில்தான் வந்திருக்கிறேன்” என்று எண்ணினான் சித்தார்த்தன். சோலைக்குள் உடனே நுழைய வேண்டுமென்ற ஒரு துடிப்பு அவனுக்கு உண்டாயிற்று. ஆனால் அந்த ஆண், பெண், பணியாளர் அனைவரும் அவனை வாசற்படியில் பார்த்த தோரணை, அவர்கள் கொண்ட அருவெறுப்பு, அவநம்பிக்கை, அலட்சியப் பார்வையெல்லாம் நினைக்கும்போது யோசனையாக இருந்தது.

சித்தார்த்தன் எண்ணுவான்: “நான் இன்னமும் ஒரு சமணன்தான். நான் இன்னமும் ஒரு துறவி, ஒரு பிச்சைக்காரன். நான் ஒரு ஆளேயில்லை. இப்படி இருந்து கொண்டே நான் இந்தச் சோலையிற் புக முடியாது.” அவன் சிரித்தான்.

முதலில் சந்தித்தவர்களிடம் அந்தச் சோலையைப் பற்றியும் அந்தப் பெண்மணியைப் பற்றியும் விசாரித்தான். அது பிரசித்தி பெற்ற தாசி கமலாவின் உத்யான வனமென்றும், இதைத் தவிர அவளுக்கு நகருக்குள் வேறு வீடு இருக்கிறதென்றும் தெரிந்து கொண்டான்.

பின்னர் அவன் நகருக்குள் நுழைந்தான். அவனுக்கு, ஒரே ஒரு நோக்கம்தான் இருந்தது. அந்த நகர் முழுவதையும் ஆராய்ந்தான். தெருக்களில் திகைத்தான், ஆங்காங்கு நின்றான். ஆற்றின் படித்துறையில் ஓய்ந்தான். இவ்வாறு தனது லட்சியத்தைத் தொடர்ந்தான்.

மாலையில், அங்கு ஒரு மயிர் வினைஞனின் ஆளோடு சிநேகம் பிடித்துக் கொண்டான். அவனை எங்கோ ஒரு விதான வளைவுக்கடியில் வேலை செய்யும்போது பார்த்தான். மறுபடியும் பெருமாள் கோயில் பஜனையிலும் பார்த்தான். அங்கு விஷ்ணு லஷ்மி இவர்களைப் பற்றிய பிரபாவங்களை அவன்தான் இவனுக்கு எடுத்துச் சொன்னவன். அன்றிரவு ஆற்றில் மிதக்கும் படகுகளில் சித்தார்த்தன் படுத்துறங்கிவிட்டு, விடியற்காலையில், கடைக்கு வாடிக்கைக்காரர் யாரும் வருவதற்கு முன்பே வந்து, அந்த பையனைக் கொண்டு தனது தாடியைக் களைந்து கொண்டான். தைலமிட்டுத் தலையையும் வாரிக்கொண்டான். பின்னர் ஆற்றில் நீராடப்போனான்.

பின் மாலையில் தனது பல்லக்கில் அமர்ந்து உத்யான வனத்திற்குக் கமலா வரும் வேளைக்கு சித்தார்த்தன் அச்சோலை வாயிலில் இருந்தான். அவன் வணங்கியதைத் தாசியும் பார்த்தாள். ஊர்வலத்தில் கடைசியாகச் சென்று கொண்டிருந்த பணியாளனைக் கைதட்டி அழைத்தான். ஒரு பிராமண இளைஞன் பேச விரும்புகிறான் என்ற செய்தியைப் பெருமாட்டிக்குத் தெரிவிக்குமாறு கேட்டுக் கொண்டான். கொஞ்ச நேரம் கழித்து அந்த ஆள் திரும்பி வந்தான். தன் பின்னால் வருமாறு சித்தார்த்தனை அழைத்தான். அவனை மெதுவாக உடன் இட்டுச் சென்று கொடிமனையில் கொண்டு போய்விட்டான். அங்கு கமலா சார்மணையில் வீற்றிருந்தாள்.

“நேற்றைக்கு நீ வெளியே நின்றிருந்து எனக்கு வணக்கம் செய்தாய் அல்லவா?” என்று விசாரித்தாள் கமலா.

“ஆம், நான் நேற்றே உன்னைப் பார்த்தேன் வணங்கினேன்.”

"ஆனால் நேற்று உனக்குத் தாடியும் புழுதி படிந்த நீண்ட சிகையும் இருக்கவில்லை?"

"சரியாகவே கவனித்திருக்கிறாய். ஒவ்வொன்றையும் பார்த்திருக்கிறாய். நீ பார்த்தது சித்தார்த்தனை, அந்தண குமாரனை - அவன் சமணனாகிவிட வேண்டி வீட்டைத் துறந்தவன். சமணனாக மூன்று ஆண்டுகள் இருந்தவன். இப்பொழுது நான் அந்த வழியை விட்டு விலகி விட்டேன். இந்த நகருக்கு வந்திருக்கிறேன். இந்த நகரில் நுழையு முன்பு நான் முதன் முதலில் சந்தித்தது நீதான். கமலா, குனிந்து வணங்கிய பார்வையுடன் சித்தார்த்தன் பேசிய முதல் பெண்மணி நீதான் என்பதைக் கூறவே இங்கு வந்தேன். இனி எந்த அழகியைச் சந்தித்தாலும் மற்றொரு முறை தாழநோக்கிலேன்."

மயில் இறகாலான ஆலவட்டத்தை அசைத்தவாறே அவள் புன்னகை புரிந்தாள். பின் கேட்டாள்: "சித்தார்த்தன் என்னிடம் கூற வந்ததெல்லாம் இவ்வளவுதானா?"

"இதைச் சொல்லிவிட்டு, உன் அழகுக்கு நன்றி கூறவும் வந்தேன். கமலா, உனக்கு அதனால் எதுவும் வருத்தமில்லையென்றால் என்பால் அன்புகொண்டு எனக்கு ஆசிரியராக இருக்கும்படி கேட்டுக்கொள்ள விரும்புவேன். ஏனென்றால் நீ கைவரப் பெற்றிருக்கும் அந்தக் கலையைப் பற்றி எனக்கு ஒன்றுமே தெரியாது." இதைக் கேட்டுக் கமலா வாய்விட்டுச் சிரித்தாள்.

"கானகச் சமணன் ஒருவன் என்னிடம் வந்ததையோ, என்னிடம் பாடங்கற்க விரும்பியதையோ நான் ஒரு நாளும் கண்டதேயில்லை. பழங்கந்தல் உடையும், நீள முடியும் கொண்ட சமணன் யாரும் என்றும் என்பால் வந்ததுமில்லை. பல இளைஞர்கள் என்னிடம் வருகிறார்கள். அவர்களில் பிராமணப் பிள்ளைகளும் உண்டு - ஆனால் அவர்கள் என்னிடம் வரும்போது நன்கு உடுத்து, ஜோடுகள் அணிந்து, சிகைக்கு நறுமணம் ஏற்றி, பைநிறையப் பணமும் கொண்டுதான் வருகிறார்கள். சமணனே, இப்படித்தான் இளைஞர்கள் என்னிடம் வருகின்றனர்."

சித்தார்த்தன் கூறினான்: "இதற்குள்ளாகவே நான் உன்னிடமிருந்து கற்றுக் கொள்ளத் தொடங்கியிருக்கிறேன். நேற்றே நான் சிறிது தெரிந்துகொண்டேன். என் தாடியைக் கூட இதற்குள் எடுத்துவிட்டேன். எண்ணையிட்டுத் தலைவாரிக் கொண்டிருக்கிறேன். நல்ல ஆடைகள், நல்ல பாதரட்சைகள், பையில் பணம், தவிர அப்படியொன்றும் என்னிடம் ஏதும் அதிகக் குறை இல்லையே, ஆரணங்கே! இவ்வற்பப்

பொருள்களைவிட மிகக் கடினமான சித்திகளை அடைய விரும்பிச் சித்தார்த்தன் அவற்றை அடைந்துமிருக்கிறான். நான் உன் நண்பனாக இருந்து, காதலின்பங்களைக் கற்க நேற்றே முடிவு செய்தபடி நான் ஏன் அடையக்கூடாது? கமலா, "நான் உனக்கு ஏற்ற மாணவன் என்பதைக் காண்பாய். எனக்கு நீ கற்பிக்க வேண்டியவற்றினும் மிக்க கடினமானவற்றை நான் கற்றிருக்கிறேன். ஆக ஆடைகளின்றி, பாதரட்சைகளின்றி, பணமும் இன்றி, தைலமிட்ட கூந்தலுடன் மட்டும் இருக்கும் சித்தார்த்தன் உனக்கு ஈடில்லை?"

கமலா நகைத்தாள், நவின்றாள்: "இல்லை. இன்னும் அவன் எனக்கு ஈடில்லை. அவனுக்கு ஆடைகள் வேண்டும். அழகிய ஆடைகள், பாதரட்சைகள், மேலான பாதரட்சைகள், பையில் நிறையப் பணமும் கமலாவுக்குப் பரிசுகளும் அவன் வைத்திருக்க வேண்டும். இப்பொழுது தெரிந்து கொண்டாயா? கானகச் சமண, இப்பொழுது புரிந்து கொண்டனையோ?"

"நன்றாகப் புரிகிறது" என்று கூவினான் சித்தார்த்தன். "இத்தகைய திருவாயிலிருந்து வருவதைப் புரிந்து கொள்ள நான் எப்படித் தவற முடியும்? புதிதாய் வகிர்ந்த அத்திப்பழம் போன்றிருக்கிறது உன் வாய். பாராய் கமலா, என்னுதடுகளும் சிவந்தும் புதிதாயும் இருப்பன. உன் உதடுகளுக்கு இணையானவை. ஆனால் எனக்குச் சொல்லு, அழகுக் கமலா, உன்னிடம் காதல் கற்க வந்த கானகச் சமணனிடம் உனக்கு ஒன்றும் அச்சமில்லையே."

"சமணன், முட்டாள் கானகச் சமணன், பெண்ணைப் பற்றி ஏதுமறியாத நரிக் கூட்டத்திலிருந்து வந்தவனிடம் நான் ஏன் அஞ்ச வேண்டும்?"

"ஓஹோ! சமணன் எதற்கும் அஞ்சாத நெஞ்சுரம் கொண்டவனாக்கும்! அழகியே, அவன் உன்னை வலிந்து கொள்ள முடியும். அவன் உன்னை அபகரிக்க முடியும். அவன் உன்னைத் துன்புறுத்த முடியும்!"

"இல்லை, சமண, நான் அஞ்சவில்லை. யாரேனும் தன்னிடம் வந்து, தன்னைத் தாக்கி, தனது ஞானத்தை, தனது பக்தியை, தனது சிந்தனா சக்தியைப் பறித்துக் கொள்ளக்கூடுமென்று எந்தச் சமணனாவது எந்தப் பிராமணனாவது என்றாவது அஞ்சியதுண்டா? இல்லை. ஏனெனில், அவையனைத்தும் அவனுக்கே உரியன. அவனாக விரும்பினால் மட்டுமே, விரும்பியதை மட்டுமே அவன் பார்த்துத்தான் வழங்க வேண்டும். அது போலத்தான்

கமலாவும் காதலின்பங்களும். கமலாவின் விருப்பத்திற்கு மாறாக மட்டிலும் அவற்றை முத்தமிட முயன்று பார். ஒரு துளி மதுரமும் அவற்றிலிருந்து உன்னால் பெற முடியாது. சித்தார்த்தா, நீ நன் மாணாக்கன். எனவே இதையும் தெரிந்து கொள். காதலை ஒருவன் யாசிக்கலாம். விலை கொள்ளலாம், பரிசாகப் பெறலாம், தெருக்களில் கூடக் காதலைப் பொறுக்கலாம். ஆனால் ஒருக்காலும் அதைப் பறிக்க மட்டும் முடியாது. நீ தவறாகப் புரிந்து கொண்டிருக்கிறாய். ஆம், உன்னைப் போன்ற கட்டிளங்காளை ஒருவன் இப்படித் தவறாக உணர்ந்திருப்பது பரிதாபம்தான்."

சித்தார்த்தன் வணங்கினான். வதனம் பூத்தான். "நன்று கூறினை, கமலா. அது பரிதாபம்தான். அது மிகப் பெரும் பரிதாபமாகத்தான் இருக்கும். இல்லை. உன் அதரங்களிலிருந்து மட்டுமல்ல, என் அதரங்களிலிருந்தும் கூட ஒரு துளி மதுரமும் வீணாகக் கூடாது. ஆகவே சித்தார்த்தன் தன்னிடம் இன்றில்லாத ஆடைகள், பாதரட்சைகள், பணத்துடன் மீண்டும் வருவான். ஆனால் அழகுக் கமலா, சொல்லு எனக்கு ஏதேனும் யோசனை சொல்லக்கூடாதா?"

"யோசனை? ஏன் கூடாது? அப்பாவியான ஒரு ஏழைச் சமணன், கானகத்து நரிகளிடமிருந்து தப்பி வந்தவனுக்கு யார்தான் விரும்பி யோசனை கூற மாட்டார்கள்?"

"அருமைக் கமலா, விரைவில் இம் மூன்றையும் பெற நான் எங்கே போகலாம்?"

"நண்பா, பல பேர் அதை அறிய விரும்புகிறார்கள். கற்றதைச் செய்து பொருளீட்ட வேண்டும். அதைக் கொண்டு ஆடைகளும், பாதரட்சைகளும் பெறலாகும். ஏழை ஒருவன் வேறெவ்வகையிலும் பெற முடியாது."

"என்னால் சிந்தித்திருக்க முடியும், விழித்திருக்க முடியும், பசித்திருக்க முடியும்."

"வேறொன்றும் இயலாதா?"

"இயலாதே! ஓ! ஒன்று முடியும். நான் பாடல் இயற்ற முடியும். நீ ஒரு பாடலுக்கு ஒரு முத்தம் கொடுப்பாயா?"

"உன் பாடல் என்னை மகிழ்வித்தால் அப்படியே செய்கிறேன். என்ன பாட்டு அது?"

திருலோக சீதாராம்

ஒரு கணம் சிரித்துவிட்டுச் சித்தார்த்தன் இந்தப் பாடலைப் பாடினான்.

"அழகொளிர் கமலை அடைந்தனள் தனது
அணிமலர்ச் சோலையுட் புக்கு
வழியிடைச் சோலை வாயிலில் ஆங்கு
நின்றிடு சமணமேனியனும்
செழிய செங் கமல மலர்விழி பருகிச்
சிந்தையுண் மகிழ்ந்தனன் வணங்கித்
தொழுதனன் வியப்பில் தோய்ந்திடக் கண்ட
தோகையும் நன்றெனக் கொண்டே
நகைமுகம் இலக, நன்றரோ நன்று
நாமினி இன்று தொட் டெந்த
வகையினும் அந்த வானவர் தம்மை
வழுத்தியே வரம்பல வேட்டுப்
புகைவதை விட்டுப் பொன்மகள் கமலைப்
பொற்பதம் போற்றுவ தொன்றே
மிகுபயன் அதுவே மேலெனத் துணிந்தான்
மேவிய சமண நல் இளையோன்."

பொன் வளைகள் குலுங்கி ஒலிக்க, கமலா பலமாகக் கை கொட்டினாள்.

"உன் பாடல் மிக நன்றாய் இருக்கிறது. சமண, உண்மையாகவே அது ஒரு முத்தம் பெறும்."

தன் விழிக் குறிப்பால், அவனை, அவள் அருகழைத்தாள். அவன் அவளுடன் முகத்தோடு முகம் புதைத்தான். புதிதாய் அரிந்தெடுத்த அத்திப்பழம் போன்ற அவளது இதழோடு இதழ் பொருத்தினான். கமலா அவனைச் சுவைத்து முத்தமிட்டாள். ஆகா, அவள்தான் தனக்கு எவ்வளவு கற்றுக் கொடுத்து விட்டாள்! எவ்வளவு கைக்காரி! எப்படித் தன்னை ஆண்டு கொண்டு விட்டாள். புறக்கணித்தாள். பசப்பினாள். பின் இந்த நெடு முத்தத்தைத் தொடர்ந்துதான் எத்தனை எத்தனை முத்தங்கள் வரிசையாகக் கொடுத்து விட்டாள். அத்தனையும் வெவ்வேறு வகை. இன்னமும் அவனுக்குக் காத்திருக்கிறது - என்றெல்லாம் உணர்ந்தபோது அவனுக்கே பெரு வியப்பாயிருந்தது. ஆழ்ந்த நெடுமூச்சிழுத்தவாறே அவன் அப்படியே சமைந்து நின்றான். கண் முன்னே மல்லாந்து கிடக்கிறதைக் கற்றுத் தேர்ந்த அறிவின் நிறைவில், அக்கணம், அவன் ஒரு குழந்தையைப் போல் வியப்புற்றான்.

“உன் பாடல் நன்றாய் இருக்கிறது. நான் மட்டும் பணக்காரியாக இருந்தால் அதற்கு நான் பணம் கொடுப்பேன். ஆனால் பாடலைக் கொண்டு உனக்கு வேண்டிய அவ்வளவு பணத்தைச் சம்பாதித்துக் கொள்வது கடினம். ஏனெனில், கமலாவின் நட்புறவு வேண்டுமெனில் உனக்கு நிறையப் பணம் வேண்டியிருக்கும்.”

“நீ எப்படி முத்தமிடுகிறாய்? கமலா.....” சித்தார்த்தன் நாக்குழறினான்.

“ஆம். கண்டிப்பாக, அதனால்தான் உடைகள், பாதரட்சைகள், வளையல்கள் மற்றும் போகப் பொருள்கள் ஒன்றும் குறைவின்றி நான் இருக்கிறேன். ஆனால் நீ என்ன செய்யப் போகிறாய்? சிந்தனை, உபவாசம், பாடல் இவற்றைத் தவிர வேறெதுவுமே நீ செய்ய முடியாதா?”

“எனக்கு வேள்விப் பாடல்களும்கூடத் தெரியும்” என்றான் சித்தார்த்தன். “ஆனால், அவற்றை இனி நான் பாட மாட்டேன். மந்திர வித்தைகளும் நான் அறிவேன். ஆனால் அவற்றை இனி நான் உச்சரிக்க மாட்டேன். நான் வேத பாராயணம் செய்திருக்கிறேன்..

“இரு” என்று இடைமறித்தாள் கமலா. “உனக்கு எழுதப் படிக்கத் தெரியுமா?”

“நன்றாய்த் தெரியும் எத்தனையோ பேர் அது செய்யக் கூடுமே.”

“பல பேருக்குத் தெரியாது. என்னால் முடியாது. உனக்கு எழுதப் படிக்கத் தெரிந்திருப்பது நல்லதாயிற்று. மிக்க நல்லது. மந்திர வித்தைகூட உனக்குப் பயன்படலாம்.”

அந்தச் சமயத்தில் ஒரு வேலைக்காரன் வந்து எஜமானியின் காதோடு ஏதோ சொல்லிப் போனான்.

“யாரோ என்னைக் காண வருகிறார்கள். சித்தார்த்தா, நீ உடனே போய்விடு உன்னை இங்கு காணக்கூடாது. நாளை உன்னை மறுபடியும் பார்க்கிறேன்.”

வேலைக்காரனிடம், அந்தப் புனிதப் பிராமணனுக்கு ஒரு வெள்ளைக் குப்பாயம் ஒன்றைக் கொண்டு வந்து கொடுக்குமாறு கட்டளையிட்டாள். என்னதான் நடைபெறுகிறதென்று முற்றும் உணராதவனாய், தோட்ட வீடு ஒன்றிற்குச் சுற்றிச் சுற்றிப் போகும் பாதையின் வழியாக அந்த வேலைக்காரனால் அழைத்துச் செல்லப்பட்டு, ஒரு வெள்ளைக் குப்பாயம் வழங்கப்பட்டான்.

புதர்களின் வழியாக, தலைகாட்டாமல், சோலையை விட்டு எவ்வளவு விரைவாக போகமுடியுமோ அவ்வளவு விரைவாய்ப் போய் விடுமாறு கட்டளையிட்டபடி, சித்தார்த்தன் வெளியேறினான்.

தனக்கு அறிவித்தபடியே நடந்து கொண்டான். காட்டு வழியிற் பழகியிருந்ததனால், அந்தச் சோலையை விட்டு, வேலி தாண்டி மெதுவாக வழி தடவிப் போனான். தனது வெள்ளுடையைக் கையில் சுருட்டி எடுத்துக் கொண்டு திருப்தியாகவே அவன் நகருக்குத் திரும்பினான். வழிப்போக்கர் சாலை ஒன்றின் வாசலில் நின்று மௌனமாகப் பிக்ஷை கேட்டான். வந்து விழுந்த துண்டுத் தோசையைப் பேசாமல் வாங்கிக் கொண்டான். ஒரு வேளை, நாளை தினம் சோற்றுக்காகப் பிச்சையெடுக்க வேண்டியிராது என்று அவன் எண்ணிக் கொண்டான். திடீரென்று ஒரு பெருமித உணர்ச்சி வந்து அவனைக் கவிந்து கொண்டது. அவன் இப்பொழுது சமணனல்ல. ஆகவே, அவன் பிக்ஷையெடுப்பதும் இனிப் பொருந்தாது.

கையிலிருந்த தோசைத் துண்டை நாயிடம் வீசிவிட்டு, உணவின்றி இருந்துவிட்டான்.

இந்த வாழ்க்கை சுலபமாக இருக்கிறது என்று சித்தார்த்தன் நினைத்தான். இதில் தொல்லைகள் இல்லை. நான் சமணனாக இருந்தபொழுது எதையெடுத்தாலும் தொல்லையாக இருந்தது. பயனற்றதாகவே முடிந்தது. முத்தம் கொடுக்கும் வித்தையைக் கமலா சொல்லிக் கொடுத்தது போன்று இப்பொழுது அவ்வளவு இருக்கிறது ஒவ்வொன்றும், எனக்கு இப்பொழுது ஆடைகள் வேண்டும், பணம் வேண்டும். அவ்வளவேதான். தூக்கம் கெடாமல் அடையக் கூடிய சுலப இலட்சியங்கள்தாம் இவை.

கமலாவின் நகர் மாளிகையைப் பற்றி முன்னமேயே கேட்டு வைத்துக் கொண்டு மறுநாள் அங்கு போய்த் தோன்றினான்.

அவனைப் பார்த்ததும், "ஏற்பாடெல்லாம் சரியாக இருக்கிறது காமஸ்வாமி தன்னை வந்து பார்க்க வேண்டுமென்று உன்னை எதிர்பார்க்கிறார். நகரில் அவர் பெரும் செல்வரான வியாபாரி. பிடித்திருந்தால் அவர் உன்னை வேலைக்கு வைத்துக் கொண்டு விடுவார். சமண, சமர்த்தாயிரு. மற்றவர் மூலம் உன் பெயரை அவரிடம் பிரஸ்தாபித்திருந்தேன். அவரிடம் கலந்து பழகு. அவர் சக்திமான். அதற்காக அவருக்கு மிகவும் பணிந்து போய் விடாதே. அவருக்கு நீ வேலைக்காரனைப்போல ஆகிவிடுவது எனக்கு விருப்பமில்லை. ஆனால் அவருக்குச் சமமாக இல்லையேல்

எனக்கு உன்னைப் பிடிக்காது. காமஸ்வாமிக்கு வயதும் சோம்பரும் அதிகமாகத் தொடங்கியிருக்கிறது. அவரைத் திருப்தி செய்தாயோ, உன் மேல் அவர் அபார நம்பிக்கை வைப்பார்" என்றாள்.

சித்தார்த்தன் அவளுக்கு நன்றியுரைத்து நகைபுரிந்தான். அன்றும், முதல் நாளும் அவன் சாப்பிடவில்லையென்று தெரிந்ததும், ரொட்டியும் பழமும் கொண்டு வந்து கொடுக்கச் சொல்லி உபசரித்தாள்.

பிரியும்போது அவனிடம் "நீ அதிர்ஷ்டசாலி" என்றாள் அவள். "ஒவ்வொரு வாசலாக உனக்குத் திறந்து கொண்டேயிருக்கிறதே அதெப்படி? உன்னிடம் வசியம் ஏதாவது இருக்கிறதா?"

சித்தார்த்தன் கூறினான்: "நேற்று நான் உன்னிடம் சொன்னேன். சிந்தித்திருத்தல், விழித்திருத்தல், பசித்திருத்தல் இவற்றை நான் அறிவேன் என்று. நீதான் அவற்றைப் பொருட்படுத்தவில்லை. ஆனால். கமலா, அவை மிகவும் பயனுடையனவென்பதை நீ காண்பாய். கானகத்து முட்டாள் சமணன் பயனுள்ள பலவற்றைக் கற்கிறான். தெரிந்து கொள்கிறான் என்பதும் நீ காண்பாய். முந்தாநாள்கூட பராரி பிச்சைக்காரனாகவேதான் இருந்தேன். நேற்றே நான் கமலாவை முத்தமிட்டாயிற்று; விரைவில் நான் ஒரு வணிகனாகி, செல்வமும், நீ மதிக்கும் எல்லாப் பொருளையும் அடைவேன்."

"மிகவும் சரி" அவள் ஏற்றுக் கொண்டாள். "ஆனால் நானில்லாமல் எப்படி இவற்றைச் சாதித்திருக்க முடியும்? கமலா உன் உதவிக்கு இருந்திராவிட்டால் நீ எங்கிருப்பாய்?"

"எனதருமைக் கமலா" என்று சித்தார்த்தன் கூறுவான்: "உன்னை வந்து சோலையில் அடைந்தபோது நான் முதலடி எடுத்து வைத்தேன். பேரழகியிடமிருந்து காதலைப் பற்றிக் கற்றறிய வேண்டுமென்பதுதான் எனது எண்ணம். அந்த முடிவுக்கு வந்த கணத்திலேயே, அதை நான் சாதிப்பேன் என்பதும் எனக்குத் தெரியும். நீ எனக்குத் துணைபுரிவாய் என்பதை நான் அறிவேன். சோலை வாசலில் உனது முதற் பார்வையிலேயே நான் அதை அறிந்து கொண்டேன்."

"நான் உன்னை விரும்பாமற் போயிருந்தாலோ?"

"ஆனால் நீ விரும்பினாய்! கேள், நீரில் ஒரு கல்லை நீ வீசி எறிந்தால், நீரின் அடிமட்டத்துக்கு விரைந்து சேரும் வழியில்தான்

அது ஊடுருவிப் பாயும். சித்தார்த்தன் ஒரு நோக்கம், ஒரு இலட்சியம் கொண்டுவிட்டாலும் அப்படித்தான். சித்தார்த்தன் ஒன்றும் செய்வதில்லை. அவன் காத்திருக்கிறான், அவன் சிந்திக்கிறான், அவன் உபவாசம் புரிகிறான். ஆனால் நீரில் ஊடுருவிச் செல்லும் கல்லைப் போன்றே அவனும் எச்செயலுமின்றி, பொங்கிச் சலிப்பதின்றி, புவிச் செய்திகளின் ஊடே தானே ஈர்க்கப்பட்டு அவற்றின் அடிப்படையைச் சென்று அடைந்து விடுகிறான். அவன் தனது இலட்சியத்தால் ஈர்க்கப்படுகிறான். ஏனெனில் இலட்சியத்தைத் தடுத்து நிற்கும் எதையும் அவன் தன் புத்தியிற் புக விடுவதில்லை. சமணர்களிடமிருந்து சித்தார்த்தன் கற்றது அதுதான். அதைத்தான் மூடர்கள் ஜாலமென்றும், குரளி வித்தையென்றும் பிதற்றுகின்றனர். பூத பைசாசங்களால் ஆவது ஒன்றுமில்லை. பூத பைசாசங்களே இல்லை. ஒவ்வொருவரும் ஜாலவித்தை செய்யலாம். சிந்தித்து, காத்து, பசித்திருந்தால் ஒவ்வொருவனும் தனது இலட்சிய சித்தி எய்தலாம்."

அவனைக் கேட்டுக் கொண்டேயிருந்தாள் கமலா. அவனது குரலை அவள் காதலித்தாள். அவனது கண்ணோக்கை அவள் மோகித்தாள்.

"என் அன்ப, ஒருவேளை நீ சொல்வது போலவவே அது இருக்கும்?" என்று அவள் மெதுவாக இயம்பினாள். "அதுவும் சித்தார்த்தன் ஒரு ஆண் அழகனாக இருப்பதனால்கூட இருக்கும். ஏனெனில் அவனது கண்ணோட்டம் மாதரை மகிழ்விப்பதால், அவன் அதிருஷ்டசாலி என்பதால்."

சித்தார்த்தன் அவளை முத்தமிட்டு விடைபெற்றான்.

"அப்படியே இருக்கட்டும் என் குருவே. என் பார்வை எப்பொழுதும் உன்னை மகிழ்விக்கட்டும். உன்னிடமிருந்து நல்லதிர்ஷ்டம் எப்பொழுதும் எனக்கு வரட்டும்."

~

மக்களிடையில்

வர்த்தகர் காமஸ்வாமியைக் காணச் சென்ற சித்தார்த்தன் ஒரு பெரிய மாளிகையை அடைந்தான். வேலைக்காரர்கள் வழிகாட்ட, ரத்தினக் கம்பள விரிப்பின் மீது நடந்து சென்று ஒரு அறையில், மாளிகை அதிபரின் வரவு நோக்கியிருந்தான்.

காமஸ்வாமி உள்ளே வந்தார். இன்மொழியும், கூர்ந்த - தெளிந்த நோக்கும், நரையோடிக் கொண்டிருக்கும் தலையும், இங்கித இயல்பும், சுறுசுறுப்பும் கொண்டவராக இருந்தார். அதிபரும் காணவந்தவரும் பரஸ்பரம் முகமன் கூறி வணக்கம் தெரிவித்துக் கொண்டனர்.

"கேள்விப்பட்டேன்" என்று வணிகர் தொடங்கினார். "தாங்கள் அந்தணர், கற்றறிந்தவர், ஒரு வணிகரிடம் வேலை பார்க்க விரும்புகிறீர்கள் என்று கேட்டேன். அந்தணரே, அப்படி வேலை பார்க்கும்படியாக, தங்களுக்குத் தேவை ஏதேனும் இருக்கிறதா என்ன?"

"எதுவுமில்லை" என்று விடையிறுத்தான் சித்தார்த்தன். "எனக்குத் தேவை எதுவும் இல்லை. ஒருக்காலும் தேவை எனக்கு இருந்ததில்லை. நெடுங்காலம் சமண சங்கத்திலிருந்து விட்டு நான் வந்திருக்கிறேன்."

"நீங்கள் சமணர்களிடையிருந்து வந்தால், தங்களுக்குத் தேவை இல்லாமல் எப்படி இருக்க முடியும்? சமணர்கள் தங்கள் உடைமைகளை முற்றும் துறந்தவர்கள் அல்லவா?"

"என்னிடம் உடைமை எதுவும் இல்லைதான்" என்று சித்தார்த்தன் கூறினான்: "அதுதானே தாங்கள் கருதிக் கேட்பது? எனது சொந்த விருப்பம் ஒன்று தவிர, நிச்சயமாக வேறு உடைமைகள் அற்றவன் நான். எனவே, எனக்கு தேவை என்பது ஒன்றும் இல்லை."

"அப்படியானால் உடைமைகளே இல்லாமல் நீங்கள் எப்படித்தான் வாழ முடியும்?"

"அதைப் பற்றி நான் நினைத்ததே இல்லை, ஐயா. உடைமைகள் இன்றி, ஏறத்தாழ மூவாண்டுகள் நான் இருந்திருக்கிறேன். எதைக் கொண்டு பிழைப்பது என்பது பற்றியும் நான் எண்ணிப் பார்த்ததுகூட இல்லை."

"அப்பொழுது பிறர் உடைமையில் நீங்கள் வாழ்ந்திருக்கிறீர்கள்?"

"அதுவே போல்தான் ஒரு வணிகர்கூட மற்றவர் உடைமைகளில்தான் வாழ்கிறார்."

"நன்று கூறினீர்கள். ஆனால், அவன் மற்றவர்களிடமிருந்து சும்மா எடுத்துக் கொள்வதில்லை. பதிலாகத் தனது பண்டத்தை அவர்களுக்குக் கொடுக்கிறான்."

"அதுதான் விஷயம். ஒவ்வொருவனும் எடுத்துக் கொள்கிறான். ஒவ்வொருவனும் கொடுக்கிறான். வாழக்கையே அதுபோல்தான்."

"சரி, நீங்கள் உடைமையற்றவராயிருந்தால், உங்களால் எதைக் கொடுக்க முடியும்?"

"தன்னிடம் உள்ளதைத்தான் ஒருவன் கொடுக்கிறான். ஒரு போர் வீரன் தன் வலிமையை, வியாபாரி பண்டத்தை, ஆசிரியன் கல்வியை, உழவன் நெல்லை, வலைஞன் மீனைக் கொடுக்கிறான்."

"மெத்தச் சரி, நீங்கள் எதைக் கொடுக்க இயலும்? கொடுக்கக்கூடியதாக எதை நீங்கள் கற்றிருக்கிறீர்கள்?"

"சிந்தித்திருக்க, காத்திருக்க, பசித்திருக்க என்னால் முடியும்."

"அவ்வளவுதானா?"

"அவ்வளவுதான் என்றே நினைக்கிறேன்."

"அவற்றால் என்ன பயன்? உதாரணமாக பசித்திருத்தல் அதனால் என்ன நன்மை?"

“ஆ..... அது மதிப்புயர்ந்தது. ஒரு மனிதனிடம் உண்பதற்கு ஒன்றுமில்லை என்றால் அவன் செய்யக் கூடிய திறமையான காரியம் உபவாசம்தான். இதை எடுத்துக் கொள்ளுங்களேன். சித்தார்த்தன் மட்டும் பசியோடிருக்கக் கற்றிருக்கவில்லையானால், பசி துரத்தும்போது, அவன் இன்றைய தினம், உங்களிடமோ அல்லது யாரிடமோ வேலைதேடி வந்துதானே தீரவேண்டும்? ஆனால், இப்பொழுது பாருங்கள், சித்தார்த்தன் அமைதியாகக் காத்திருக்க முடியும். அவன் பொறுமையற்றவன் அல்ல. அவனுக்குத் தேவை என்பது இல்லை. பன்னாட்கள் பசியைப் புறக்கணித்துவிட்டு அவன் அதைக் கண்டு சிரிக்க முடியும். ஆகையால், பசி பொறுத்தல் என்பது மிகவும் பயனுள்ளது ஒன்று அல்லவா?”

“சமண, நீர் கூறுவது சரிதான். சற்றுப் பொறும்.”

காமஸ்வாமி வெளியே சென்று ஒரு ஓலைச் சுருளுடன் திரும்பி வந்து, சுருளை அவனிடம் கொடுத்து, “கொஞ்சம் இதைப் படித்துக் காட்ட முடியுமா?” என்று கேட்டார்.

விற்பனை ஒப்பந்தம் ஒன்று வரையப்பட்டிருந்த அந்த ஓலைச் சுருளைப் பார்த்தான் சித்தார்த்தன். அதில் இருந்ததைப் படிக்கத் தொடங்கினான்.

“வெகு தரம்” என்று கூறி, காமஸ்வாமி கேட்டார்: “இந்தத் தாளில் ஏதாவது எழுதிக் காட்டுங்கள் பார்க்கலாம்” எழுது கோலையும் தாளையும் கொடுத்தார் அவர். சித்தார்த்தன் ஏதோ எழுதி அதைத் திருப்பிக் கொடுத்தான். காமாஸ்வாமி படித்தார்.

“எழுதுதல் நன்று - சிந்தித்தல் அதனினும் மேலானது. மதிநுட்பம் நன்று - பொறுமை அதனிலும் மேல்.”

“நீங்கள் நன்றாக எழுதுகிறீர்கள்” என்று அவனை வணிகர் மெச்சிக் கொண்டார். “நாம் பேச வேண்டியது இன்னும் அதிகம் இருக்கிறது. ஆனால், இன்றைக்குத் தாங்கள் என் விருந்தாளி. என் வீட்டில் தங்க வேண்டுகிறேன்.”

நன்றியுடன் சித்தார்த்தன் ஏற்றுக் கொண்டான். இப்பொழுது அவன், அவ்வணிகர் மாளிகையில் வாழ்கிறான். உடைகளும் ஜோடுகளும் அவனுக்குக் கொண்டு வந்து கொடுக்கப்பட்டன. அன்றாடம் ஸ்நானத்துக்கு வேலைக்காரன் தயார் செய்தான். இரண்டு வேளையும் சம்பிரமமான சாப்பாடு கிடைத்தது. ஆனாலும், அவன்

ஒரு வேளைதான் உணவருந்தினான். புலாலோ, மதுவோ அவன் தீண்டுவதில்லை.

காமஸ்வாமி, வியாபாரத்தைப் பற்றி அவனிடம் பேசினார். பண்டங்களையும், பண்டகசாலையையும், கணக்குகளையும் அவனுக்குக் காட்டினார். சித்தார்த்தன் பல புதுச்சேதிகளைத் தெரிந்து கொண்டான். அவன் கேட்டது அதிகம், பேசியது குறைவு. கமலாவின் சொற்கள் அவனுக்கு நினைவிருந்தன. வணிகனுக்கு அடிமையாகி விடாமல், சமதையாகவும் அதற்கு மேலாகவும் தன்னை அவன் நடத்துமாறும் செய்து கொண்டான். காமஸ்வாமி தனது வியாபாரத்தில் கவனமும் பற்றும் மிக்கவர். சித்தார்த்தனோ, ஒரு விளையாட்டில் ஈடுபடுபவன் எப்படி அதன் விதிகளை விரும்பி நன்றாகத் தெரிந்து கொண்டு, தனக்கு வருகிற வெற்றி தோல்வியிற் கலங்காது ஆடுவானோ, அப்படி நடந்து கொண்டான்.

தனது முதலாளியின் வியாபாரத்தில் இறங்கிப் பொறுப்பேற்றுக் கொண்டு விட்டபோது, சித்தார்த்தன் காமஸ்வாமியின் வீட்டில் அதிகம் தங்கவில்லை. ஒவ்வொரு நாளும், அவர் அழைத்துவிடும் போதெல்லாம் சென்று கமலாவைப் பார்த்து வருவான். நன்றாக உடுத்து, உயர்ந்த ஜோடுகள் அணிந்து அவள் முன் சென்றான். பரிசுகள் கூட அவளுக்குக் கொண்டு செல்லலானான். அறிவார்ந்த அவளது செவ்வதரங்களின் வாயிலாக பற்பல விஷயங்களை அவன் கற்றுக் கொண்டான். அவளது பூமென்கரங்கள் அவனுக்குப் பலவற்றைக் கற்றுக் கொடுத்தன. காதலைப் பற்றிய வரையில் சிறு பிள்ளையாக இதுகாறும் இருந்துவிட்டு, இப்பொழுது மட்டற்ற ஆவலுடன், கண்ணை மூடிக் கொண்டு, அதன் ஆழத்தில் துளைய எழுச்சியுற்றிருக்கும் அவன் தான் வழங்காமல் இன்ப சுகத்தை ஒருவன் பெற முடியாது என்றும் ஒவ்வொரு சைகையும், ஒவ்வொரு பார்வையும் உடலின் ஒவ்வொரு கணுவும், அறிந்து சுகிக்கத் தெரிந்தவனுக்கு இன்பந் தரும் அமுத நிலைகள் என்றும் - அவளால் கற்பிக்கப்பட்டான்.

கூடிய காதலர், பரஸ்பரம் ஒருவரை ஒருவர் வியந்து மகிழாமல் கெட்டுவிட்டோம் அல்லது கெட்டுப்போனோம் என்ற பயங்கர உணர்ச்சியோ, அலுப்பு, சலிப்போ வந்து விடாதவாறு முற்றும் ஒருவரை ஒருவர் ஆட்கொண்டும், ஆட்கொள்ளப்பட்டும் போகாமல், காதலர் ஒருவர் விட்டு ஒருவர் பிரிந்து போய்விடக்கூடாது என்றும் அவனுக்கு அவள் கற்றுக் கொடுத்தாள். அந்த சமர்த்தழகுத் தாசியுடன் அவன் விந்தைப் பொழுதோட்டினான். அவளது சீடனாய்,

காதலனாய், நண்பனாய் விளங்கினான். அவனது இந்த வாழ்வின் சாயுஜ்யம் கமலாவுடன்தான் இருந்ததேயல்லாமல், காமஸ்வாமியின் வியாபாரத்தில் அல்ல. முக்கியமான கடிதங்கள், கட்டளைகள் வரைவதை அவன்பால் விடுத்து, முக்கியமான விஷயங்களில் அவன் கருத்துக்கு இணங்கிப் போவதென்ற அளவுக்கு ஆகிவிட்டான் வணிகன். நெல், கம்பளி, கப்பற் சரக்கேற்றி இறக்குதல், வர்த்தக முறை இவை ஒன்றும் சித்தார்த்தனுக்கு விளங்குவதில்லை என்று சீக்கிரம் வணிகன் கண்டு கொண்டான். எனினும், அவனிடம் நல்ல சாமர்த்தியம் இருந்தது. புதிதாக வருகிறவர்களைப் பொறுமையாகக் கேட்டு அவர்களைக் கவர்ந்துவிடும் வல்லமை, அமைதி, சாந்தம் இவற்றில் வணிகனையும் தூக்கியடித்தான்.

நண்பர் ஒருவனிடம் வணிகன் சொன்னான்: "இந்தப் பிராமணன் ஒரு சரியான வியாபாரி அல்ல. வியாபாரம் அவனுக்கு வரவும் வராது. அந்த விஷயமே அவனுக்கு ஏறுவதில்லை. ஆயினும், ஜாதக விசேஷமோ, ஜாலவித்தையோ அல்லது சமணரிடம் கற்றதோ, வெற்றி ஒருவனை வலிய வந்தணையும் இரகசியம் மட்டும் அவனிடத்தில் இருக்கிறது. வியாபாரத்தோடு அவன் விளையாடுகிறான் என்றுதான் தோன்றுகிறது. அதை அவன் இலட்சியம் செய்வதில்லை. அது அவனுக்குப் பெரிதாகவே இல்லை. தோல்விக்கு அவன் என்றும் அஞ்சுவதில்லை. நஷ்டத்தைப் பற்றி அவன் கவலையுறுவதே இல்லை."

நண்பர் வணிகனுக்கு ஒரு வழி சொன்னார். "உங்கள் வாணிபத்தில் அவனைக் கூட்டாளியாக்கி, அவனுக்கு லாபத்தில் மூன்றில் ஒரு பங்கு கொடுங்கள். நஷ்டம் வந்தாலும் அவனுக்கு அந்த அளவு அதில் பங்குண்டு. அப்பொழுது அவனுக்கு அதிக ஊக்கம் வந்துவிடும்."

காமஸ்வாமி அந்த யோசனையைப் பின்பற்றினார். ஆயினும், சித்தார்த்தன் அதைப் பொருட்படுத்தவே இல்லை. லாபம் சம்பாதித்தபோது அமைதியுடன் அதை ஏற்றுக் கொண்டான். நஷ்டம் வந்து விட்டபோது, அவன் சிரித்துக் கொண்டே, "இந்த வியாபாரம் கெட்டுப் போயிற்று" என்று சொன்னான்.

உண்மையில் அவன் வாணிபத்தில் அக்கறை இல்லாதவனாகத்தான் தோன்றினான். ஒரு சமயம் நிறைய நெல் பிடிப்பதற்காக ஒரு கிராமத்திற்குச் சென்றான். அவன் அங்கு போய்ச் சேர்ந்தபோது சரக்கெல்லாம் வேறொரு வியாபாரிக்கு விற்கப்பட்டு விட்டிருந்தது. சித்தார்த்தன் என்னவோ அந்த கிராமத்திலேயே பல

நாள் இருந்துவிட்டான், குடியானவர்களோடு பொழுதோட்டினான், குழந்தைகளுக்குக் காசு கொடுத்தான். ஒரு கல்யாணத்திற்குப் போனான். திருப்தியோடு திரும்பி வந்துவிட்டான். போனோம் வந்தோம் என்றிராமல், பொழுதையும் பணத்தையும் வீணாக்கிவிட்டு வந்தது பற்றி காமஸ்வாமி கடிந்து கொண்டார். "எனது அருமை நண்பரே, என்னை வையாதீர். வசவால் ஒன்றும் கிடைத்துவிடுவதில்லை. ஏதாவது நஷ்டம் வந்திருக்குமானால் நான் ஏற்றுக் கொள்கிறேன். இந்தப் பயணத்தால் நான் மிகவும் திருப்தியடைந்திருக்கிறேன். பலபேருடன் பழகினேன். ஒரு பிராமணனுடைய ஸ்நேகம் கிடைத்து. குழந்தைகள் என் முழங்காலைக் கட்டிக் கொண்டார்கள். உழவர்கள் தங்கள் வயல்களைச் சுற்றிக் காட்டினார்கள். ஒருவரும் என்னை வியாபாரியாகவே கருதவில்லை."

"ரொம்ப அழகுதான். ஆனால், நீ உண்மையில் ஒரு வியாபாரி, அல்லது வெறுமனே உன் சந்தோஷத்துக்காகவா பிரயாணம் செய்தாய்?"

"ஆமாம், என் சொந்த சந்தோஷத்திற்காகவே பிரயாணம் செய்தேன்" என்று சிரித்துக்கொண்டே சொன்னான் சித்தார்த்தன். "ஏன் கூடாது? புதிய இடங்களையும் மக்களையும் பார்த்தேன். அவர்களின் நம்பிக்கை, நட்பு இவற்றை அனுபவித்தேன். நான் காமஸ்வாமியாக மட்டும் இருந்திருப்பேனாயின், சரக்குக் கொள்முதல் செய்ய முடியாமற்போனதும், வெறுத்துச் சலித்து, அதை விட்டகன்று வந்து விட்டிருப்பேன். காலமும் பணமும் எப்படியும் வீணாய்த்தான் போயிருக்கும். ஆனால், நானோ அங்கு இன்ப நாட்கள் பல கழித்தேன். நிறையத் தெரிந்து கொண்டேன். பரபரத்து, வெறுப்புற்று, என்னையோ பிறரையோ துன்புறுத்திக் கொள்ளாமல் பெருமகிழ்வடைந்தேன். ஒருவேளை பின் அறுவடைகளில் கொள்முதலுக்காகவோ, வேறு காரியமாகவோ நான் அங்கு எப்போதேனும் செல்வேனானால், நண்புடை மக்கள் வரவேற்பார்கள். முன்னர் அவசரப்படாமலும், கசந்து கொள்ளாமலும் இருந்தோமே என்றெண்ணி அப்பொழுது நான் பெரும் மகிழ்வு எய்துவேன். எப்படியோ, நண்பா, விடு. திட்டுவதனால் உனக்கு நீயே துன்பிழைத்துக் கொள்ளாதே. சித்தார்த்தன் எனக்கே கேடு சூழ்கிறான் என்று நீ எண்ணுகின்ற நாள் ஒன்று எப்பொழுதாவது வந்தால், ஒரு வார்த்தை சொல்லவிடு. சித்தார்த்தன் தன் வழியே போய்விடுவான். அதுவரையிலும், எப்படியும் நாம் நல்ல நண்பர்களாக இருப்போம்.

தன்னுடைய, காமஸ்வாமியினுடைய, சோற்றை அவன் தின்று கொண்டிருக்கிறான் என்று சித்தார்த்தனுக்கு உணர்த்தும் வணிகனின் முயற்சிகளும் பயனிலவாயின.

சித்தார்த்தன் தன் சொந்தச் சோற்றைத்தான் சாப்பிடுகிறான். இன்னும் சொன்னால், அனைவருமே பிறருடைய சோற்றை ஒவ்வொருவருடைய சோற்றையும்தான் உண்ணுகிறார்கள்.

காமஸ்வாமியின் தொல்லைகளைப் பற்றியெல்லாம் சித்தார்த்தன் கவனிப்பதில்லை. காமஸ்வாமிக்குத் தொல்லைகள் அதிகம். ஒரு காரியம் தோற்றுப் போகும்போல் இருந்தால், சரக்கு ஏதேனும் முழுகிப் போனால், கடன்காரன் ஒருவன் பணம் கொடுக்க முடியாமற் போவான் என்று தோன்றினால், அதற்காக நெற்றி சுருக்குவது, சீறிச் சினமொழி கூறுவது, தூக்கம் கெடுவது இவற்றால் ஏதும் பயன் உண்டு என்று அந்தக் கூட்டாளிக்கு நிரூபிக்கயலாது போயிற்று காமஸ்வாமிக்கு.

தன்னிடமிருந்துதான் அவன் எல்லாம் தெரிந்து கொண்டான் என்ற விஷயத்தை, காமஸ்வாமி ஒருசமயம் அவனுக்கு நினைவூட்டியபோது, "இந்தா, அப்படியெல்லாம் ஏய்க்காதே. உன்னிடமிருந்து நான் தெரிந்து கொண்டது ஒரு கூடை மீன் என்ன விலை, கடன் கொடுத்தால் எவ்வளவு வட்டி வாங்க உரிமை கொண்டாடலாம் என்பவைதான். அதுதான் உனது 'அறிவு'. எனது அருமை காமஸ்வாமி, சிந்திப்பது எப்படி என்பதை உன்னிடமிருந்து நான் கற்றுக் கொள்ளவில்லை, அதை என்னிடமிருந்து நீ கற்றுக் கொள்வது மேல்."

அவனது இதயம் வியாபாரத்தில் இல்லவே இல்லை. கமலாவுக்கு வேண்டிய பணத்தை அவன் கொடுப்பதற்கு அது உதவியாயிருந்தது. அவனுக்கு உண்மையாக எவ்வளவு தேவையோ அதற்கு மேலும் அது கொண்டு வந்தது. இன்னும் சித்தார்த்தனுடைய பரிவும் வியப்புமெல்லாம் எங்கோ கண்காணாத இடங்களிலிருந்து வந்த மக்களின்பால் சென்றன. அவர்தம் உழைப்பு, தொல்லைகள், இன்பங்கள், மடமைகள் இவை யாவும் எவரும் அறியாது, சந்திரனைக் காட்டிலும் தொலைவில் இருந்தனவே. ஒவ்வொருவரிடமிருந்தும் கற்றுக் கொள்வது இவையெல்லாம் மிகவும் எளிதென்றே அவன் கண்டபோதிலும், அவர்களிடமிருந்து தன்னை ஏதோ ஒன்று பிரித்து வைத்திருக்கிறது என்று மட்டும் அவன் மிகத் தெளிவாக உணர்ந்திருந்தான். இதற்குக் காரணம் உண்மையில் அவன் ஒரு சமணனாக இருந்திருக்கிறான் என்பதே.

திருலோக சீதாராம்

குழந்தைத் தன்மையில் அல்லது விலங்கைப் போன்ற வழியில் வாழ்ந்து கொண்டிருக்கும் மக்களை அவன் கண்டான். அதை அவன் விரும்பினான். எண்ணவும் செய்தான். அவர்கள் பாடுபடுவதை அவன் கண்டான். உழைப்புக்கேற்ற ஊதியம் என்று அவனுக்குத் தோன்றாத பொருள்களுக்காக, பணத்திற்காக, அற்ப சுகங்களுக்காக, அற்பப் பெருமைகளுக்காக, அவர்கள் வருந்தி வெளுத்துப் போவதைக் கண்டான். ஒருவரை ஒருவர் நிந்தித்து அடித்துக் கொள்வதை அவன் கண்டான். சமணர்கள் எதைக் கண்டு நகைக்கிறார்களோ அந்தத் துக்கங்களினால் அவர்கள் ஓலமிட்டழுவதை - சமணன் சட்டை பண்ணாத கஷ்ட நஷ்டங்களில் அவர்கள் வருந்துவதை - அவன் கண்டான்.

ஜனங்கள் அவன்பால் கொண்டுவந்த அனைத்தையும் அவன் ஏற்றுக் கொண்டான். அவனிடம் பட்டு விற்க வந்த வியாபாரிக்கு வரவேற்புக் கிடைத்தது. கடன் வாங்கவந்த கடனாளிக்கு வரவேற்பிருந்தது. ஒரு பிச்சைக்காரன் - ஆயினும் சமணனைப்போல் அத்துணை ஏழையல்ல - வந்து ஒரு நாழிகை நேரம் தன் வறுமையின் கதையை விரித்தான், அவனுக்கும் வரவேற்புதான்.

தனக்கு வேலை செய்த நாவிதன், பழம் விற்றுப் பணம் பறிக்கும் அங்காடிக்காரன், அந்நிய நாட்டுப் பணக்கார வர்த்தகன், எல்லாரையும் ஒன்றாகவே நடத்தினான். காமஸ்வாமி வந்து, ஏதோ காரியம் இவனால் கெட்டுப் போயிற்றென்று கடிந்து, அதனால் தனக்கு நேர்ந்த தொல்லைகளைக் கூறினால், வியப்போடும் கவனித்துக் கேட்டுக்கொண்டிருந்து, பின் அவனைப் பார்த்து மலைத்துப்போய், அவனைப் புரிந்து கொள்ள முயன்று, அவசியமென்று பட்டால் அவனுடன் சற்று இணக்கமும் காட்டி, பின் தனக்காகக் காத்துக் கொண்டிருக்கும் அடுத்த பேர் வழியின் பக்கம் திரும்பிக் கொள்வான். ஆம்! பலபேர் அவனிடம் வந்தார்கள் - அவனோடு பேரம் பண்ண, பலர் அவனை வஞ்சிக்க, பலர் அவனைக் கேட்க, பலர் அவனது தயவைப்பெற, பலர் அவனது உபதேசங்களைச் செவிமடுக்க, அவன் உபதேசம் செய்தான். அவன் தயவு காட்டினான், அவன் கொடைகள் வழங்கினான். சற்றே தன்னை ஏமாற்றவும் அனுமதித்தான்; கடவுளரிடமும் பிரம்மத்திடமும் தனது சிந்தை குடி கொள்ளுமாறு முன்னர் அவன் செய்திருந்தது போலவே இந்த மனிதர்கள் ஆவலுடன் புரிகிற இந்த விளையாட்டுகளிலும் தன் சிந்தையைச் செலுத்தியிருந்தான்.

சீரிய மென்குரல் ஒன்றைத் தன்னுள் சிலவேளை அவன் கேட்டான். தெளிவின்றி அமைதியாக அவனை நினைவுறுத்தியது அது, அமைதியாக அவனைக் குறைகூறிற்று. உடனே, தனக்கு அந்நியமான ஒரு வாழ்வைத் தான் நடத்திக் கொண்டிருப்பதைத் தெளிவாய் உணர்ந்தான் அவன். தான் களிப் பெருக்கில் இருப்பதும், சில சமயம் இன்பங்கள் துய்ப்பதும், எனினும் வாழ்வுண்மை தன்னை ஒட்டாமல் கடந்து விரைந்து கொண்டிருப்பதும், வெறும் விளையாட்டாகவே தான் பல காரியங்கள் புரிவதையும் கண்டான். தனது பந்துகளை வீசி விளையாடும் ஆட்டக்காரன்போல், அவன் தனது வியாபாரத்தோடும், சுற்றியுள்ள மக்களோடும் விளையாடினான். அவர்களைக் கவனித்து வேடிக்கையுறக் கணடிருந்தான். எனினும், இதயத்தால், மெய் இயல்பால் அவன் அங்கில்லை. அவனது நிஜஸ்வரூபம், எங்கோ வெகு தொலைவில் திரிந்து கொண்டிருந்தது. அவனுடைய வாழ்க்கையுடன் அதற்கு ஒன்றுமே இல்லை.

இவ்வெண்ணங்களை அவன் சில சமயம் அஞ்சினான். சாட்சிபூதனாக மட்டுமே தான் அங்கிருந்து கொண்டிருப்பதைவிட, அவர்களுடைய வாழ்வை வாழ்ந்து, அதைத் துய்த்து குழந்தைத்தனமான அவர்தம் அன்றாடச் செய்திகளில் விரும்பிக் கலந்து கொண்டு வாழக்கூடுமானால், அதை அவன் விழைந்தான்.

அழகி கமலாவை நாள்தோறும் தவறாது சென்று கண்டு கொண்டான். மற்றெதனிலும்விட, அதனில் கொள்வதும் கொடுப்பதும் ஒன்றேயாகி விடுகிற காதற் கலையைப் பயின்று கொண்டான். அவன் அவளுடன் உரையாடினான். அவளிடம் பாடம் கற்றான், அவளுக்கு ஆலோசனை கூறினான், அவளிடம் ஆலோசனை கேட்டான். முன்னர் அவனைக் கோவிந்தன் அறிந்து கொண்டிருந்ததைக் காட்டிலும் நன்றாய் அவள் அறிந்து கொண்டு விட்டாள். பெரிதும் அவனைப் போல அவள் இருந்தாள்.

அவன் ஒரு தடவை அவளிடம் கூறினான் : "நீ என்னைப்போலவே இருக்கிறாய். மற்றவர்களின் வேறாக விளங்குகிறாய். நீ கமலாதான், வேறு யாருமல்ல. உன்னுள், ஒரு நிச்சலமும் நான் செய்ய முடிவது போல, எந்நேரத்தில் வேண்டுமாயினும் நீ நீயாகவே சென்று ஒடுங்கிவிடக் கூடிய புனித ஆலயம் ஒன்றும் படைத்திருக்கிறாய். சிலருக்கே அந்த வல்லமையுண்டு. எனினும் ஒவ்வொருவருமே அதைப் பெறலாகும்."

"மனிதர் அனைவரும் சமர்த்தர் அல்லர்" என்றாள் கமலா.

“அதொன்றுமில்லை, கமலா” என்று சித்தார்த்தன் கூறுவான்: “என்னைப் போன்றுதான் காமஸ்வாமியும் சமர்த்தர், ஆயினும் அத்தகைய ஆலயத்தை அவர் பெற்றிருக்கவில்லை. அறிவுத் தெளிவில் குழந்தையாக இருக்கும் மற்றவர்கள் அதைப் பெற்றிருக்கின்றனர். கமலா, அநேகர் காற்றில் அலைக்கழிக்கப்பட்டு, சலசலத்துப் பின் வீழும் உதிர் சருகுகள் போன்றிருக்கின்றனர். வேறு சிலரோ வகுக்கப்பட்ட கதியில் விரைகின்ற தாரகைகளைப் போன்று தம்மில் தமது கதியும் ஒளியும் பெற்றவர்களாய், காற்றால் அணுகப்படாதவராய் இருக்கின்றனர். நானறிந்த ஞானியர் பலரினும், இவ்வகையில் நிறைவுற்றுத் திகழ்ந்த ஒருவர் இருந்தார். அவரை என்றுமே நான் மறக்கவியலாது. அவர் இந்த மார்க்கத்தின் தேசிகர், கௌதமர். அன்றாடம் ஆயிரக்கணக்கில் இளைஞர்கள் அவரது உபதேசங்களைக் கேட்கின்றனர். நாழிகை தோறும் அவருடைய கட்டளைப்படி அவர்கள் நடக்கின்றனர். என்றாலும், அவர்கள் யாவரும் உதிர் சருகுகளே. தம்மில் ஞானமும் கதியும் அவர்கள் பெற்றிருக்கவில்லை.”

கமலா அவனை நோக்கினாள்; முறுவலித்தாள். “மறுபடியும் அவரைப் பற்றியே பேசிக்கொண்டிருக்கிறாய். மீண்டும் உனக்குச் சமண சிந்தனைகள் இருக்கின்றன” என்றாள் அவள்.

சித்தார்த்தன் பேசாதிருந்தான். பின்னர், கமலா தேர்ச்சி பெற்றிருந்த முப்பது நாற்பது வகையான இன்ப லீலைகளில் ஒன்றை அவர்கள் விளையாடினர். வேடன் கை வில்லையும், வீறு கொண்ட வேங்கையையும் நிகர்த்து, வளை லாகவத்துடன் இருந்தது அவளது உடல், காதற் கலையை அவளிடம் கற்போர் இன்பங்கள் பலவும் ரகசியம் பலவும் கற்பர்.

நெடுநேரம் அவள் சித்தார்த்தனோடு ஆடல் புரிந்தாள். அவன் முற்றும் அயர்ந்துபோய், தளர்வுற்று அவளருகு வீழ்ந்துவிடும் வரையில், அவனை மறித்தொதுக்கியும், அவனைக் கவிந்து புதைத்து அணைந்தும், அவனை ஆட்கொண்டும், தனது வெற்றியில் அவள் களித்தாள்.

அந்தத் தாசி, பின்னர், அவன்மீது தாழக்குனிந்து அவனது முகத்தையே நெடு நேரம் நோக்கியிருந்தாள். சோர்ந்து கிடந்த அவனது விழிகளின் உள்ளே பார்த்தாள்.

“நான் அடைந்த பெருங்காதலன் நீயே!” என்று உளமார அவள் உரைத்தாள். “யாரினும் லாகவமிக்கவன் நீ, ஆவல் மிக்கவன்,

வலிமை மிக்கவன். சித்தார்த்தா, என் கலையை முறையாக முற்றும் கற்று விட்டாய். என்றோ ஒரு நாள், என் முதுமையில், உன்னிடமாக ஒரு மகவைப் பெறுவேன். ஆயினும், எனதன்ப, நீ ஒரு வைராக்ய சமணன். நீ என்னை உண்மையிற் காதலிக்கவில்லை. யாரையும் நீ காதலிக்கவில்லை. அல்லவா?"

"இருக்கலாம்" என்று சித்தார்த்தன் களைப்புற்று உரைத்தான். "நான் உன்னைப் போல இருக்கிறேன். நீ யாரையும் காதலிக்க முடியாது. இல்லையேல் காதலை ஒரு கலையாக நீ எப்படிப் பயில முடியும்? ஒருவேளை, நம் போன்றோர் காதலிப்பது இயலாது. சாதாரண ஜனங்களால் இயலும் அதுதான் அவர்களின் ரகசியம்."

~

சம்சாரம்

சித்தார்த்தன், நெடுங்காலம் உலகத்தின் வாழ்வை, அதனில் ஒட்டாமல் வாழ்ந்து வந்தான். தனது சமண வைராக்ய காலத்தில் அவன் ஒடுக்கி வைத்திருந்த புலன்கள் மீண்டும் எழுப்பப் பெற்றன. செல்வங்களை, ஆசைகளை, அதிகாரத்தை அவன் ருசி பார்த்தான். எனினும் உள்ளத்தாற் சமணனாகவே நெடுங்காலம் அவன் இருந்தான். கெட்டிக்காரியான கமலா இதை உணர்ந்து கொண்டு விட்டாள். அவனது வாழ்க்கை எப்பொழுதும், சிந்தனை விழிப்பு உபவாசம் ஆகிய கலையால் சீராய் நடந்தது. உலகத்து மக்கள், பாமர மக்கள் அவனுக்கு இன்னமும் எட்டியே இருந்தனர்.

அவர்களிலிருந்து அவன் விலகியிருந்தது போன்றே, ஆண்டுகள் கடந்து ஏகின. சுகமான சந்தர்ப்பங்களால் கவியப் பெற்றிருந்த சித்தார்த்தன் ஆண்டுகள் கடந்து போவதைக் கவனிக்கவில்லை. அவன் பணக்காரனானான். அவனுக்குச் சொந்தவீடும், சொந்த ஏவலாளரும், நகர்ப்புறத்தே ஆற்றங்கரையில் சொந்தத் தோட்டம் ஒன்றும் ஏற்பட்டிருந்தது. மக்கள் அவனை விரும்பினர். தங்களுக்கு பணமோ யோசனையோ வேண்டும்போது அவன்பால் அவர்கள் வந்தனர். என்றாலும், கமலா ஒருத்தி போக, மற்றபடி அவனுக்கு உற்ற நண்பர்கள் யாருமில்லை.

அந்த மகோன்னதமான தெளிந்த விழிப்பு - கோவிந்தனை அகன்றபின் கோதமரின் உபதேசங்களுக்குப்

பிறகு, அந்நாளில், தனது இளமையில் அவன் ஒரு தடவை அனுபவித்தது அந்தவிழிப்பு நிலை -ஆசிரியர்களும் அறவுரைகளுமின்றித் தனித்து நிற்கவல்ல பெருமிதம் - இதயத்தினின்றெழும் தெய்வீகக் குரலைக் கேட்பதற்கு எழுச்சியுற்ற ஆவல் பக்குவம் - அது, படிப்படியாய் வெறும் நினைவு என்றாகி, மறைந்தும் விட்டது. பீறிடும் அப்புனித ஊற்றுக்கண் அது அவனருகிலேயே ஒரு சமயம் இருந்தது. ஒரு சமயம் அவனுக்குள் இசையாய் எழுந்து ஒலித்தது; இப்பொழுது தொலைவில் எங்கோ மெல்ல முணுமுணுத்தது. எளிய வாழ்க்கை, சிந்தனை இன்பம், தியான காலம், உடலோ உணர்ச்சியோ அல்லது இறுதியற்று அழிவற்று விளங்கும் ஆன்மாவைப் பற்றிய உள்ளறிவு பெற்றிருத்தல் என்று இப்படி எவ்வளவோ அவன் சமணர்பால் கற்றிருந்தவை, கோதமரிடமிருந்து, அவனது தந்தையிடமிருந்து, அந்தணரிடமிருந்து அவன் கற்றுக் கொண்டவை. இவற்றை அவன் நெடுங்காலம் போற்றியே வைத்திருந்தான். இவற்றில் பலவற்றை அவன் காப்பாற்றிக் கொண்டான். மற்றவை புழுதி மூடி அமுங்கிவிட்டன.

ஒரு தடவை சுழற்றி விடப்பட்ட குயவன் சக்கரம் நெடுநேரம் சுழன்று கொண்டிருந்தது, பின் மெதுவாய்ச் சுழன்று, நின்றும் விடுவது போலத்தான். சித்தார்த்தனுடைய ஆன்மாவின் துறவுச் சக்கரம், சிந்தனைச் சக்கரம், விவேகச் சக்கரமும் நெடுநாள் நில்லாது சுழன்றது. இன்றும் சுழன்றது, ஆனால், மந்த கதியிலும் தயங்கியும் சுழன்றது, ஏறக்குறைய ஓய்ந்துபோகும் நிலைக்கும் வந்து விட்டது.

பட்டுப்போய்க் கொண்டிருக்கும் அடிமரத்தில் ஈரம் தாக்கி உள்ளே சுவர்ந்து உளுக்கச் செய்வது போன்றே, உலகும் பாசமும் சித்தார்த்தனின் ஆன்மாவிற் படர்ந்தன. அவனது ஆன்மாவில் அது சுவர்ந்தது. அதைக் கனமாக்கியது. களைப்புறச் செய்தது, அதை உறக்கத்தில் ஆழ்த்தியது. ஆனால், மறுபுறம் அவனது புலன்கள் அதிகமாய் விழித்துக் கொண்டன, நிறையத் தெரிந்து கொண்டன, நிறையத் துய்த்தன.

வியாபார விஷயங்களைக் கொண்டு செலுத்த, மக்களை அதிகாரம் பண்ண, மாதருடன் களிக்க அவன் தெரிந்து கொண்டு விட்டான். பகட்டான உடைகள் அணிய, சேவகரை ஏவலிட, களப நீராட அவன் கற்றுக் கொண்டுவிட்டான். ருசியாய் உண்ணத் தெரிந்துக் கொண்டான். மீன், மாமிசம், கோழிக்கறி, மசாலை, இனிப்புகள் என்று பக்குவமாய் உணவு தேடிக்கொண்டான். மெய்மறந்து சோம்பர் கொள்ளச் செய்யும் மதுபானம் கற்றுக்

கொண்டான். சூதும் சதுரங்கமும் ஆட, நாட்டியம் காண, பல்லக்கில் ஏறிச் செல்ல, மெத்தையில் உறங்க, அவன் கற்றுக் கொண்டான். ஆனால், மற்றவர்களில் இருந்து தான் தனிப்பட்டவன், பெரிய மனிதன் என்று எப்பொழுதும் எண்ணினான். உலக மாந்தரை எஞ்ஞான்றும் சமணர் பழிப்பது போன்றே இவனும் மற்றவரைச் சற்றே எள்ளியும் பழித்தும் இழிவுடன் பார்த்தான். காமஸ்வாமி நிலை குலைந்தால், தனக்கு அவமதிப்பு வந்ததாய் எண்ணினால், வியாபாரத்தில் தொல்லைப்பட்டால், எப்பொழுதும் அவனைப் பரிகாசத்துடனேயே சித்தார்த்தன் பார்த்தான். ஆனால், மெதுவாக அவனறியாமலே, அவனது பரிகாசமும் பெருமிதமும் காலப்போக்கில் தணிந்தன. தனது பெருகும் செல்வத்துடன், சாதாரண மக்களின் பாவனைகள் சிலவற்றையும் அவர்களின் பிள்ளைச் சிறு பேதமைகள் சிலவற்றையும் அவர்தம் சஞ்சலங்களையும் படிப்படியாக இவனும் அடைந்தான். ஆயினும் அவர்களைக் கண்டு ஆற்றாமை கொண்டான். அவர்களைப் போல இவன் ஆக ஆக மேலும் அவர்கள் மீது அழுக்காறடைந்தான். தனது குறைவாகவும் அவர்களின் நிறைவாகவும் உள்ள ஒன்றைப் பற்றி அவர்களிடம் அவன் அழுக்காறடைந்தான். அது, தங்கள் வாழ்வை அவர்கள் வாழ்ந்த பிடிப்பு, அவர்தம் இன்பதுன்பங்களின் ஆழம், அவர்தம் இடையறாத காதல் ஊக்கத்தின் ஏக்கம் மிகுந்த இனிய ஆனந்தம்.

இம் மக்கள் தங்கள்பாலும் தங்கள் குழந்தைகளிடமும், பதவி அல்லது பணத்திலும், திட்டங்கள் அல்லது நம்பிக்கைகளிலும் எப்பொழுதும் காதல் கொண்டிருந்தனர். ஆனால், அவர்களிடமிருந்து இவற்றை, கபடற்ற இன்பங்கள் பேதமைகளை அவன் கற்றுக் கொள்ளவில்லை. மாறாக, தான் இகழ்ந்து வந்த துன்பங்களை மட்டுமே அவர்களிடமிருந்து கற்றுக் கொண்டான். மாலை முழுவதும் உல்லாசமாய் இருந்துவிட்டு, வெகுநேரம் கழித்து அதிகாலையில்தான் படுக்கையில் போய் விழுவதும் களைத்து ஒன்றும் வாடாமலிருப்பதும் என்றிப்படி அடிக்கடி நிகழ்ந்தது. காமஸ்வாமி வந்து தனது இடர்பாடுகளை அவன் விரித்துத் தொலைத்தால் அவன் பொறுமையிழந்து எரிச்சல் கொள்வான். சூதில் அவன் தோற்றால் அப்போது பெரிதும் உரத்துச் சிரிப்பான். மற்றவர்களைவிட அறிவும் திறமையும் அதிகமாகப் பொலிந்தது அவன் முகம். ஆயினும் அவன் சிரிப்பது அரிதாயிற்று. பணக்காரர்களிடம் சகஜமாய் காணப்படுகிற நோய்ப்பாங்கு, வெறுப்பு, சோம்பர், கடுகடுப்பு ஆகிய பாவனைகள் யாவும் படிப்படியாய் அவன் முகத்திலும்

தோன்றியது. பணக்காரர்களின் ஆன்மத் தேய்வு அவன்மீதும் மெதுவாகப் படர்ந்தது.

ஒரு திரைபோல், மென்படலம்போல் ஒரு ஆயாசம் சித்தார்த்தன் மீது வந்தமர்ந்தது. மெதுவாக ஒவ்வொரு நாளும் கொஞ்சம் அது அடர்ந்து, ஒவ்வொரு திங்களும் சிறிதே செறிவுற்று, ஒவ்வொரு ஆண்டிலும் சற்றே கனம் ஏறியது. ஒரு புத்துடை காலத்தாற் பழசுபட்டுப் போகிறது. தனது வண்ணப்பொலிவை இழக்கிறது. கரைக் கட்டுகள் விட்டுப் போகின்றன. பின்னர் இங்குமங்குமாக நைந்து, இழைகள் பிரிந்துவிடுகின்றன. கோவிந்தனைப் பிரிந்த பின்னர் தொடங்கப் பெற்ற சித்தார்த்தனுடைய புதிய வாழ்வும் பழசாகி விட்டது. அவ்வாறே, கழிந்து போகும் ஆண்டுகளுடன் அது தனது பகட்டையும் பொலிவையும் இழந்தது. கறைப்பட்டுச் சுருக்கம் கண்டது. அடியில் கிடந்தவை சற்றே இங்குமங்குமாக வெளிப்படலானதும் குமட்டியது. சித்தார்த்தன் இதனைக் கவனிக்கவில்லை, தன்னில் ஒரு சமயம் விழிப்புற்று, தனது உன்னத நேரங்களில் எப்பொழுதும் தன்னை இயக்கி வந்த - ஒளி மிகுந்த துல்லியமான அந்த உட்குரல் ஓய்ந்து போயிருந்ததை மட்டுமே அவன் கவனித்தான்.

உலகம் அவனைப் பற்றிக் கொண்டது. இன்பம், பொருளிச்சை, சோம்பர், இறுதியாக அவன் எப்பொழுதும் வெறுத்து, பெரும் பேதமை என்று இகழ்ந்தானே அந்த சொத்துச் சேர்க்கும் உணர்ச்சியும் அவனை இறுகப் பற்றிக் கொண்டன. அந்தஸ்து, உடைமைகள், செல்வங்கள் இவை அவனைத் தங்கள் பொறியில் இறுதியாகப் பிடித்து அடைத்து விட்டன. இன்னமும் அவை விளையாட்டாக ஒரு பொம்மையாக இருக்கவில்லை, அவை ஒரு சங்கிலியாக, சுமையாக ஆயின. சித்தார்த்தன் சூதாடலானான். இறுதியில் படுமோசமாகச் சரிந்து விடுவதும், அவனுக்கு அடுக்காததுமான அந்தத் தீய வழியில் அவன் நீளத்திரிந்தலைந்தான். சாதாரண மக்களைப் போல் சகஜமாகச் சிரித்துக் கொண்டு முன்பு அவன் ஆடிய சூதாட்டம் - சித்தார்த்தன் சமண வைராக்யத்திலிருந்து நழுவிய பின்னர் அவனில் பெருகிய ஒரு வேகத்துடன், பணத்துக்காகவும் அணிகளுக்காகவும் ஆடலானான். அவன் கைதேர்ந்த ஆட்டக்காரன். அலட்சியமாக அவன் கட்டுகிற பணயங்களுக்கு ஈடுகொடுத்து அவனுடன் கவறாடும் துணிவுடையார் சிலரே. ஆழ்ந்த தாபத்துடன் அவன் ஆடினான். ஆடித் தீர்ப்பதிலும், அற்பப் பணத்தைச் சூறைவிடுவதிலும் அவன் ஒரு உணர்ச்சிப் பரவசமடைந்தான். வியாபாரிகளின் ஆஷாட பூதித்தனம்-செல்வம்

இவற்றின்பாலுள்ள தனது வெறுப்பைப் பட்டவர்த்தனமாகவும் அவமதிப்புடனும் புலப்படுத்த இதைவிட வேறெவ்வழியும் அவனால் முடியாது. எனவே, ஆத்ம கண்டனத்தோடு, தன்னையே வெறுத்து, சற்றும் கூசாது பெரும் பணயங்கள் சொன்னான். ஆயிரக்கணக்கில் கெலித்தான், ஆயிரக்கணக்கில் விட்டெறிந்தான். பணத்தை இழந்தான், அணிகள் இழந்தான், வீடிழந்தான், மறுபடியும் பிடித்தான், மீண்டும் இழந்தான். சூதில் பணயம் வைத்துவிட்டு முடிவுக்காகக் காத்திருக்கும்போது அவன் அடையும் பயங்கரமான ஆவல், கொடிய ஆவல், அவனுக்குப் பிடித்திருந்தது. இந்த உணர்ச்சியை மோகித்து, அதை விடாமல் புதுப்பித்துக் கொண்டிருக்க, வளர்க்க, தூண்ட அவன் விழைந்தான். ஏனெனில் இவ்வுணர்ச்சி ஒன்றில்தான் ஒரு வகை மகிழ்ச்சி இருந்தது அவனுக்கு ஒருவகைக் கிளர்ச்சி இருந்தது. ஆவலற்று, சூடுதணிந்து, சாரமற்றுப்போன தனது வாழ்வில் ஒரு பேருயிர்ப்பை அவன் காண முடிந்தது. ஒவ்வொரு பெரு நஷ்டத்திற்குப் பிறகும் புதுச் செல்வம் திரட்டுவதில் அவன் ஈடுபட்டான். வியாபாரத்தில் பேரூக்கத்துடன் இறங்கிக் கடன்காரர்களை நெருக்கினான். ஏனெனில், அவன் மறுபடியும் ஆட விரும்பினான். மீண்டும் பணத்தைச் சூறையிட விரும்பினான். மீண்டும் செல்வத்தின்பால் தனது வெறுப்பைக் காட்ட விரும்பினான்.

நஷ்டங்கள் வந்தபோது சித்தார்த்தன் பொறுமையிழந்தான். மெத்தனமாய் கடன் தீர்ப்பவர்களின்பால் பொறுமையிழந்தான். அவனுக்குப் பிச்சைக்காரர்களிடம் இப்பொழுது பரிவில்லை. ஏழைகளுக்குக் கடன் உதவுவதிலோ, கொடைகள் வழங்குவதிலோ இப்பொழுது அவனுக்கு இச்சையில்லை. சூதாட்டத்தில் பணயமாகப் பதினாயிரம் வீசி எறிந்து சிரிக்கும் அவனே வியாபாரத்தில் கஞ்சனாகவும் அற்பனாகவும் ஆனான். சில சமயம் இரவில் பணக் கனவு கண்டான். இந்தத் தீய சாபத்தினின்று எப்போதேனும் அவன் விழித்துக் கொள்ளும்போதெல்லாம், படுக்கையறையிற் பதித்திருந்த நிலைக் கண்ணாடியில் தனது முகத்தைக் கண்டு, அது கிழடு தட்டி அவலட்சணமாகியிருந்ததைக் கண்டான். வெட்கமும் வெறுப்பும் கொண்ட போதெல்லாம் மறுபடியும் ஓடினான். சூதாட்டத்தை நாடி ஓடினான். குழப்பமடைந்து காமத்தையும் கள்ளையும் தேடி ஓடினான். அங்கிருந்து செல்வம் சேர்க்கவும் பதுக்கிக் கொள்ளவும் வேண்டுமென்று எழுந்து மறுபடியும் திரும்பினான். இந்த மடமைச் சூழலில் சிக்கி அயர்ந்து வயோதிகனாய், பிணியாளனாய்த் தேய்ந்து போனான். பின்னர் ஒரு கனவு அவனை உணர்த்திற்று. மாலையில் கமலாவுடன் அவளது லலித சுகவனத்தில் இருந்தான். பேசிக்

கொண்டே மரத்தடியில் அவர்கள் அமர்ந்திருந்தனர். கமலா சற்று அழுத்தமாய்ப் பேசினாள். துக்கமும் அயர்வும் அவளது சொற்களில் தொனித்தன. கௌதமரைப் பற்றித் தனக்குக் கூறுமாறு, அவரது கண்கள் எவ்வளவு அழகு, அவரது புன்னகை எத்துணை மோகனம், அவரது முழு இயல்பும்தான் எவ்வளவு சாந்தம் என்றெல்லாம் கேட்டும் தனக்கு ஆவல் தணியவில்லையென்றும், தனக்கு அவற்றை மேலும் கூறுமாறு கேட்டாள். உத்தம புத்தரைப் பற்றி அவளுக்கு நெடுநேரம் அவன் சொல்ல வேண்டியிருந்தது. கமலா சோகத்துடன் இயம்பினாள்; "ஒருநாள், விரைவிலே கூட, நானும் புத்தமார்க்கத்தினள் ஆவேன். எனது இன்பச் சோலையை அவருக்குக் கொடுத்துவிட்டு அவருடைய உபதேசங்களில் எனக்குப் புகல் தேடுவேன்."

ஆனால், பின்னர் அவள் அவனை மையலுறப் புரிந்தாள். மறைந்தோடிவிடும் சுகத்தின் கடைசி இன்பத் துளியை மற்றும் ஒருமுறை உறிஞ்சிவிட விரும்பியவளைப் போல, மட்டற்ற ஆவலுடன் வெறியுடன், கண்ணிற் புனலாட, இன்ப லீலையில் அவனை ஆறத் தழுவினாள். காமம் மரணத்துக்கு எவ்வளவு அருகில் இருந்தது என்பது முன்னர் எப்பொழுதும் சித்தார்த்தனுக்கு அவ்வளவு ஆச்சரியமாகத் தெளிவானதே இல்லை.

பிறகு அவளருகில் அவன் கிடந்தான். கமலாவின் முகம் அவன் முகத்துடன் நெருங்கி இருந்தது. அவளது கண்களின் கீழும் அவளது வாயின் கடைகளிலும், முதன் முதலாக ஒரு துயரக் குறியை அவன் கண்டான். பழுத்து உதிரும் பருவத்தை, முதுமையை நினைவூட்டுகிற ஒரு குறிப்பு கோடுகளும் சுருக்கங்களும் நாற்பதே வயதான சித்தார்த்தன் தானே தன் கருங்குழலில் இங்குமங்குமாக நரைமயிர்களை கவனித்தான். கமலாவின் அழகு முகத்தில் தளர்ச்சி வரையப்பட்டிருந்தது. ஆனந்தமானதொரு லட்சியம் எதுவுமற்ற, நெடிய பாதையின் வழியே நீளத் தொடர்வதினின்றும் ஒரு தளர்ச்சி; மரண பயம், முதுமை அச்சம், வாழ்வு பழுத்து உதிரப்போகும் காலம் பற்றிய நுணுக்கம், ஒருக்கால் தானறியாதவாறு தனக்குள் இருக்கின்ற பயம் வெளிப்படாமல் உள்ளுக்குள் மறைவாய் அடிகோலிக் கொண்டிருக்கும் முதுமையும் தளர்ச்சியும்.

இதயத்தே வேதனையையும் உள்ளச்சமும் கொண்டவனாய் பெருமூச்சுடன் அவளிடம் விடைபெற்றான் அவன்.

குடிகூத்திகளுடன் இரவைத் தன் வீட்டில் கழித்தான் சித்தார்த்தன். இனியும் மேலானவனாக இல்லாதபோதும், உடனிருப்போர் முன்

உயர்ந்தவன்போல் நடித்தான். மிகுதியும் மது அருந்திவிட்டுப் பின்னர் களைத்து - என்றும் தள்ளாடிக் கொண்டு, கிட்டத்தட்ட நிராசையால் கண்களில் புனல் சொரிய, நள்ளிரவுக்குப் பிறகு படுக்கைக்குச் சென்றான். வீணில்தான் அவன் தூங்க முயன்றது. அப்படித் துயரால் நிறைந்து கிடந்தது அவனிதயம். இனியும் தாங்க முடியாதென்று அவன் உணர்ந்தான். சுவை கெட்ட கள்ளைப் போலவோ, ஆழமில்லாமல், மிகைப்பட்ட இன்னிசை போலவோ, நாட்டியப் பெண்களின் அளவு மீறிய புன்னகை போலவோ, அல்லது அவர்தம் கொங்கைகளிலும் கூந்தலிலும் எல்லை மீறித் திமிர்ந்த கலபம் போலவோ ஒரு குமட்டல் தன்னில் நிறைந்தவனாய் இருந்தான் அவன். எல்லாவற்றையும்விட, தான், தனது பரிமள சிகை, தன் வாய்ச் சாராய நாற்றம், தொள தொளத்த தசைத்தோல் யாவுமே அவனுக்குக் குமட்டின. அதிகமாகத் தின்று குடித்துவிட்டவன், சிரமப்பட்டாவது வாந்தியெடுத்துச் சற்று நிம்மதி பெறுவது போல, இந்த இன்பங்களையும் பொருளற்ற பாமரப் பழக்கங்களையும் எப்படியேனும் கக்கித் தொலைக்க வேண்டுமென்றே அவன் விழைந்தான். பொழுது விடியும் தறுவாயில் வீட்டுக்கு வெளியே நடமாட்டம் தொடங்கும்போது தான் அவற்றை வெளியே கக்கிவிட்டுப் பின்னர் அரை மயக்கத்தில் இருந்தான். தூங்குவதற்கு ஒரு வாய்ப்பு. அப்பொழுது அவன் ஒரு கனவு கண்டான். சிறிய பொற்கூட்டில் அபூர்வமான பாட்டுக்குருவி ஒன்றைக் கமலா வைத்திருந்தாள். அந்தப் பறவையைப் பற்றித்தான் அவன் கனவு கண்டான். வழக்கமாகக் காலையில் பாடுகிற இந்தப் பறவை ஊமையாகிவிட்டது. அது இவனுக்கு வியப்பாய்ப் போகவே, அவன் சென்று கூட்டினுள் பார்த்தான். அச் சிறு பறவை செத்துத் தரையில் விறைத்துக் கிடந்தது. அவன் அதை வெளியே எடுத்தான். ஒரு கணம் தன் கையில் வைத்திருந்து பின்னர் அதைப் பாதையில் வீசி எறிந்தான். அப்போது அவன் திகில் அடைந்தான். தன்னுள் இருந்த மதிப்புள்ள நல்லதனைத்தையும் அந்தச் செத்த பறவையோடு சேர்த்து வெளியே வீசி எறிந்துவிட்டதுபோல் அவன் நெஞ்சு வலித்தது. இந்தக் கனாவிலிருந்து விழித்துக் கொண்டபோது, பெருந்துயர உணர்ச்சி ஒன்று அவனைக் கவிந்து அழுத்தியது. பயனற்ற, அறிவற்ற முறையில் தன் வாழ்வைக் கழித்துவிட்டதுபோல் அவனுக்குத் தோன்றியது. எவ்வகையிலேனும் அரியதான, மதிக்கத்தக்க எதுவும், சத்தான எதுவும் அவனிடம் இல்லை. உடைந்து மூழ்கிய கப்பலினின்றும் தப்பிப் பிழைத்த ஒருவன் கரையில் நிற்பது போல் அவன் தனியாக நின்றான்.

சித்தார்த்தன், துயருடன் தனது உத்யான வனம் ஒன்றையடைந்தான். வாயில்களை அடைத்த ஒரு மாமரத்தின் அடியில் அமர்ந்தான். இதயத்தில் பீதியும் மரணமும் உணர்ந்தான். படிப்படியாக எண்ணங்களை ஒன்றாய்த் திரட்டி, நினைவுக்குத் தட்டுப்படுகிற அடிநாளிலிருந்து வாழ்க்கை முழுவதிலும் மானசீகமாக நடந்தான். உண்மையாக அவன் மகிழ்ந்து இருந்தது எப்பொழுது? உண்மையாக அவன் ஆனந்தத்தை அனுபவித்தது எப்பொழுது? சரி, இதைப் பலமுறை அவன் துய்த்திருக்கிறான்; தனது பிள்ளைப் பிராயத்தில், அந்தணர்களிடம் பாராட்டுகள் பெற்றபோது, சமவயதினரை அவன் வென்றுவிட்டபோது, வேத சுலோகங்களை உச்சரிப்பதில் தன்னையே தான் விஞ்சியபோது, கற்றறிந்தாருடன் விவாதித்தபோது, வேள்விகளில் அவன் பணி செய்தபோது, இதை அவன் அனுபவித்திருக்கிறான்.

"அதோ, நீ நடந்தேகும் பொருட்டு உன் முன் ஒரு பாதை விரிந்து கிடக்கிறது. கடவுளர் உனக்காகக் காத்துக் கொண்டிருக்கின்றனர்" என்று தனக்குள்ளாகவே அவன் உணர்ந்தான். பின்னர் தொடர்ந்து மேலும் ஓங்கி வளர்கிற தனது லட்சியம், உடனொத்த சாதகர் கூட்டத்தின் உள்ளும் வெளியிலுமாகத் தன்னை நெட்டித் தள்ளியபொழுது, அந்தணர்தம் அறிவுரைகளைப் புரிந்து கொள்ள அவன் பாடுபட்டபோது, ஒவ்வோர் புதிய அறிவும் மற்றோர் புதிய ஆவலை உண்டாக்கிவிட மேலும் அந்தத் தாகத்தினிடையே, அவன் முயற்சிகளின் நடுவே, "மேற்செல், மேற்செல், இதுவே உன்பாதை." என்று நினைத்தான். வீட்டை விட்டு வெளியேறி சமண வாழ்வை மேற்கொள்ள முடிவு செய்தபோது, மறுபடியும் சமணர்களைவிட்டு அந்த மகானிடம் சென்றபோது, பின்னர் அவரையும் விட்டு எங்கென்று அறியாமற் சென்றபோதும் அந்தக் குரலை அவன் கேட்டிருக்கிறான். அந்தக் குரலை அவன் கேட்டு எவ்வளவு காலம் ஆகிவிட்டது. அவன் உயரப்பறந்து, இப்பொழுது எவ்வளவு காலம் ஆகிவிட்டது! அவனது பாதை எப்படித் தாழ்ந்து பாழாய்க் கிடக்கிறது! மேலான லட்சியம் எதுவுமின்றி, யாதொரு தாகமுமின்றி, மாண்பேதுமின்றி சிற்றின்பங்களுடன் அமைந்து, ஆயினும் உண்மையாக இன்னும் திருப்தியடையாமல் எத்தனை எத்தனை ஆண்டுகளைக் கழித்து விட்டான்! இதனையறியாமல், இந்த ஏனைய மக்களைப் போன்று, இந்தக் குழந்தைகளைப் போன்று, தானும் இருக்க வேண்டுமென்று இத்தனை ஆண்டுகளாய் ஆவலுடன் பாடுபட்டு விட்டான். ஆயினும், அவர்களின் வாழ்வைவிட இன்னமும் இவன் வாழ்க்கை படுமோசமாகவும் தரித்திரமாகவுமே

திருலோக சீதாராம்

ஆகிவிட்டிருக்கிறது. ஏனெனில், அவர்களது லட்சியம் அல்ல, இவனுடையது. அவர்களின் துயரங்களும் அல்ல, இவனுடையவை. காமஸ்வாமியைப் போன்ற மக்களின் இவ்வுலகம் முழுதும் அவனுக்கு ஒரு விளையாட்டாகவும், எட்டி நின்று பார்க்கும் வேடிக்கையாகவுமே இருந்து வந்திருக்கிறது. கமலா ஒருத்தி மட்டுமே அருமையானவளாயிருந்தாள் அவனுக்கு மதிப்புள்ளவளாக இருந்தாள். ஆனால், இன்னமும் அப்படி இருக்கிறாளா அவள்? அவனுக்கு இன்னமும் தேவையா அவள் - அப்படி ஒரு முடிவற்ற விளையாட்டையா அவர்கள் ஆடிக் கொண்டிருக்கிறார்கள்? அதற்காக வாழ்வு தேவையா? இல்லை. இவ்விளையாட்டுத்தான் சம்சாரம், ஒரு பிள்ளை விளையாட்டு, ஒரு முறை, இருமுறை, பத்துமுறை ஆடினால் ஒரு வேளை அனுபவிக்கக்கூடிய விளையாட்டு. ஆனால், சதா ஆடிக்கொண்டிருப்பது தகுமா? பின்னர், விளையாட்டு முடிந்துவிட்டது என்றும், இனியும் தான் விளையாட இயலாதென்றும் சித்தார்த்தன் உணர்ந்தான். அவன் உடலுக்குள் ஒரு நடுக்கம் அதிர்ந்தது. எதுவோ ஒன்று தனக்குள் இறந்துபட்டதென்று அவன் உணர்ந்தான்.

தந்தையைப் பற்றி எண்ணியவாறு, கோவிந்தனைப் பற்றி எண்ணியவாறு, கௌதமரைப் பற்றி எண்ணியவாறு மாமரத்தடியில் அன்றைப் போதெல்லாம் அவன் அமர்ந்திருந்தான். இவர்களையெல்லாம் அவன் துறந்தது மற்றொரு காமஸ்வாமி ஆவதற்காகவா?

இரவு கவியும் வரை அவன் அங்கு அமர்ந்திருந்தான். அவன் மேலே நோக்கி நட்சத்திரங்களைக் கண்டபோது எண்ணினான்: "எனது இன்பச் சோலையில், எனது மரத்தடியில் இங்கே, நான் உட்கார்ந்து கொண்டிருக்கிறேன்.." இலேசாக முறுவல் பூத்தான். அது தேவையா? அது சரியா? ஒரு சோலையும் ஒரு மாமரமும் அவனுக்குச் சொந்தமாக இருக்க வேண்டும் என்பது பேதமையன்றோ? அத்துடன் விட்டான். அவனில் அதுவும் செத்தது. அவன் எழுந்தான். இன்பச் சோலைக்கும் மாமரத்துக்கும் ஒரு கும்பிடு போட்டான். அன்று அவன் சாப்பிடவில்லையாதலினால் மிக அதிகமாகப் பசித்தது. அப்பொழுதில் நகரில் உள்ள தன் வீட்டைப் பற்றி, தனது அறையையும், படுக்கையையும் பற்றி, உணவு நிறைந்த மேடையைப் பற்றி நினைத்தான். தளர்ச்சியுடன் சிறுநகை செய்தான், தலையை ஆட்டினான், இந்தப் பொருள்களுக்கும் ஒரு கும்பிடு என்றான்.

அதே இரவில் சித்தார்த்தன் தனது சோலையை நீங்கினான். நகரை நீங்கினான். பிறகு ஒருக்காலும் திரும்பவே இல்லை. கொள்ளைக்காரர்களிடம் அவன் அகப்பட்டுக் கொண்டிருப்பான் என்று நம்பி, அவனைக் கண்டுபிடிக்க, காமஸ்வாமி நெடுங்காலம் முயன்றார். அவனைக் கண்டுபிடிக்கக் கமலா முயலவில்லை. சித்தார்த்தன் மறைந்துவிட்டான் என்று அறிந்தபோது அவள் வியப்படையவில்லை. எப்பொழுதும் எதிர்பார்த்ததுதானே இது? வீடு வாசலற்ற யாத்ரீகன், சமணன் அல்லவா அவன்? கடைசிச் சந்திப்பின்போதே எப்போதையும்விட அதிகம் இதை அவள் உணர்ந்துவிட்டாள். அவனை இழந்துவிட்ட மன வேதனையின் இடையிலும், அந்தக் கடைசி நேரத்தில் அவனைத் தனது இதயத்தில் நெருங்கச் சேர்த்து அணைத்துக் கொண்டு விட்டதை எண்ணி அவள் மகிழ்ந்தாள். அவ்வளவு தூரம் தான் அவனால் உரிமை கொள்ளப்பட்டு ஆட்கொள்ளப்பட்டதுபோல் அவளுக்குத் தோன்றிற்று.

சித்தார்த்தன் மறைவைப் பற்றிய முதல் சேதி கேட்டபோது, அருமையான ஒரு பாட்டுக் குருவியை அவள் அடைத்து வைத்திருந்த பொற்கூடு இருந்த சாளரத்திற்கு அவள் சென்றாள். கூட்டின் கதவைத் திறந்தாள்; பறவையை வெளியே எடுத்தாள், பறந்து போகுமாறு அதை விட்டு விட்டாள். மறைந்து போய்க் கொண்டிருந்த பறவையை நெடுநேரம் அவள் பார்த்தாள். அன்றிலிருந்து யாரையும் அவள் தன் வீட்டில் ஏற்பதில்லை, வீட்டை மூடியே வைத்தாள். சித்தார்த்தனுடன் தனது இறுதிச் சந்திப்பின் விளைவாக இப்பால் தான் கருவுற்றிருப்பதை உணர்ந்தாள்.

~

ஆற்றுப் படுகை

நகரினின்றும் தொலைவிற் சென்றுவிட்ட சித்தார்த்தன் காட்டுக்குள் திரிந்தான். ஒன்று மட்டும் அவன் அறிவான். அவன் பின்வாங்க முடியாது. பல ஆண்டுகள் அவன் வாழ்ந்த வாழ்க்கை முடிந்து விட்டது. திகட்டும் வரையில் சுவைத்தது. வடிந்தும் விட்டது. அதன் சாவைப் பற்றிக் கனாக்கண்டானே அந்தப் பாட்டுக்குருவி அவன் இதயத்தில் இருந்த பறவை -அது செத்துவிட்டது. சம்சாரத்தில் அவன் இறுகப் பிணிப்புண்டிருந்தான். தன்னில் முற்றும் நிறைய தண்ணீரே உறிஞ்சிக் கொள்ளும் கடற்பஞ்சு போன்றது, எல்லாப் பக்கங்களில் இருந்தும் அருவெறுப்பையும் அழிவையும் தன்னுள் வாங்கி நிறைத்துக் கொண்டு விட்டான். அவன் ஏய்ப்பால் நிறைந்து, இடுக்கண் நிறைந்து, அழிவால் நிறைந்து போயிருந்தான். அவனைக் கவர்கிற அவனுக்கு ஆறுதலும் ஆனந்தமும் தருகிற எதுவுமே உலகில் எஞ்சியிருக்கவில்லை.

மறதியில் மறைய, ஓய்ந்து கிடக்க, செத்துக் கிடக்க ஆவலுடன் அவன் விரும்பினான். தன்மேல் ஒரு இடி விழாதா? ஒரு புலி வந்து தன்னைத் தின்னாதா? தனக்கு நிச்சிந்தை தரவல்ல, மறக்கடிக்கக் கூடிய, ஒருநாளும் விழித்தெழாமல் தூங்கிப் போகுமாறு செய்யவல்ல ஏதேனும் மது, நஞ்சு இருக்காதா? தன்னைத்தானே அவன் போட்டுப் புரட்டி எடுக்காத எவ்வகை கும்பியாவது இருந்ததுண்டா? அவன் செய்யாத பிழை, பாவம் ஏதேனும்? அவன் பொறுப்பாளியாகாமல் அவனது ஆன்மாவில் படிந்த கறை ஏதேனும்? பின்னர் இனி

அவன் வாழ ஒண்ணுமா? மீண்டும் மீண்டும் மூச்சு வாங்கி, மூச்சு விட்டு, பசித்து, மறுபடியும் உண்டு, மீண்டும் உறங்கி, மாதருடன் மறுபடியும் முயங்க இனியும் இடமுண்டா? இந்த வட்டம் அவனுக்குத் தீர்ந்து முடிந்துவிடவில்லையா?

காட்டில் அந்த நெடுந்தியை அடைந்தான் சித்தார்த்தன். கௌதமரின் நகரை விட்டு வந்தபோது, இளைஞனாக அவன் இன்னுமிருந்தபோது, ஒரு சமயம் தோணிக்காரன் ஒருவன் கடத்தி விட்டானே அதே ஆறுதான் இது. ஆற்றருகே தயங்கி நின்றான். களைப்பும் பசியும் அவனை மெலிவுறச் செய்தன. மேலும் அவன் ஏன் இனிச் செல்ல வேண்டும்? எங்கே? எதற்காக? ஏதும் இனி வேறு காரியம் இல்லை. இந்தக் கலங்கிய கனவை உதறிவிட, பழசாகிப்போன இந்தக் கள்ளைத் துப்பிவிட, கசந்து நலிவுதரும் இந்த வாழ்வுக்கு ஒரு முடிவு கட்ட, ஆழ்ந்த முயற்சி மிக்க ஆவல் ஒன்று தவிர அங்கு வேறொன்றுமில்லை.

ஆற்றங்கரையில் ஒரு மரம் இருந்தது. தென்னை மரம். சித்தார்த்தன் அதன்மேல் சாய்ந்தான். அதன் அடிமரத்தைக் கையால் அணைத்தவாறே தனக்குக் கீழே ஓடிக் கொண்டிருந்த தண்ணீரிற் குனிந்து பார்த்தான். அதில் வீழ்ந்து முழுகிப் போய்விட வேண்டுமென்ற ஆவலால் நிறைந்தான். அவனது ஆன்மாவின் பயங்கர சூன்யத்தை தண்ணீரின் சீதளத் தெளிவு தெரியக் காட்டிற்று. ஆம், அவன் இறுதியில் இருக்கிறான். தன்னையே துடைத்து விடுவது, தோற்றுப்போன தனது வாழ்வின் கட்டுக்கோப்பை அழிப்பது, அதைத் தூர வீசியெறிவது, கடவுள்களால் பரிகசிக்கப்படுவது இவையல்லாமல் இனி அவனுக்கு வேறெதுவும் இல்லை. அவன் செய்துவிட ஆவல் கொண்ட செயல், தான் வெறுத்த அந்த வடிவத்தை அழித்து விடுவதுதான். சித்தார்த்தன் என்னும் நாயோன், இந்தப் பித்தன், அவசரப்பட்டு அழுகிக் கொண்டிருக்கும் இவ்வுடல், கெடுக்கப்பட்டு உறங்கியும், போன இந்த ஆன்மா, இதை மீன்கள் விழுங்கட்டும், மீன்களும் முதலைகளும் அவனை விழுங்கட்டும், பூதங்கள் அவனைச் சிறுசிறு துண்டுகளாய்க் கிழிக்கட்டும்.

பேதலித்த முகத்துடன் தண்ணீரில் வெறிக்கப் பார்த்தான். தன் முகம் தெரியக்கண்டான். அதன்மீது காறி உமிழ்ந்தான். அடிமரத்திலிருந்து கையை எடுத்தான். தலைக்குப்புற வீழ்ந்து அதன் அடியிற் போய்விட வேண்டிச் சற்றே திரும்பினான். மூடிய கண்களுடன் மரணத்தை நோக்கி அவன் வளைந்தான். பின், அவனது ஆன்மாவின் ஆழப்பகுதி ஒன்றிலிருந்து, அவனது களைத்த

திருலோக சீதாராம்

வாழ்வின் இறப்பிலிருந்து, ஒரு ஒலியை கேட்டான். சிந்திக்காமல், தெளிவின்றி அவன் உச்சரித்த, பண்டுதொட்டு அந்தணர் தம் அருள் வேட்டல் அனைத்தின் முதலும் முடிவுமாய் அமைந்து பிரம்மம் அல்லது பரமன் என்று பொருள்படுகிற, பிரணவம் ‘ஓம்’ எனும் ஒரு சொல், ஒரு அசைதான் அது. சித்தார்த்தன் செவிகளில் ஓங்காரம் வந்தொலித்த போதில், உறங்கிக் கிடந்த அவனது ஆன்மா பட்டென்று விழித்துக் கொண்டது. தனது செயலின் பிழையை அவன் உணர்ந்து கொண்டான்.

சித்தார்த்தன் மிகுந்த திகில் அடைந்தான். இதற்காகவா அவன் வந்துற்றான்? அப்படித் தன்னை இழந்திருந்தான். அப்படிக் குழம்பிப் போனான், அப்படி விளங்காமற் போனான், அதனால்தான் மரணத்தை நாடினான். இந்த ஆசை, சிறு பிள்ளைத்தனமான ஆசை, அவ்வளவு பலமாக அவனுள் வளர்ந்து விட்டது. உடலை அழித்துக் கொள்வதன் மூலம் அமைதியைக் காண.

சமீப காலத்து வேதனைகள், இந்த நிராசை அனைத்தும். பிரணவம் அவனது உள்ளுணர்விற் பொலிந்தபோது, பண்டுபோல் அவனை அவ்வளவாகப் பாதிக்கவில்லை. தனது பாதகங்களையும் குற்றங்களையும் அவன் புரிந்து கொண்டான்.

“ஓம்.” உண்முகமாய் உச்சரித்தான் அவன். வாழ்வின் அழிவற்ற தன்மையை பிரம்மத்தைப் பற்றி உணர்வடைந்தான். தான் மறந்துவிட்ட தெய்வீகமான அனைத்தும் அவன் நினைவு கூர்ந்தான்.

ஆனால், அது கணம்தான் ஒரு பளிச்சீடு. அந்தத் தென்னைமரத்தின் அடியிலேயே சித்தார்த்தன் களைப்பால் அமிழ்ந்தான். பிரணவத்தை உச்சரித்துக் கொண்டே அந்த மரத்தின் வேர்களில் தலை சாய்த்து ஆழ்ந்த உறக்கத்துள் அமிழ்ந்தான்.

ஆழ்ந்தும், கனாவற்றும் இருந்தது அவனது உறக்கம். அவன் நெடுங்காலமாக அப்படி உறங்கியதில்லை. பல நாழிகைகளுக்குப் பிறகு அவன் விழிப்புற்ற போது, ஏதோ பத்து வருடங்கள் கழிந்து விட்டது போலத் தோன்றியது அவனுக்கு. நீரின் மெல்லிய ஓசையை அவன் கேட்டான். தான் எங்கிருக்கிறான் என்றோ, அவனை அங்கு கொண்டு சேர்த்தது எதுவென்றோ அவன் அறியான். அவன் மேலே பார்த்தான். அவனுக்கு மேலே மரங்களையும், வானத்தையும் காண அவன் வியப்புற்றான். எங்கிருந்தான் என்பதையும், அங்கே எப்படி வந்திருந்தான் என்பதையும் நினைத்துக் கொண்டான். அங்கேயே நெடுங்காலம் தங்கிவிட அவனுக்கு ஆவல் உண்டாயிற்று. கடந்தவை

யாவும் அவ்வளவு முக்கியமில்லாதவையாய் எங்கோ தொலைவில் திரையிட்டு மூடப்பட்டதாக அவனுக்குத் தோன்றியது. அவனது முன் வாழ்வு தனது சுய உணர்ச்சிக்குத் திரும்பி முடிந்து விட்டது. முதல் கணத்தில் அவனுடைய அந்த முன் வாழ்க்கை - முற்பிறவி ஒன்று போல, முன்பு எப்பொழுதோ நடந்த ஒரு அவதாரம் போல, அவனுக்குத் தோன்றியது. அதை அவன் அழித்துவிட விரும்பும் அளவுக்குப் பாவமும் குற்றமும் மண்டிப் போயிருந்தது அது. ஆனால், ஒரு ஆற்றின்பால் ஒரு தென்னைமரத்தின் அடியில், உதடுகளில் ஓம் எனும் மந்திரத்தோடு அவன் அவனாகவே ஆகிவிட்டான். பின்னர் அவன் உறங்கிக் கிடந்தான். விழிப்புற்ற பின்னர் புதிய மனிதன் ஒருவனைப்போல உலகத்தை நோக்கினான். தனக்குத்தானே ஓம் என்னும் சொல்லை மெதுவாகச் சொல்லிக் கொண்டான். அப்படியே அதில் துயின்றிருந்தான். அந்தத் தூக்கம் முழுவதுமே ஒரு நெடிய ஓங்கார உச்சரிப்பாகவும், ஓங்காரத் தியானமாகவும், ஓங்காரத்தில் நாமமற்றதில் பிரம்மத்திற் புகுந்து முழுகுவதாகவும் அவனுக்குத் தோன்றியது.

எவ்வளவு ஆச்சர்யமான துயில் அது! ஒரு தூக்கம் இப்படிப் புத்துணர்ச்சி அவனுக்குக் கொடுத்ததேயில்லை. இப்படி அவனைப் புதுக்கியதே இல்லை. ஒருகால் உண்மையாகவே அவன் இறந்துதான் விட்டானோ? ஒருக்கால் அவன் மூழ்கிப் போயிருந்து வேறு வடிவத்தில் மறுபிறவிதான் எடுத்து விட்டானோ? இல்லை. அவனுக்குத் தன்னைத் தெரிகிறதே! தனது கை கால்கள், தான் படுத்திருந்த இடம், நெஞ்சில் இருந்த 'நான்', தன்னிச்சையுள்ள, தனித்தன்மையுள்ள 'சித்தார்த்தன்', யாவும் அவனுக்குத்தெரிந்தது.

ஆனால், 'இந்த' சித்தார்த்தன் சற்று மாறிப் போனவன். புதிதாகி விட்டவன். அவன் அதிசயமாய்த் தூங்கினான். களிப்பும் புதுமையும் பொலிய ஆச்சர்யமாய் விழித்தெழுந்தான்.

சித்தார்த்தன் தானே எழுந்தான். முண்டிதமான தலையுடன் மஞ்சள்காவியுடுத்த பிக்ஷு ஒருவர், அவன் எதிரில் சிந்தனையில் வீற்றிருக்கக் கண்டான். முடியோ தாடியோ இல்லாத அந்த மனிதரைப் பார்த்தான். நெடுநேரம் அவரைக் கூர்ந்து நோக்கியபோது, தனது இளமைத் தோழன், கோவிந்தன் மகான் புத்தரைத் தஞ்சமடைந்துவிட்ட கோவிந்தன் அவனே பிக்ஷு என்று கண்டு கொண்டான். கோவிந்தனுக்கும் வயதாகி விட்டது. எனினும் அவன் முகத்தில் அதே பழைய ஆவல், பக்தி, வியப்பு, தாபம் அத்தனையும் அப்படியே தெரிந்தன. அவன் தன்னை உற்று நோக்குவதை

திருலோக சீதாராம்

உணர்ந்தவனாய்க் கண்டுகொள்ளவில்லையென்று கண்டான் சித்தார்த்தன். அவன் இன்னாரென்று தெரிந்து கொள்ளாவிட்டாலும், அவன் எழுந்திருக்கட்டுமென்று நெடுநேரம் கோவிந்தன் அங்கு காத்திருந்தான்போல் இருக்கிறது!

"நான் தூங்கிக் கொண்டிருந்தேன். நீ இங்கு எப்படி வந்தாய்?" என்று கேட்டான் சித்தார்த்தன்.

"நீ தூங்கிக் கொண்டிருந்தாய். காட்டு விலங்குகளும், பாம்புகளும், அடிக்கடி நடமாடக்கூடிய இம்மாதிரி இடங்களில் தூங்குவது நல்லதல்ல. நான் சாக்கிய முனிவர் கௌதம புத்தரின் மார்க்கத்தைச் சேர்ந்தவர்களில் ஒருவன். வேறு சில பிக்ஷுக்களுடன் யாத்திரை ஒன்றை மேற்கொண்டிருக்கிறேன். அபாயகரமான இடத்தில் நீ தூங்கிக் கிடப்பதைக் கண்டேன். எனவே, உன்னை எழுப்ப முயன்றேன். பிறகு மிகவும் ஆழ்ந்து உறங்கிக் கொண்டிருந்ததைக் கண்டபடியால் என் சகோதரர்களை விட்டுப் பின்தங்கி நான் உன்னருகே உட்கார்ந்தேன். அப்புறம் பார்த்தால் உனக்குக் காவலிருக்க விரும்பிய நானே தூங்கிவிட்டிருக்கிறேன். தளர்ச்சி ஏற்பட்டு விட்டதனால் என் காவல் வீணாகிவிட்டது. எனினும், நீ இப்பொழுது விழித்துக் கொண்டுவிட்டபடியால் என் சகோதரர்களைப் போய் நான் சேர வேண்டும்."

"சமண, என் தூக்கத்தில் நீ பக்கத் துணையிருந்தமைக்காக நன்றி. அந்த மகானுடைய சீடர்கள் பெருங்கருணையாளர்கள். உன் வழியே இனி நீ போகலாம்"

"நான் வருகிறேன். நீங்கள் சுகமாய் இருங்கள்."

கோவிந்தன் வணங்கி, "வருகிறேன்" என்று சொல்லிக் கொண்டான்.

"சென்று வா, கோவிந்தா" என்றான் சித்தார்த்தன், அந்தப் பிக்ஷு அப்படியே நின்றான்.

அதன் மேல் சித்தார்த்தன் சிரித்தான்.

"கோவிந்தா, உன் தந்தையின் வீட்டிலிருந்து பிராமணப் பாடசாலையிலிருந்து. வேள்விகளிலிருந்து, சமணர்களுடன் கூடி வாழ்ந்ததிலிருந்து ஜேதாவனத்தில் அன்று மகானுக்கு நீ தொண்டு பூண்ட அந்த முகூர்த்தத்திலிருந்து உன்னை நான் அறிவேன்."

"சித்தார்த்தன்" என்று கூவினான் கோவிந்தன். "இப்பொழுது உன்னைத் தெரிகிறது. ஆனால் உன்னை ஏன் உடனே நான் தெரிந்து கொள்ளவில்லை என்பதுதான் தெரியவில்லை. நமஸ்காரம், சித்தார்த்தா மறுபடியும் உன்னைக் கண்டது எனக்குப் பெருமகிழ்ச்சி தருகிறது."

மீண்டும் உன்னைக் காண நானும் மகிழ்கிறேன். எனது துயில் காத்திருந்தாய் நீ. எனக்கொன்றும் காவல் வேண்டியதில்லை என்றாலும் உனக்கு மீண்டும் நன்றி கூறுகிறேன். நண்பா, நீ எங்கே போய்க் கொண்டிருக்கிறாய்?"

"எங்கும் நான் போய்க் கொண்டிருக்கவில்லை. பிக்ஷுக்களாகிய நாங்கள் சதா - மழைக் காலம் தவிர - சஞ்சரித்துக் கொண்டுதான் இருக்கின்றோம். எப்போதும் இடம் பெயர்ந்து கொண்டே இருக்கிறோம். கட்டளையின்படி வாழ்கிறோம். தத்துவ போதங்களைப் பிரச்சாரம் செய்கிறோம். பிக்ஷை எடுக்கிறோம். பிறகு மேலும் போகின்றோம். சதா இதுதான். ஆனால் நீ எங்கே போய்க் கொண்டிருக்கிறாய் சித்தார்த்தா?"

சித்தார்த்தன் கூறினான்: "என் விஷயமும் இதைப் போலவேதான் நண்பா. எங்கும் நான் போய்க் கொண்டிருக்கவில்லை. நானும் சஞ்சாரத்தில்தான் இருக்கிறேன். நான் யாத்திரை செய்கிறேன்."

கோவிந்தன் சொன்னான்: "யாத்திரை செய்து கொண்டிருப்பதாய் நீ கூறினை! நானும் நம்புகிறேன். ஆனால் சித்தார்த்தா, மன்னிக்க வேண்டும். உன்னைப் பார்த்தால் யாத்ரீகன் என்று தோன்றவில்லை. பணக்கார உடையணிந்திருக்கிறாய். நாகரீக புருஷனுடைய ஜோடுகள் அணிந்திருக்கிறாய். நறுநெய் பூசிய உன் தலைமுடி ஒரு யாத்ரீகனுடையதன்று. அது ஒரு சமணனுடைய சிகையல்ல."

"சரியாக கவனத்திருக்கிறாய், நண்பா. உன் கூர்ந்த கண்களால் ஒவ்வொன்றையும் நோக்குகிறாய். ஆனால், நான் ஒரு சமணன் என்று உன்பால் சொல்லவில்லை. யாத்திரை செய்து கொண்டிருக்கிறேன் என்று கூறினேன். அது உண்மை."

"நீ யாத்திரை செய்து கொண்டிருக்கிறாய். ஆனால். அத்தகைய உடைகளில், அத்தகைய ஜோடுகளுடன் அப்படித் தலைமுடி வைத்துக் கொண்டு யாரும் யாத்திரை செய்வதில்லை. பல ஆண்டுகள் நான் திரிந்து கொண்டிருக்கிறேன்; அப்படி ஒரு யாத்ரீகனை என்றும் நான் கண்டதில்லை."

“உன் கூற்றை நான் நம்புகிறேன், கோவிந்தா. ஆனால், உடைகளும் ஜோடுகளும் அணிந்த யாத்ரீகனை இன்று நீ பார்த்துக் கொண்டாய். ஆடையணிவதும் சிகை தெங்களும் கூட மாறிவிடக் கூடியனவே. நமது தலைமயிரும், நமது உடல்களும் தம்மில் தாமே உருமாறிப் போகின்றவைதாம், நீ சரியாகவே கவனத்திருக்கிறாய்; நான் பணக்கார உடை அணிந்திருக்கிறேன். நான் பணக்காரனாயிருந்து வந்தேனாதலால் அவற்றை நான் அணிந்திருக்கிறேன். உலக மாந்தருடன் கலந்து அவர்களில் ஒருவனாய் நானும் வாழ்ந்திருந்தமையால் நாகரீக உலக மாந்தரைப் போன்றே நானும் சிகை வைத்துக் கொண்டிருக்கிறேன்.”

“சரி நீ இப்பொழுது என்ன, சித்தார்த்தா?”

“நான் அறியேன், நீ அறியும் அளவுதான் நான் அறிவேன். வழியில் இருந்து கொண்டிருக்கிறேன் நான். நான் செல்வனான இருந்தேன், ஆனால் இப்பொழுதில்லை, நான் என்ன ஆவேனோ அறியேன்.”

“செல்வம் முற்றும் இழந்து விட்டனையா?”

“அதை இழந்து விட்டேனோ, அது என்னை இழந்து விட்டதோ, நிச்சயமாகத் தெரியாது. கோவிந்தா, தோற்றங்களால் ஆன விரைந்து சுழல்கிறது. பிராமண சித்தார்த்தன் எங்கே? சமண சித்தார்த்தன் எங்கே? செல்வ சித்தார்த்தன் எங்கே? உருமாறுகின்றவை விரைவில் மாறுகின்றன. கோவிந்தா. நீ இதை அறிவாய்.”

கோவிந்தன் தனது இளம்பிராயத் தோழனை நெடுநேரம் சந்தேகத்துடன் பார்த்துக் கொண்டே இருந்தான். பின்னர், மேலோன் ஒருவனுக்குச் செய்வதுபோல், அவன் முன் தாழ்ந்து பணிந்துவிட்டுப் பின் தன்வழியே சென்றான்.

அவன் செல்வதை, சித்தார்த்தன் முறுவலுடன் பார்த்துக் கொண்டிருந்தான். உண்மையான, சிரத்தையுள்ள, அந்த நண்பனை அவன் இன்னும் நேசித்தான். அதிசய உறக்கத்தின் பின்னர், அந்தத் திவ்ய முகூர்த்தத்தில் ஓங்காரத்துடன் ஒன்றிக் கலந்து விட்ட பிறகு, யாரைத்தான், எதைத்தான் அவன் நேசிக்காமலிருக்க முடியும்? அவனுடைய தூக்கத்தின் போது நிகழ்ந்த மாயம் அது, அவனிற் குடி கொண்ட பிரணவம்.

அவன் ஒவ்வொன்றையும் நேசித்தான். அவன் கண்ட ஒவ்வொன்றினிடத்தும் களிநிறைந்த காதல் கொண்டவனானான்.

எதையுமே, யாரையுமே, காதலிக்க முடியாமல் இருந்துவிட்டதுதான், முன்பு அவன் அவ்வளவு நலிந்து போனதன் காரணம் என்று அவனுக்குத் தோன்றியது.

பிரிந்து செல்லும் பிக்ஷுவை, சித்தார்த்தன் முறுவலுடன் பார்த்துக் கொண்டிருந்தான். அவனது தூக்கம் அவனை வலிவேற்றிவிட்டது. ஆனால், இரண்டு நாட்களாகச் சாப்பிடாமல் இருந்துவிட்ட அவன், கொடிய பசியால் வருந்தினான். பசியை எதிர்த்து நிற்கிற அந்தக் காலம் எப்பொழுதோ போய்விட்டது. துன்புற்று, ஆயினும் சிரிப்போடு, அந்தக் காலத்தை எண்ணிப் பார்த்தான். அந்தக் காலத்தில் கமலாவிடம் பெருமையடித்துக் கொண்ட மூன்று விஷயங்களை ஞாபகப்படுத்திக் கொண்டான். மகத்தான, வெல்லவொண்ணா மூன்று கலைகள்: பசித்திருத்தல், காத்திருத்தல், சிந்தித்திருத்தல் இவையே அவனது உடைமைகள், அவனது சக்தியும் வலிமையும், அவனது உறுதியான ஊன்றுகோல், முயற்சியும் ஊக்கமும் நிறைந்த தனது இளம் பிராயத்தில் அவன் கற்றுக் கொண்டதெல்லாம் இந்த மூன்று கலைகளேயன்றி வேறெதுவுமில்லை. இப்பொழுது அவற்றை அவன் இழந்து விட்டான். இப்பொழுது அவன் வசமில்லை. அற்பப் பொருள்களுக்காக, மாறிப்போகின்றவைகளுக்காக, புலன்களின் இன்பங்களுக்காக, அந்தஸ்தான வாழ்வுக்காக, செல்வங்களுக்காக இவற்றை அவன் பரிவர்த்தனை செய்துவிட்டான். பொருந்தாத வழியில் நெடுந்தொலை போய்விட்டிருந்தான். இப்பொழுது அவன் நிச்சயமாக ஒரு சாதாரண மனிதனாகிவிட்டான் என்று தோன்றியது.

சித்தார்த்தன் தனது நிலைபற்றி ஆழ்ந்து சிந்தித்தான். சிந்திப்பது கடினமாக இருப்பதைக் கண்டான். அவனுக்கு உண்மையில் அதில் ஆசையில்லை. எனினும், வலிந்து முயன்றான்.

"மாறிப்போகும் இந்தப் பொருள் யாவும் என்னைவிட்டு மறுபடியும் இப்பொழுது நழுவிப் போய்விட்டன. சிறு குழலியாக இருந்த போது நான் நின்றது போன்றே, மறுபடியும் இப்பொழுது நான் சூரியனுக்கு அடியில் நிற்கிறேன். என்னுடையது ஒன்றுமில்லை, நான் ஏதுமறியேன், நான் படைத்திருப்பது ஒன்றுமில்லை, நான் கற்றது எதுவுமில்லை, எவ்வளவு விசித்திரமாய் இருக்கிறது! இப்பொழுது, நான் இளைஞனல்லாதபோது, என் தலை விரைவாய் நரைத்துக் கொண்டிருக்கும்போது, எனது வலிமை குலையத் தொடங்கியிருக்கும் போது, மறுபடியும் நான் ஒரு குழந்தையைப் போல் இதோ தொடங்கிக் கொண்டிருக்கிறேன்." மறுபடியும் சிரிக்கத்தான் வேண்டியிருந்தது. ஆம், அவன் விதி விசித்திரமாய்

இருந்தது. அவன் பின்நோக்கிப் போய்க் கொண்டிருந்தான். இவ்வுலகில் ஏதுமறியாது, பிறந்த மேனியாய், ஏதுமில்லாதவனாய், இப்பொழுது மறுபடியும் அவன் நின்றான். எனினும், அதற்காக அவன் துக்கப்படவில்லை, இல்லை, அத்துடன் சிரிக்க வேண்டுமென்ற பெரிய ஆசையொன்றும் அவனுக்கு உண்டாயிற்று. தன்னையே பார்த்துச் சிரிக்க - விந்தையான பேதையுலகை பார்த்துச் சிரிக்க.

"உன் விஷயங்களெல்லாம் பின்னால் போய்க் கொண்டிருக்கின்றனவே" என்று அவன் தனக்கே சொல்லிக் கொண்டான். சிரித்தான். இப்படி அதைச் சொன்னதும் ஆற்றின் மீது அவன் பார்வைபட்டது. உல்லாசமாகப் பாடிக் கொண்டே ஆறும் பின் வாங்கிச் செல்வதை அவன் கண்டான். அது அவனுக்கு மிக்க மகிழ்வளித்தது. உற்சாகத்துடன் ஆற்றைப் பார்த்துப் புன்னகை பூத்தான். ஒரு சமயம் - நூற்றாண்டுகளுக்கு முன்பு - அதில் தான் வீழ்ந்து முழுகிப் போக வேண்டுமென்று அவன் விரும்பிய ஆறல்லவா அது! அல்லது அப்படி அவன் கனாக் கண்டானா? எவ்வளவு விசித்திரமாக இருந்திருக்கிறது தனது வாழ்க்கை - அவன் எண்ணினான். அவ்வழிகளில் அவன் நீளத் திரிந்திருக்கிறான். "சிறு பையனாக இருந்தபோது தெய்வங்கள், வேள்விகளுடன் ஈடுபட்டேன். வாலிபனாக இருந்தபோது துறவுடனும் சிந்தனை, தியானத்துடனும் ஈடுபட்டேன். பிரம்மத்தை நாடுவதில் இருந்தேன். ஆத்மனில் உறையும் இறுதியற்ற அமரத்தன்மையை மதித்தேன். ஆளானபோது விமோபன நாட்டம் என்னை இழுத்தது; கானகத்தில் வாழ்ந்தேன், வெயிலிலும் குளிரிலும் வருந்தினேன், உபவாசம் கற்றேன். உடலை வெல்லக் கற்றேன். பின்னர் மகா புத்தரின் போதனைகளைப் பற்றி வியப்புடன் அறிந்தேன். உலகில் ஒருமைப்பாடும், அறிவும் என்னுள் இரத்தம் போல் ஓடக்கண்டேன்; ஆனால், புத்தரையும் அவரது பேரறிவையும் விலகிப் போய்விட வேண்டும் போலவும் இருந்தது எனக்கு. நான் சென்றேன், கமலாவிடமிருந்து இன்ப சுகங்களையும், காமஸ்வாமியிடம் வியாபார வித்தையையும் கற்றுக் கொண்டேன். பணம் தேடிப் புதைத்தேன். பணத்தைச் சூறைவிட்டேன். கொழுத்த உணவின்மீது ருசி கொண்டு புலன்களை முறுக்கேற்றக் கற்றேன், எனது நுண்மதியை இழக்கவும், சிந்திக்கும் திறனை இழக்கவும், பொருள்களின் ஒருமைப்பாட்டை மறந்துவிடவும் கூடிய வகையில் பல ஆண்டுகள் அப்படிக் கழித்தேன். பல வழியிலும் மெதுவாக, மனிதத் தன்மையிலிருந்து நான் பச்சைக் குழந்தையாகிவிட்டது உண்மையல்லவா? சிந்தனையாளனாக இருந்து பின் பாமரனாக? என்றாலும் இந்தப் பாதை நன்றாகவே இருந்திருக்கிறது. என் இதயப்

பறவை இறந்துபடவில்லை. எனினும், எத்தகைய பாதையாக இருந்திருக்கிறது அது! நான் அவ்வளவு பேதமையைக் கற்க வேண்டி இருந்திருக்கிறது. அத்தனை தீய இயல்புகள், அத்தனை தவறு, அத்தனை ஆயாசம், மயக்கமும் துயரமும்! இவ்வளவும் மீண்டும் நானொரு குழவியாகி, புதிதாய்த் தொடங்கத்தான். ஆனால், அப்படியானதே சரி, என் இதயமும் விழிகளும் அதில் ஈடுபட்டது சரி. நிராசையை நான் அனுபவிக்க வேண்டியிருந்தது. கருணையை உய்த்து உணரும் பொருட்டு, மீண்டும் ஓங்காரத்தைச் செவிமடுப்பதற்காக, ஆழ்ந்து மறுபடியும் தூங்கிப் புதுமையாய் விழித்தெழுவதற்காக, மனதின் பேராழங்களுக்கு, தற்கொலைச் சிந்தனைகளுக்கு நான் மூழ்கிச் செல்ல வேண்டியிருந்தது. எனக்குள்ளேயே ஆத்மனைத் தரிசிப்பதன் பொருட்டாக நான் மறுபடியும் மூடனாக வேண்டியிருந்தது. மீண்டும் உயிர்ப்பதன் பொருட்டு நான் பாவம் புரிய வேண்டியிருந்தது. என் பாதை என்னை இன்னும் எங்கு கொண்டு போகுமோ? இது மதிகெட்ட மார்க்கம், சுழன்று சுழன்று செல்கிறது. ஒருவேளை வட்டங்களில்தானோ! ஆனால், எத்திசையில் அது செல்லினும், அதன் வழி நான் தொடர்வேன்.

தன்னில் வந்தமர்ந்த பேரானந்தம் ஒன்றை, நன்கு அவன் உணர்ந்தான்.

எங்கிருந்து வந்தது அது? அவன் தன்னையே வினாவினான். இந்தக் களிப்புணர்ச்சிக்குக் காரணம் என்ன? எனக்குப் பெரு நலம் தந்த அந்த நன்னெடுந் துயிலிருந்து எழுந்ததா? அல்லது நான் உச்சரித்த ஓம் எனும் சொல்லிலிருந்தா? அல்லது நான் ஓடிப் போனதனாலா, அவ்வாறு ஓடியது நற்கருமமானதனாலா, இறுதியில் நான் விடுபட்டு வானத்தின் அடியில் ஒரு குழந்தையைப் போல் நிற்பதனாலா? ஆ, இந்த ஓட்டம் எத்துணை நன்மையாக இருந்திருக்கிறது! இந்த விடுதலை! நான் தப்பி வந்து விட்ட அந்த இடத்தில் எப்பொழுதும் ஒரே தைல வாடை, மசாலை மிகை, மந்தம்! குடியும் கூத்துமாகக் கிடந்த போக உலகத்தைத்தான் எப்படி வெறுத்தேன்! அருவெறுப்பான அவ்வுலகில் நெடுநாள் வாழ்ந்தமைக்காக என்னை நானே எப்படி வெறுத்தேன்! எப்படி என்னையே வெறுத்தேன், தடுத்தேன், நஞ்சு ஊட்டினேன், ஒறுத்தேன், கிழடு தட்டி அவலட்சணமாயப் போகச் செய்தேன்! இனி ஒருக்காலும், ஒரு தடவை நான் ஆசையோடு கற்பனை செய்து கொண்டது போல சித்தார்த்தன் சமர்த்தன் என்று கருதமாட்டேன். ஆனால், ஒன்று. நான் சரியாக செய்திருக்கிறேன். அதில் எனக்கு சந்தோஷம்,

அதற்கு நான் பெருமை பாராட்டலாம். அந்தத் தன் வெறுப்பு, அந்த மடமையான பாழ் வாழ்க்கை - அதற்கு இப்பொழுது ஒரு முடிவு கண்டுவிட்டடேன், உன்னை மெச்சுகிறேன். சித்தார்த்தா! பேதமையான ஆண்டுகள் பலவற்றிற்குப் பிறகு மறுபடியும் உனக்கு நல்ல புத்தி வந்ததே! ஏதோ சரியாகச் செய்திருக்கிறாயே! மறுபடியும் உன் இதயப் பறவையின் குரலைக் கேட்டு அதனைப் பின்பற்றவும் செய்தாயே!

அப்படித் தன்னை மெச்சினான் சித்தார்த்தன். அவனுக்கே ஒரு திருப்தி. பசியினால் தன் வயிறு உறுமுவதைக் கேட்டான். துயரத்தின் ஒரு பகுதியை, இடுக்கணில் ஒரு பகுதியை முற்றும் சுவைத்து, அந்தப் பழைய நாளிலேயே, துப்பியும் விட்டதாக அவனுக்குத் தோன்றியது. நிராசை, மரணம் என்ற நிலைவரையிலும் அதை அனுபவித்தாயிற்று என்று உணர்ந்தான். ஆனால், எல்லாம் சரிதான், பணம் பண்ணி, நாசம் புரிந்தும், உடலைப் பேணி ஆன்மாவைப் புறக்கணித்தும் காமஸ்வாமியுடனும் இன்னும் நெடுங்காலம் அவன் இருந்திருக்கக்கூடும். முற்றும் நம்பிக்கையிழந்து போய் நிராசையுற்ற அந்தத் தருணம். தற்கொலை புரிந்து கொள்ளத் துணிந்து ஓடும் நீரில் குனிந்து வளைந்த அந்த வேக விநாடி, அதுமட்டும் நிகழாதிருந்திருக்குமானால், தமாக நல்ல விலைக்கு விற்கப்பட்ட அந்த நகரத்திலேயே அவன் இன்னும் நெடுங்காலம் உழன்றிருக்கக்கூடும். அந்த நிராசை, அவன் அடைந்த அந்த அருவெறுப்பு அவனை முற்றும் அடிமை கொண்டுவிடவில்லை. அந்தப் பறவை, அவனுள் விசிறியடித்த தெளிந்த சுனையூற்று, அந்தக் குரல் இன்னும் உயிர்த்திருந்தது. அதனால் தான் அவன் மகழ்வு எய்தினான். எனவே தான் அவன் சிரித்தான். அதனால்தான் நரைத்த தலைமுடிக்குக் கீழே அவன் முகம் சுடர்வீசிற்று.

எதையும் தானே அனுபவிப்பதே நல்லதென்று அவன் நினைத்தான். "உலக இன்பங்களும் செல்வங்களும் நன்றல்லவென்று ஒரு குழந்தையைப் போல் நான் படித்துக் கொண்டேன். அதை நெடுநாட்களாகவே நான் அறிவேன், ஆயினும், அதை இப்போதே புரிந்து கொண்டேன். என் மதிநுட்பத்தால் மட்டுமின்றி, கண்களாலும் இதயத்தாலும், வயிற்றாலும்கூட, இப்பொழுது நான் அதனை அறிவேன். இதை நான் அறிந்து கொண்டிருப்பது நல்ல காரியம்."

தன்னுள் இம்மாறுதல் பற்றி அவன் நெடுநேரம் எண்ணினான். பறவை ஆனந்தமாய்ப் பாடக் கேட்டான். அவனுட் பறவை இறந்துபட்டிருந்தால் அவன் அழிந்து போயிருப்பானோ? இல்லை,

அவனுள்ளிருந்த ஏதோ வேறொன்றுதான், நெடுநாளாக அது அழிய வேண்டும் என்று அவன் ஆசைப்பட்டிருந்த ஏதோ ஒன்றுதான், செத்து விட்டது. துறவு நெறி நின்ற அந்நாளில் அவன் ஒரு சமயம் அழிக்க விரும்பியதன்றோ அது? அது அவனுடைய "நான்" அல்லவா! எத்தனையோ வருஷங்கள் அதனுடன் அவன் போராட வேண்டியிருந்த அவனது சிறிய அச்சமும் கர்வமும் மிகுந்த "நான்". ஆனால், அது சதா அவனை வீழ்த்தியது. ஒவ்வொரு தடவையும் மீண்டும் மீண்டும் அது முளைத்துக் கொண்டே இருந்தது. அவனது களிப்பையெல்லாம் சூறையாடி அவனுள் அச்சத்தை நிறைத்தது. ஆனந்தமான அந்த நதிக்கரையில், கானகத்தில், இன்று இறுதியாக இறந்துபட்டது அது அன்றோ! அதன் மரணத்தாலல்லவா அவன் இப்பொழுது அச்சமற்ற, அவ்வளவு நம்பிக்கையோடும் களிப்போடும், ஒரு குழந்தைபோல் ஆனான்.

தான் பிராமணனாக இருந்தபோதும், துறவியாக இருந்தபோதும் ஏன் அதனுடன் வீணாகப் போராடினான் என்பதைக்கூட சித்தார்த்தன் இப்பொழுது உணர்ந்து கொண்டான். மிகவும் அதிகப்படியான சிற்றறிவு அவனை இடர்ப்படுத்தி விட்டது. அதிகப்படியான, புண்ய சுலோகங்கள், அதிகப்படியான வேள்விப் பலிகள், அதிகப்படியாக உடலை வருத்திக்கொண்டது, அதிகப்படியாகச் செய்தது, முயன்றதுதான் காரணம், அவனில் இறுமாப்பு நிறைய இருந்தது. அவனே கெட்டிக்காரனாக இருந்தான். மற்றவர்களைவிட ஒரு படி எப்பொழுதும் மேல், எப்பொழுதும் தானே கல்விமானாக, மதியூகியாக, உபதேசியாக, முனிவனாகத் திகழ வேண்டுமென்ற ஒரு பேராவல், அகந்தை, இது அவனது ஆசார்யத்தனத்திலும் இறுமாப்பிலும் நுண்மதியிலும் சதா இருந்து கொண்டிருந்தது. இது உறுதியாக அங்கமர்ந்து வளர்ந்தது. அப்பொழுதெல்லாம் தனது உபவாசத்தாலும் சிந்தனையினாலும் அதனைத் தான் அழித்துக் கொண்டிருந்ததாக எண்ணியிருந்தான். இப்பொழுது அவன் புரிந்து கொண்டான். உட்குரல் நன்றாகவே ஒலிக்கத் தொடங்கி விட்டதென்றும், எந்தப் போதகரும், தனக்கு நிர்வாணம் தந்திருக்க முடியாதென்றும் தனது உணர்வில் தெளிந்து கொண்டான். அதனால்தான் உலகத்தின் உள்ளே புகுந்து அதிகாரத்திலும் மாதரிடத்தும் செல்வத்திலும் தன்னை இழக்க வேண்டியிருந்தது. அவனுக்கு. அதனால்தான், தன்னுள் இருந்த புரோகிதன், சமணன் ஆகியோர் இறக்கும் வரையில் தான் ஒரு வியாபாரியாகவும், ஒரு சூதனாகவும்,, குடிகாரனாகவும், சொத்துக்காரனாகவும் எல்லாம் அவன் இருக்க வேண்டி வந்தது. அதனால்தான்,

இன்பத் தேட்டை நாடிய சித்தார்த்தனும் சொத்துக்காரனான சித்தார்த்தனும் அழியும் பொருட்டு கசப்பான நிராசை ஏற்படும் வரையில், இறுதி வரையில், பயனில்லாத வாழ்வை, பாழை நாடிப் பித்துறுவதால் வரும் பாடல்களை கற்கவும், அருவருப்பால் வருந்தவும், சகிக்க முடியாத பல்லாண்டுகள் செலவிட நேர்ந்தது. அவன் இறந்துபட்டான். அவனது உறக்கத்திலிருந்து ஒரு புது சித்தார்த்தன் எழுந்துவிட்டான். இவனும் கிழவனாக வளர்ந்து இறந்தும் போவான். சித்தார்த்தன் உருமாறுகிறவன்தான். எல்லா உருவங்களுமே மாறிப் போகின்றவைதான், ஆயினும், இன்று அவன் ஒரு இளைஞன், அவன் ஒரு குழந்தை - புது சித்தார்த்தன் அவன் மிகவும் களிப்புற்றிருந்தான்.

இவ்வெண்ணங்கள் அவன் மனதிற் பாய்ந்து சென்றன. முறுவலுடன் தன் வயிற்றைக் கவனித்தான். வண்டு முரல்வதை நன்றியுடன் கேட்டான். ஓடிக் கொண்டிருக்கும் நதியைக் களிப்புடன் கண்டான். எந்த நதியும் இதுபோல் அப்படி அவனை மயக்கியதில்லை. ஓடும் நீரும் அதன் ஒலியும் அவ்வளவு அழகாய் இருந்ததை அவன் கண்டதில்லை. அவன் அறிந்திராத - அவன் இன்னமும் அறிய வேண்டியிருக்கும் - ஏதோ விசேஷம் என்ற ஒன்றை அவனுக்குக் கூறுதற்காகவே - அந்த நதி தன்னிடம் வைத்திருந்தது போல் அவனுக்கு தோன்றியது. அந்த நதியில் மூழ்கிப் போக சித்தார்த்தன் நினைத்தான். அந்தப் பழைய, களைத்த, நிராசையுற்ற சித்தார்த்தன் அந்த ஓடும் நீர்மீது சூழ்ந்த காதல் கொண்டான். விரைவில் அதைவிட்டுப் பிரியக்கூடாது என்றும் முடிவு செய்தான்.

~

தோணிக்காரன்

"இந்த ஆற்றின் அருகிலேயே தங்கியிருப்பேன்" என்று எண்ணினான் சித்தார்த்தன். "நகரத்திற்குச் சென்ற பாதையில் நான் கடந்த ஆறுதான் இது. நண்புள்ள தோணிக்காரன் ஒருவன் என்னை ஆறு கடத்தினான். அவனிடம் போவேன். அவன் குடிசையிலிருந்துதான் ஒரு புதிய - இப்போது பழசாய் மடிந்து போன – வாழ்வுக்கு என் பாதை சென்றது.. எனது இந்தப் பாதையும் என் புதிய வாழ்வும் அங்கிருந்தே தொடங்கட்டும்."

ஓடிக் கொண்டிருக்கும் நீருக்குள் - அதன் தெளிந்த பசுமைக்குள் புதுமையான கோலமிடும் அதன் பளிங்கு ரேகைகளுக்குள் சித்தார்த்தன் ஆசையாக உற்றுப் பார்த்தான். ஆழத்திலிருந்து ஒளி முத்துகள் எழுவதைக் கண்டான். கண்ணாடியில் நீந்தும் குமிழிகள், வான் நீலம் அவற்றில் பிரதிபலித்தது. அந்த ஆறு ஆயிரம் விழிகளுடன் அவனைப் பார்த்தது, பச்சை, வெள்ளை, படிகம், வான்நீலம், அந்த ஆற்றை அவன் எப்படி விரும்பினான்! அது அவனை எப்படிக் கவர்ந்தது! அதனிடம் எத்துணை நன்றி அவனுக்கு! நவமாய் விழிப்புற்ற குரலை அவன் இதயத்துள் கேட்டான். அவனிடம் அது பேசிற்று. "இந்த நதியை நேசிப்பாய், இதன் மருங்கில் தங்குவாய். அதனிடம் கற்றுக்கொள்வாய்." ஆம்! அதனிடம் அவன் கற்க விரும்பினான். அதைக் கேட்க விரும்பினான். இந்த நதியையும் அதன் ரகசியங்களையும் புரிந்து கொள்வோர் மேன்மேலும் பல ரகசியங்கள், எல்லா ரகசியங்களையுமே தெரிந்து கொள்வர் என்று அவனுக்குத் தோன்றியது.

எனினும், இன்று அவன், நதியின் ரகசியங்களில் ஒன்றை - தனது ஆன்மாவை இறுகப் பற்றிக் கொண்ட ஒன்றை கண்டான். தண்ணீர் தொடர்நது கண்டான். தண்ணீர் தொடர்ந்து ஓடிற்று, ஓடிக் கொண்டே இருந்தது. எனினும் அது எப்பொழுதும் அங்கு இருந்து கொண்டே இருந்தது. எப்பொழுதும் அதுவேதான். ஆயினும், ஒவ்வொரு கணமும் அது புதிதாயிருந்தது. யார் இதைப் புரிந்து கொள்ள முடியும்? மனதில் வாங்கி வைக்க முடியும்? அவன் அதைப் புரிந்து கொண்டுவிடவில்லை. இலேசான ஒரு ஐயம், மங்கிய ஒரு நினைவு, தெய்வீகக் குரல்கள், இவையே தெரிந்தன அவனுக்கு.

சித்தார்த்தன் எழுந்தான். பசியின் பிடுங்கல் பொறுக்க முடியாததாகிக் கொண்டிருந்தது. வேதனையுடன் ஆற்றங்கரையோடு நீளத் திரிந்தான், நதியின் சலசலப்பைக் கேட்டான். தனது உடலிற் பசியின் கொந்துதலையும் கேட்டான்.

ஓடத்துறையை அவன் அடைந்த போது, அங்கு படகு இருந்தது. பிள்ளைச் சமணனை முன்பு அக்கரைக்குக் கொண்டு சென்ற அந்த தோணிக்காரனும் படகில் நின்றிருந்தான். சித்தார்த்தன் மறுபடியும் அவனைத் தெரிந்து கொண்டான். அவனுக்கும் வயதாகி இருந்தது.

"அக்கரை கொண்டு செல்வாயா, என்னை?" என்று அவன் கேட்டான். பெரிய மனிதரைப் போல் தோன்றும் அத்தகைய ஒருவனைத் தனியாகவும், கால்நடையாகவும் காண, தோணிக்காரன் ஆச்சர்யம் அடைந்து, அவனைத் தன் படகில் ஏற்றிக் கொண்டு துடுப்பு வலித்தான்.

"நல்ல வாழ்க்கை தேடிக் கொண்டாய். இந்த ஆற்றருகே வாழ்ந்து அன்றாடம் அதில் படகேறிச் செல்வது அருமையாகத்தானிருக்க வேண்டும்."

மாலுமி துடுப்பசைத்தாவாறே புன்னகை பூத்தான்.

"அருமைதான், தாங்கள் சொல்வது போல. ஆனால், ஒவ்வொரு வாழ்க்கையும், ஒவ்வொரு தொழிலும் அருமைதான் அல்லவா!"

"ஓ அந்த ருசியை நீங்கள் விரைவில் இழந்து விடுவீர்கள் வெள்ளை வேட்டிக்காரர்களுக்கல்ல இந்த வேலை."

சித்தார்த்தன் நகைத்தான். "ஏற்கெனவே இன்று என் ஆடையை வைத்து மதிப்பிடப்பட்டு விட்டேன். சந்தேகத்துடன் மதிக்கப்பட்டேன். என்னிடமிருந்து இவ்வுடமைகளை நீ ஏற்றுக் கொள்வாயா? இது எனக்கு ஒரு உபத்திரவமாக இருக்கிறது.

ஏனெனில் ஆறு கடத்தி விடுவதற்காக உனக்குக் கொடுக்க என்னிடம் காசும் இல்லை."

"தாங்கள் விளையாடுகிறீர்கள்" என்று சிரித்தான் தோணிக்காரன்.

"நான் விளையாடவில்லை. அன்பா, முன்பொரு தடவை காசில்லாமல் என்னை ஆறு கடத்தி விட்டிருக்கிறாய். அதைப் போலவே இன்றும் செய்து பதிலுக்கு என் உடைகளை எடுத்துக்கொள்."

அப்பொழுது உடைகளின்றியே தாங்கள் போய்க் கொண்டிருப்பீர்களா?

"மேலும் தொடர்ந்து போகாதிருக்கவே விரும்புகிறேன். பழந்துணி கொஞ்சம் எனக்குக் கொடுத்து உன்னிடமே உதவி ஆளாகவோ, அல்லது வேலை பழகிக் கொள்பவனாகவோ இங்கேயே என்னை வைத்துக் கொள்வாயானால் அதை நான் விரும்புவேன். ஏனெனில், படகோட்டும் வித்தையை நான் கற்க வேண்டும்."

அந்த அன்னியனை நெடுநேரம் உற்று நோக்கினான் தோணிக்காரன்.

"உன்னைத் தெரிகிறது." முடிவாக அவன் உரைத்தான். "நீ ஒரு சமயம் என் குடிசையில் உறங்கினாய், அது ரொம்ப காலத்துக்கு முன்பு, இருபது வருஷத்துக்குமேல் இருக்கும். உன்னை ஆறு கடத்தி விட்டேன். நாம் நல்ல நண்பர்களாகப் பிரிந்தோம் நீ சமணனல்லவா? உன் பெயர் எனக்கு நினைவில்லை"

"என் பெயர் சித்தார்த்தன். நீ என்னைக் கடைசியாகச் சந்தித்தபோது நான் சமணனாகத்தான் இருந்தேன்."

"சித்தார்த்தா, உன்னை வரவேற்கிறேன். என் பெயர் வாசுதேவன். நீ இன்றைக்கு என் அதிதியாக இருந்து என் குடிசையிலேயே தூங்கலாமே! எங்கிருந்து வருகிறாய் நீ? இந்த நல்ல உடைகளின் மீது இவ்வளவு அலுப்பு உனக்கு ஏன் ஏற்பட்டது, எனக்குக் கூறு"

அவர்கள் நட்டாற்றிற்கு வந்து சேர்ந்தனர். ஆற்று வேகம் அதிகமாய் இருந்ததால் அதிக பலமாய் வாசுதேவன் துடுப்புத் தள்ளினான். படகு முனையைக் கவனித்துக் கொண்டவாறே, வலிமை மிக்க தன் கரங்களால் நிதானமாகத் துடுப்புத் தள்ளினான்.

உட்கார்ந்து சித்தார்த்தன் அவனைக் கவனித்தான். இறுதிச் சமணநாட்களில், இம்மனிதன்பால் தனக்கு ஏற்பட்ட பற்றுதலை

நினைத்துக் கொண்டான். வாசுதேவனுடைய அழைப்பை நன்றியுடன் ஏற்றுக் கொண்டான். ஆற்றின் கரையை அவர்கள் அடைந்தபோது, படகை நிறுத்த அவன் துணை செய்தான், பின்னர் வாசுதேவன் தனது குடிசைக்கு அழைத்துச் சென்றான். ரொட்டியும் தண்ணீரும் அவனுக்குக் கொடுத்தான். அதையும், வாசுதேவன் கொடுத்த மாம்பழத்தையும் சுவைத்து உண்டான் சித்தார்த்தன்.

பின்னர், சூரியன் மறையத் தொடங்கியபோது, ஆற்றங்கரை மரத்தடி ஒன்றில் அவர்கள் அமர்ந்தனர். தனது பிறப்பு வளர்ப்புப் பற்றியெல்லாம் கூறினான். மனமுடைந்து கதியற்று நின்ற அந்தக் கணத்தின் பின்னர், இன்று அவனை வந்து சந்தித்தவிதமனைத்தும் அவனுக்கு கூறினான் சித்தார்த்தன். கதை இரவு நெடுநேரம் வரையில் நீண்டது. வாசுதேவன் நன்றாய்க் கவனித்துக் கேட்டான். அவனது பிறப்பு, பிள்ளைப்பிராயம், அவனது கல்விப் பயிற்சி, அவனது நாட்டம், அவனது இன்பங்கள், தேவைகள் பற்றி எல்லாம் கேட்டான். வெகு சிலரைப்போல, கவனித்துக் கேட்பது எப்படி என்று அறிந்திருந்தது அந்தக் தோணிக்காரனின் சிறப்பாயிருந்தது. நடுவில் தான் ஒன்றும் கூறாமல், ஒவ்வொரு சொல்லையும் அமைதியோடும் ஆவலுடனும், ஒன்று விடாமல் வாசுதேவன் கேட்டான் என்று சித்தார்த்தனுக்குத் தோன்றியது. அப்புறம் என்ன என்றறிவதில் அவன் பொறுமையற்றுப் போகவில்லை. சொல்லும் செய்திகளை மெச்சியோ பழித்தோ கருத்து வெளியிடவில்லை. கேட்டுக் கொண்டு மட்டும் இருந்தான். தனது சொந்த வாழ்க்கையில், தனது சொந்தப் போராட்டங்களில், தனது சொந்தத் துயரங்களில் இப்படிஒன்றிப் போய் செவிசாய்க்கும் ஒருவன் தனக்குக் கிடைத்தது எவ்வளவு ஆச்சர்யம் என்று சித்தார்த்தன் உணர்ந்தான்.

சித்தார்த்தனுடைய கதை முடிவில், ஆற்றங்கரை மரத்தையும் தனது பெருத்த மனச் சோர்வையும் பற்றி, புனித ஓங்காரம் பற்றி, தனது உறக்கத்தின் பின்னர் அந்த நதியின் பால் தனக்கு அவ்வளவு காதல் எப்படி உண்டாயிற்று என்பது பற்றி, அவன் எடுத்துச் சொன்னபோது, தோணிக்காரன் முற்றும் ஈடுபட்டுக் கண்கள் மூடி இரட்டிப்புக் கவனத்துடன் கேட்டான்.

சித்தார்த்தன் முடித்து விட்டதும் அங்கு ஒரு நெடிய மௌனம் நிலவிய பிறகு வாசுதேவன் கூறினான்: “நான் நினைத்தது போலாயிற்று. ஆறு உன்னிடம் பேசியிருக்கிறது. உன்னிடமும் அன்பு கொண்டிருக்கிறது. அது நன்று. மிக நன்று, நண்பா. சித்தார்த்தா, நீ என்னோடே இரு. எனக்கு ஒரு சமயம் மனைவி

இருந்தாள் என் பக்கத்தில்தான் அவளுக்குப் படுக்கை. ஆனால் நெடுங்காலத்திற்கு முன்பு அவள் இறந்தாள். நீண்ட காலமாய் நான் தனித்தே வாழ்ந்திருக்கின்றேன். வா, வந்து என்னோடே இரு. நம் இருவருக்கும் அங்கு உணவும் இடமும் இருக்கிறது."

"நன்றி." என்று சித்தார்த்தன் உரைத்தான். "உனக்கு நன்றி கூறுகிறேன். ஏற்றக் கொள்கிறேன். வாசுதேவா, மிக நன்றாய் காது கொடுத்து கேட்டதற்காகவும், நன்றி கூறுகிறேன். கவனித்துக் கேட்பது எப்படி என்றறிந்தோர் வெகுசிலரே. உன்னைப் போல் அவ்வாறு கேட்பவர் ஒருவரையேனும் நான் சந்திக்கவில்லை. இதிலும் கூட நான் உன்னிடமிருந்து கற்றுக் கொள்கிறேன்."

"நீ கற்றுக் கொள்ளலாம். ஆனால், என்னிடமிருந்தல்ல" என்று வாசுதேவன் கூறினான்: "கேட்பதற்கு இந்த நதிதான் எனக்கு சொல்லிக் கொடுத்தது. நீயும்கூட அதனிடம் கற்கலாம். இறங்கி முயல்வதும், மூழ்குவதும், ஆழங்காண்பதும் நன்று என்று நதியினிடம் நீ முன்பே கற்றுக் கொண்டிருக்கிறாய். செல்வச் சீமான் சித்தார்த்தன் மாலுமியாகலாம். அந்தணக் கல்விமான் சித்தார்த்தன் தோணிக்காரன் ஆகலாம். இதையும் கூட நதியிடமிருந்து நீ கற்றுக் கொண்டிருக்கிறாய். மற்றதையும் கூட நீ அதனிடம் கற்றுக் கொள்ளலாம்."

நீண்ட நேர மௌனத்திற்குப் பின்னர் கேட்டான் சித்தார்த்தன்: "அது என்ன, மற்றது, வாசுதேவா!"

வாசுதேவன் எழுந்தான். "நேரம் அதிகமாயிற்று. படுக்கப் போவோம்." என்றான். "நண்பா, அந்த மற்ற விஷயம் எதுவென்று உனக்கு நான் கூற இயலாது. நீ கண்டறிவாய். ஒருவேளை உனக்குத் தெரிந்திருக்கும். நான் படிப்பாளி அல்ல. எப்படிப் பேசுவது, சித்திப்பது என்றெல்லாம் நானறியேன். எப்படிக் கேட்பது, பக்தியாய் இருப்பது என்று மட்டுமே எனக்குத் தெரியும். மற்றபடி ஒன்றும் நான் கற்றதில்லை. நான் பேசவும் கற்பிக்கவும் கூடுமானால், ஒருவேளை, நான் ஆசிரியனாகியிருப்பேன். ஆனால், இப்பொழுது நான் ஒரு தோணிக்காரன்தான். ஆற்றின் குறுக்கே ஜனங்களைக் கொண்டு விடுவதுதான் என் தொழில். ஆயிரக்கணக்கான மக்களை நான் ஆறு கடத்தி விட்டிருக்கிறேன். என்னுடைய இந்த நதி, அவர்களுக்கெல்லாம் தங்கள் பிரயாணத்தினிடையே ஒரு குறுக்கீடு என்பதற்கு மேல் ஒன்றுமில்லை. பணத்திற்காகவும், வியாபாரத்திற்கும், கல்யாணங்களுக்கும், யாத்திரையாகவும், அவர்கள் பிரயாணம் செய்திருக்கின்றனர். அவர்கள் பாதையில்

ஆறு இருந்தது. தடையைத் தாண்டிக் கொண்டு போய்விடத் தோணிக்காரனும் இருந்தான். ஆயினும், அந்த ஆயிரவர் இடையிலும் வெகு சிலர், ஒரு நாலைந்து பேர்கள் இருந்தார்கள். அவர்களுக்கு ஆறு ஒரு இடையூறாக இருந்ததில்லை. அவர்கள் அதன் குரலைக் கேட்டார்கள். கவனித்தார்கள். எனக்கு எப்படியோ அப்படி அவர்களுக்கும் ஆறு பவித்திரமாகவே ஆயிற்று. நாம் இப்பொழுது படுக்கச் செல்வோம் சித்தார்த்தா."

சித்தார்த்தன் தோணிக்காரனுடன் தங்கினான். படகை வைத்து நடத்துவது எப்படியென்று அவன் கற்றுக்கொண்டான். ஓடத்துறையில் ஒரு வேலையும் இல்லாத போது வாசுதேவனுடன் நெல் வயலில் வேலை செய்தான். விறகு சேகரித்தான். மரங்களிலிருந்து பழங்கள் பொறுக்கினான். துடுப்பு செய்வதெப்படி என்றும், படகை செம்மைப்படுத்துவது, கூடை முடைவது எப்படியென்றும் அவன் தெரிந்து கொண்டான். தான் - செய்த கற்றுக் கொண்ட - ஒவ்வொன்றிலும் அவன் திருப்தியடைந்தான். நாட்களும், மாதங்களும், விரைந்து நடந்தன. ஆனால் வாசுதேவன் கற்பிக்கக் கூடியதைவிட அதிகமாய் நதியில் இருந்து அவன் தெரிந்து கொண்டான். எல்லாவற்றிற்கும் மேலாக கேட்பது எப்படி என்பதை சலனமற்ற உள்ளத்தோடு காத்திருந்து தெளிந்த ஆன்மாவுடன் உணர்ச்சி வசமாகாது ஆசையில்லாது தானே முடிவு கொள்ளாமல் அபிப்ராயம் ஏதும் கொண்டுவிடாமல் கேட்பது எப்படி என்பதை அதனிடமிருந்து கற்றுக் கொண்டான். வாசுதேவனுடன் அவன் சந்தோஷமாக வாழ்ந்தான். அபூர்வமாகவே, சொற்களைக் கொஞ்சமாக, நன்கு சிந்தித்த வார்த்தைகளை அவர்கள் பரிமாறிக் கொண்டனர். வாசுதேவன் அரட்டைக்காரனல்ல. அவனை பேசவைப்பதில் அருமையாகத்தான் சித்தார்த்தன் வெற்றி பெற்றான்.

ஒருசமயம் அவனிடம் கேட்டான்: "காலம் என்பது ஒன்று கிடையாது - என்னும் அந்த ரகசியத்தைக் கூட நீ நதியிடம் கற்றுக் கொண்டிருக்கிறாயா?"

பிரகாசமான புன்னகை ஒன்று வாசுதேவன் முகத்தில் படர்ந்தது.

"ஆம், சித்தார்த்தா, நீ நினைப்பது இதுதானே! ஏக காலத்தில் ஆறு எங்கெங்கும் இருக்கிறது, மூலஸ்தானத்திலும் முகத்துவாரத்திலும், நீர் வீழ்ச்சியிலும் ஓடத்துறையிலும், வேகத்தும், விரிகடலிலும் எனவே நிகழ்காலம் ஒன்றுதான் அதற்கு உண்டு - கடந்த காலத்தின் நிழலோ, எதிர்காலத்தின் நிழலோ அதன் மேற்படுவதில்லை" என்றான் அவன்.

“அதுவேதான். நான் அதை உணர்ந்தபோது என் வாழ்வை ஆராய்ந்து பார்த்தேன். அதுவும் ஒரு ஆறு போலவே இருந்தது. சித்தார்த்தச் சிறுவன், சித்தார்த்த மனிதன், சித்தார்த்தக் கிழவன், இவர்கள் இடையிடையே நிழல்களாய் பிரித்து வைக்கப்பட்டவர்களே தவிர, உண்மையால் அல்ல. சித்தார்த்தனுடைய முன்பிறவிகளும் கூட, கடந்த காலத்தவையல்ல. அவனுடைய மரணமும், பிரம்ம ஐக்யமும் எதிர்காலத்ததவையல்ல. எதுவும் இருந்ததில்லை, எதுவும் இருக்கப்போவதில்லை. எதுவும் உண்மையாகவும் நிலையாகவுமே இருக்கிறது.”

சித்தார்த்தன், ஆனந்தமாகப் பேசினான். இந்த ஞானம் அவனைக் களிப்பித்தது, அப்படியானால் துயரங்கள் யாவும் காலத்தின் பாற்பட்டவையல்லவா? தன்னிடர்ப்பாடும் அச்சமும் காலத்தின் பாற்பட்டவையல்லவா? ஒருவன் காலத்தை வென்றவுடனேயே, காலத்தை அகற்றி விட்டவுடனேயே உலகத்துயர்களும் தீமைகளும் வெல்லப்பட்டு விடுவன அல்லவா?

அவன் ஆனந்தமாய்ப் பேசியிருந்தான். வாசுதேவனோ ஒளி மிகுந்த புன்னகையோடு தனது ஒப்பதலைத் தலையசைத்து அறிவித்ததோடு சரி, சித்தார்த்தனுடைய புயங்களை வருடிக் கொடுத்துவிட்டுத் தன் வேலைக்குத் திரும்பினான்.

மற்றொரு சமயம், மழைக் காலத்தில் ஆறு பெருக்கெடுத்து, இரைந்து ஓலமிட்டபோது, சித்தார்த்தன் சொன்னான்: “நண்பா, ஆறு பற்பல குரல்களுடையது என்பது உண்மையல்லவா? ஒரு அரசனின் குரல், ஒரு போர் வீரரின், ஒரு எருதின், ஒரு கூகையின், ஒரு கர்ப்பிணியின், சோகமுற்ற ஒரு மனிதனின், இன்னும் ஓராயிரம் வெவ்வேறான குரல்கள் அதற்கு இருக்கின்றனவல்லவா?”

“அப்படித்தான்” வாசுதேவன் தலையசைத்தான். “உயிரோடுள்ள ஜீவன் அனைவரின் குரலுமே அதன் குரலில் இருக்கிறது.”

சித்தார்த்தன் தொடர்ந்தான். “அதன் பதினாயிரம் குரல்களும் ஒன்றாய் ஏக காலத்தில் முழங்குவதைக் கேட்கத் தெரிந்தவனுக்கு எந்தச் சொல்லை அது உச்சரிக்கிறது என்றும் தெரியுமா?”

வாசுதேவன் ஆனந்தமாய் சிரித்தான். சித்தார்த்தன் பக்கமாகத் தாழ்ந்தான். அவன் காதுகளில் பிரணவத்தை ஓதினான். ஆம் அதுதான் சித்தார்த்தன் செவிமடுத்ததும்.

காலப்போக்கில் அவனது புன்னகையும் தோணிக்காரன் புன்னகை போலவே தோன்றலாயிற்று. கிட்டத்தட்ட அதே ஒளியுடன்

கிட்டத்தட்ட இணையான களிப்புடன், குழந்தையைப் போலவும், கிழவனைப் போலவும், ஓராயிரம் ரேகைகளிலும் அம்முறுவல் சுடர்ந்து திகழ்ந்தது.

பல யாத்ரீகர்கள் அவ்விரண்டு தோணிக்காரர்களையும் ஒருங்கே காணும்போது அவர்களைச் சகோதரர்கள் என்றே கொண்டனர். அடிக்கடி அவர்கள் ஆற்றங்கரை மரத்தடியில் மாலை வேளையில் ஒன்றாக அமர்ந்தனர். பேசாமல் தண்ணீரையே கேட்டனர். அவர்களுக்கு அது வெறும் நீர் அல்ல, உயிரின் குரல், உள்ளத்தின் குரல், நிலைபேறுடையதன் குரல், தங்கள் முந்தைய நாள் பேச்சைப் பற்றியோ, அல்லது யாராவது யாத்ரீகர் ஒருவரின் விதி, சந்தர்ப்பங்களைப் பற்றித் தங்கள் மனதிற் பதிந்ததையோ மரணம் அல்லது அவர்களின் பிள்ளைப்பிராயம் பற்றியோ இப்படி இருவரும் ஒரே எண்ணங்களைச் சில சமயம் எண்ண நேர்ந்தது. அவ்விருவருக்கும் நதி ஒருங்கே ஏதாவது நல்லது சொல்லும் போது, அவர்கள் தாங்கள் ஒரே விஷயத்தை எண்ணிக் கொண்டதையும், தங்களுக்கு ஒன்றுபோல ஏற்பட்ட சந்தேகத்தையும், அதற்கு ஒன்றுபோலக் கிடைத்த விடையையும் எண்ணி வியந்து ஒருவரை ஒருவர் குறிப்பாய்ப் பார்த்துக் கொள்வர்.

ஓடத்துறையிலும் அவ்விரு தோணிக்காரரிடமும் ஏதோ சாந்நித்யம் உண்டாகியிருப்பதை வழிப்போக்கர் பலர் கண்டனர். வழிப்போக்கர் யாரும் தோணிக்காரர்களில் ஒருவரைக் கண்டுவிட்டால் உடனே தனது வரலாற்றையும் துயரங்களையும் முறையிட்டுக் கொள்வதும், பாவங்களை ஒப்புக்கொண்டு பரிகாரம் கேட்பதும் சில சமயம் நடந்தது. சில சமயம் தாங்களும் உடனிருந்து ஆற்றைக் கேட்கத் தங்களை அனுமதிக்குமாறு சிலர் வேண்டிக் கொண்டனர்.

ஓடத்துறையில் இரண்டு ஞானியர், மாந்திரீகர், புண்யவான்கள் இருக்கின்றனர் என்று நெடுகிலும் கேள்வியுற்று, ஜனங்கள் பார்க்க வரலாயினர். பார்க்க வந்தோர் பல கேள்விகளைக் கேட்டனர். ஒன்றும் விடை கிடைக்கவில்லை அவர்களுக்கு. அங்கு யாரையும் ஞானிகளை, மாந்திரீகர்களைக் காணவில்லை. ஒன்றும் அறியாத ஊமைகள் போல இரண்டு கிழ நண்பர்களைத்தான் அவர்கள் கண்டனர். இப்படிப் பெரிதாகக் கட்டிவிட்டவர்கள் அடி முட்டாள்கள் என்று கூறி நகைத்தனர்.

ஆண்டுகள் கழிந்தன. யாரும் அதை எண்ணவில்லை. பிறகு ஒரு நாள் கௌதம புத்தரின் சீடர்களான பிக்ஷுக்கள் சிலர் வந்து சேர்ந்தனர். தங்களை ஆறு கடத்தி விடுமாறு கேட்டுக் கொண்டனர்.

அந்த மகான் மிகவும் நலிவுற்றிருப்பதாகவும், விரைவில் அவர் பூதவுடல் நீத்துப் பரிநிர்வாணம் அடைந்துவிடக்கூடுமென்றும் செய்தி எங்கும் பரவி, தங்கள் குரு தேவரை விரைந்துசென்று காணும் பொருட்டாக அவர்கள் திரும்பி வந்து கொண்டிருக்கின்றனர் என்று தோணிக்காரர்கள், அவர்கள் வாயிலாகத் தெரிந்து கொண்டனர். பின் அதிக காலம் ஆவதற்குள் மற்றொரு கோஷ்டி பிக்ஷுக்கள் வந்தனர். மீண்டும் ஒரு கோஷ்டியினர் வந்தனர். இந்தப் பிக்ஷுக்கள் மட்டுமல்லாமல், பெரும்பாலான யாத்ரீகளும் கூட, கௌதமரையும் அவரது முடிவைப் பற்றியும் அல்லது வேறொன்றும் பேசவில்லை. எல்லாப் பக்கங்களிலிருந்தும் மக்கள், படையெழுச்சிக்கோ, மன்னனின் முடிசூட்டு விழாவிற்கோ போவது போல் திரண்டு வந்தனர். மகா புத்தர் மரணப் படுக்கையில் இருந்த இடத்திற்கு, அந்த மகத்தான சம்பவம் நிகழ்ந்து கொண்டிருந்த இடத்திற்கு, ஒரு யுகரட்சகர் பரிநிர்வாணம் எய்திக் கொண்டிருக்கும் இடத்திற்கு, காந்தத்தால் இழுக்கப்பட்டவர்களாய் தேனடை ஈக்களாய் மொய்த்துத் திரண்டனர்.

யாருடைய குரல் ஆயிரக்கணக்கானவர்களை உணர்ச்சி பெற்றெழச் செய்ததோ, யாருடைய குரலை அவனும் ஒரு சமயம் கேட்டிருந்தானோ, ஏக்கத்துடன் எவருடைய திருமுகத்தை ஒருக்கால் அவனும் பார்த்திருந்தானோ அந்த இறந்து கொண்டிருக்கும் முனிவரைப் பற்றி - சித்தார்த்தன் மிகுதியும் எண்ணினான். அவரைப் பற்றி அன்புடன் நினைத்தான். துக்க நிவாரணத்திற்கான அவரது மார்க்கத்தை நினைத்தான். அந்த மகானிடம் ஒரு சமயம் இளைஞனாக இருந்த தான் உரைத்துவிட்ட சொற்களை நினைந்து தனக்குள் சிரித்துக் கொண்டான். பிஞ்சிற் பழுத்த - இறுமார்ந்த சொற்களாய் அவை இருந்தனவென்று அவனுக்குத் தோன்றியது. அவரது போதனைகளை அவனால் ஏற்றுக் கொள்ள முடியாது போயினும் அவரை விட்டுத் தான் பிரிந்ததில்லை என்று நெடுங்காலமாகவே அவன் அறிவான். இல்லை, உண்மையான சாதகன் ஒருவன்தான் ஒன்றைக் காண விரும்பினால் எந்தப் போதனைகளையுமே ஏற்க முடியாது, ஆனால், கண்டு கொண்டவனோ எந்த மார்க்கத்தையும், எந்த லட்சியத்தையும் ஒப்பலாம்; பரம நிலை பெற்று நித்யத்தில் வாழ்கிற ஆயிரவர் பிறரை விட்டு அவன் பிரிந்து நிற்பானேன்? அவனைப் பிரிக்க ஒன்றுமில்லையே. ஒருநாள், இறந்து கொண்டிருக்கும் புத்தரை நோக்கி மிகப்பல மக்கள் யாத்திரை சென்று கொண்டிருந்தபோது ஒரு காலத்தே தாசிகளிற் பேரழகியாக இருந்த கமலாவும் அங்கு சென்று கொண்டிருந்தாள். தனது முன் வாழ்க்கையிலிருந்து

திருலோக சீதாராம் 123

நெடுங்காலத்துக்கு முன்னரே விலகித் தன்பாட்டில் அவள் இருந்து வந்தாள். தனது தோட்டத்தை, கௌதமரின் பிக்ஷுக்களுக்குத் தானம் செய்து விட்டாள். அவள் குலமகளாய், யாத்ரீகருக்குப் பணிவிடை செய்பவளாய் ஆகிவிட்டிருந்தாள். கௌதமர் மரணத் தறுவாயில் இருக்கிறார் என்று கேட்டு, எளிய உடை அணிந்து, தனது மகனுடன் கூட, கால்நடையாகவே புறப்பட்டு விட்டாள், வழியில் ஆற்றங்கரையை அவர்கள் வந்தடைந்தனர்.

ஆனால், அந்தப் பையனோ விரைவில் களைப்புற்றான். வீட்டுக்குச் செல்ல விரும்பினான். அமர விரும்பினான். பசி என்றால், அடிக்கடி மனம் புழுங்கினான். கண்ணீர் விட்டான். கமலா அடிக்கடி அவனுடன் அமர வேண்டியிருந்தது. அவளுடைய விருப்பத்திற்கு எதிராகப் பிடிவாதம் பிடிப்பது அவனுக்கு வழக்கமாயிருந்தது. அவனை உண்ண வைக்கவும், சமாதானம் பண்ணவும், கடிந்து கொள்ளவும் வேண்டியிருந்தது அவளுக்கு. புண்யவானாம், செத்துப் போய்க் கொண்டிருக்கிறாராம் யாரோ ஒருவர், அவரைப் பார்ப்பதற்கென்று, தெரியாத இடத்துக்கு, இப்படிக் கஷ்டப்பட்டு, சோர்வுற்று, ஏன் என் தாய் அலைகிறாள் என்று அவனால் புரிந்து கொள்ளமுடியவில்லை. அவர் சாகட்டுமே அதனால் அந்தப் பையனுக்கு ஆக வேண்டியதென்ன?

சின்ன சித்தார்த்தன் ஓய்வு கொள்ள வேண்டுமென்று தன் தாயிடம் சொன்னபோது யாத்ரீகர்கள் வாசுதேவனுடைய ஓடத்துறைக்கு அருகில் இருந்தார்கள். கமலாவும் கூட களைத்துத்தான் போயிருந்தாள். பையன் ஒரு வாழைப்பழத்தைத் தின்று கொண்டிருக்கையில், அவள் தரையில் அப்படியே முடங்கிக் கண்களைப் பாதி மூடியவாறே அயர்ந்தாள். இருந்தாற்போல் இருந்து வலியால் திடீரென்று அவள் கத்தினாள். திகிலால், அதிர்ந்து போய்ப் பையன் அவளது வெளிறிய முகத்தைப் பார்த்தான். அவள் ஆடைக்குள்ளிருந்து கமலாவைக் கடித்து விட்ட சிறிய கருநாகம் ஒன்று நெளிந்து சென்றது.

யாரையாவது போயடைய அவர்கள் இருவரும் விரைவாக ஓடினர். ஓடத்துறைக்கு அருகில் அவர்கள் வந்தபோது கமலா நிலைகுலைந்தாள். சற்றும் மேலே போக முடியவில்லை. தாயைக் கட்டிக் கொண்டும் முத்தமிட்டுக் கொண்டும் பையன் உதவிக்குக் கூவி அழுதான். ஓடத்துறையில் நின்றிருந்த வாசுதேவன் காதில் விழும்வரையில் பையனுடன் அவளும் கூக்குரலிற் சேர்ந்து கொண்டாள். அவன் விரைந்து வந்தான். கைகளால் அந்த மாதை எடுத்துக் கொண்டான், படகுக்கு அவளைத் தூக்கிப்

போனான். பையன் உடன் சென்றான். அப்பொழுதுதான் அடுப்பு மூட்டிக்கொண்டே சித்தார்த்தன் நின்று கொண்டிருந்த குடிசையை அவர்கள் விரைவாய் அடைந்தனர். ஏறிட்டுப் பையன் முகத்தை அவன் முதலில் பார்த்தான். பையன் முகம் ஏதோ ஒன்றை அவனுக்கு நினைவுறுத்தியது. பின்னர் அவன் கமலாவைப் பார்த்தான். அவள் நினைவு தப்பித் தோணிக்காரன் கரங்களில் துவண்டு கிடந்த போதிலும் அவளை அவன் உடனே தெரிந்து கொண்டு விட்டான். பின்னர், அப்படி எதையோ அவனுக்கு நினைவூட்டிய முகத்தையுடைய அந்தப் பையன் தன் மகனே என்பதும் அவன் அறிந்து கொண்டான். அவன் இதயம் வேகமாய் அடித்துக் கொண்டது.

கமலாவின் காயம் கழுவப்பட்டது. ஆனால், ஏற்கெனவே அது கறுத்துப் போய் உடலும் ஊதி விட்டது. அவளுக்கு சிகிச்சை செய்யப் பெற்று அவளுக்குச் சுய உணர்வு திரும்பி வந்தது. சித்தார்த்தனுடைய படுக்கையில் அவனது குடிசையில் அவள் கிடந்தாள். முன்பொரு சமயம் அவளைப் பெரிதும் காதலித்த சித்தார்த்தன் அவள் அருகில் தலைகுனிந்து நின்றான்.

தான் கனவு காண்பதாய் அவள் எண்ணினாள். புன்முறுவலுடன் தன் காதலன் முகத்தை நோக்கினாள். படிப்படியாகத் தனது நிலையை அவள் உணர்ந்தாள். கடியுண்டதை நினைத்துக் கொண்டாள், தன் பிள்ளையைச் சஞ்சலத்துடன் அழைத்தாள்.

“கவலைப்படாதே, அவன் இங்கே இருக்கிறான்” என்றான் சித்தார்த்தன்.

அவனது விழிகளின் உள்ளே நோக்கினாள் கமலா. உடலில் நஞ்சு பரவி விட்டிருந்தபடியால் பேசுவது கடினமாக இருந்தது அவளுக்கு. “அன்பே, தாங்கள் கிழவராகிவிட்டீர்கள்.” அவள் கூறினாள். “தாங்கள் தலை நரைத்துப் போயிருக்கிறீர்கள். ஆனால், உடைகளின்றி, புழுதி படித்த பாதங்களுடன் என் தோட்டத்தில் ஒருநாள் என்பால் வந்த அந்த இளஞ்சமணன் போலத்தான் இருக்கிறீர்கள். காமஸ்வாமியையும் என்னையும் தாங்கள் விட்டுப் பிரிந்தபோது மாறிவிட்டீர்கள். ஆனால் இன்று அந்த இளைஞனைப் போலவே இருக்கிறீர்கள். சித்தார்த்தரே, தங்கள் கண்கள் அவ்விளைஞரின் கண்களைப் போலவே இருக்கின்றன. ஆம் நானும் கூடத்தான் கிழவியாகிவிட்டேன். கிழவி.... தங்களுக்கு என்னைத் தெரிகிறதா?”

சித்தார்த்தன் முறுவல் செய்தான். “அன்பே, கமலா, உடனே உன்னைத் தெரிந்து கொண்டேன்.”

கமலா தன் மகனைச் சுட்டிக் காட்டினாள். "அவனைத் தெரிந்து கொண்டீர்களா? தங்கள் குமாரன்."

அவளது விழிகள் மலங்கத் திரிந்தன. பின்னர் மூடிக் கொண்டன. பையன் அழத்தொடங்கினான். சித்தார்த்தன் அவனைத் தனது முழங்காலில் அணையச் செய்து, அழட்டும் என்று விட்டு, தலையைக் கோதினான். குழந்தையின் முகத்தைப் பார்த்தவாறே முன்னர் தான் சிறு பிள்ளையாயிருந்தபோது கற்றுக் கொண்ட வேத சுலோகம் ஒன்றை நினைத்துக் கொண்டான். மெதுவாகவும் இசையோடும் அதை ஓதினான். அவனது இளமைப் பருவத்தினின்றும், இறந்த காலத்தினின்றும் அந்தச் சொற்கள் மீண்டும் அவனிடம் வந்தன. அவன் பாடவும் சமாதானம் அடைந்து கொண்டே வந்து, சற்றே விசித்துப் பின் தூங்கி விட்டது குழந்தை. வாசுதேவன் படுக்கையில் அவனைக் கிடத்தினான் சித்தார்த்தன். சோறு பொங்கிக் கொண்டே வாசுதேவன் அடுப்பண்டை நின்றிருந்தான். சித்தார்த்தன் அவனைப் பார்த்தான். வாசுதேவன் அவனைப் பார்த்து முறுவல் பூத்தான்.

"அவள் இறந்து கொண்டிருக்கிறாள்" என்று நிதானமாய் உரைத்தான் சித்தார்த்தன்.

வாசுதேவன் தலையசைத்தான். அடுப்பிலிருந்து நெருப்பு வெளிச்சம் அவனது அருள் வதனத்தில் அடித்தது.

கமலா மீண்டும் தன் உணர்வு பெற்றாள். அவள் வதனத்தில் வேதனை இருந்தது. அவளது வாயில், ரத்தம் சுண்டிய அவளது முகத்தில் வேதனை கண்டான் சித்தார்த்தன். கவனமாய், நிதானமாக அந்த வேதனையைப் பங்கிட்டுக் கொண்டான் சித்தார்த்தன. அது தெரிந்தது கமலாவுக்கு. அவளுடைய பார்வை அவன் கண்களை நாடிற்று.

அவனைப் பார்த்து அவள் உரைத்தாள்: "தங்கள் கண்களும் மாறிவிட்டிருக்கின்றனவே. அவை முற்றும் மாறிப்போய் இருக்கின்றன. நீங்கள் இன்னமும் சித்தார்த்தர்தான் என்று எப்படி எனக்குத் தெரிகிறது! நீங்கள் சித்தார்த்தர்தான், என்றாலும் நீங்கள் அவனைப் போல் இல்லை.!"

சித்தார்த்தன் பேசவில்லை. மௌனமாய் அவள் விழிகளுக்குள் பார்த்தான்.

"தாங்கள் அதை அடைந்து விட்டீர்களா? தாங்கள் சாந்தி கண்டீர்களா?" என்று அவள் கேட்டாள்.

அவன் புன்னகை செய்தான. தன் கரங்களை அவள் மீது வைத்தான்.

"ஆம், தெரிந்து கொண்டேன். நானும் சாந்தி காண்பேன்" என்றாள்.

"நீ கண்டு விட்டாய்." காதோடு கூறினான் சித்தார்த்தன். கமலா அவனை உற்றுப் பார்த்தாள்.

கௌதமர்பால், அந்த மகாத்மனின் திருமுகத்தைக் காண அவரிடமிருந்து சற்றே சாந்திபெற, யாத்திரை செய்வது அவள் எண்ணமாய் இருந்தது. அதற்குப் பதில் அவனைத்தான் அவள் கண்டாள். அதுவும் நல்லதாயிற்று. அவரைப் போய்த் தரிசித்தாற்போன்று அவ்வளவு நல்லதாயிற்று. அதை அவனிடம் சொல்ல வேண்டுமென்று அவளுக்கு ஆசையாக இருந்தது. ஆனால் அவளுடைய நாக்கு, அவளது விருப்பத்திற்கு இணங்கவே இல்லை. மௌனமாய் அவனைப் பார்த்தாள் அவள். அவளது கண்களிலிருந்து உயிர் தேய்வதை அவன்கண்டான்.

கடைசி உபாதையும் ஏற்பட்டு அவளது கண்களிலிருந்து தப்பிப் போய்விட்டபோது, அவளது உடலூடே இறுதிச் சலனம் உருவிப் போய்விட்டபோது, அவனது விரல்கள் அவளது கண்ணிமைகளை மூடின.

உணர்ச்சியற்ற அவளது முகத்தைப் பார்த்துக் கொண்டு நெடுநேரம் அங்கு அவன் அமர்ந்திருந்தான். அவளுடைய முகத்தை, தொய்ந்த கிழட்டு வாயை, சுருங்கிய அவளது உதடுகளை, நெடுநேரம் பார்த்தான். ஒரு காலத்தில் அவளது வாழ்வின் வசந்த வேளையில், எப்படி, அப்போது அரிந்த அத்திப்பழத்திற்கு இணையாக அந்த அதரங்களைத் தான் ஒப்பிட்டோம் என்பதை எண்ணிக் கொண்டான். அவன், நெடுநேரம் ஆழ்ந்த சிந்தையனாய் அந்த வெளிறிய முகத்தை, தொய்வின் சுருக்கங்களைப் பார்த்தான். அதுபோன்றே தனது முகத்தையும் அப்படி வெளிறியதாய் உணர்ச்சியற்றதாய் அவன் கண்டான். அதே சமயத்தில் தனது முகமும் அவளுடையதும் இளமையாய், செவ்விதழ்களுடன், ஒளிப்படைத்த விழிகளுடன் திகழக் கண்டான். எல்லாமே கண்முன் நடப்பதாகவும், எல்லாமே ஏககாலத்தில் திகழ்வதாகவும், ஒரு உணர்ச்சி மேலோங்கியெழுந்தது. அந்த நேரத்தில் ஒவ்வொரு உயிரும் அழிவற்றது. ஒவ்வொரு கணமும் அனந்தமானது என்பதை மிகத் தெளிவாய் அவன் உணர்ந்தான்.

அவன் எழுந்தபோது, வாசுதேவன் அவனுக்காகக் கொஞ்சம் சோறாக்கி வைத்திருந்தான். ஆனால், சித்தார்த்தன் உண்ணவில்லை. வெள்ளாடு கட்டியிருந்த கொட்டிலில் இரு கிழவர்களுமாகக் கொஞ்சம் வைக்கோல் உதறிப் போட்டனர். வாசுதேவன் படுத்தான். ஆனால், சித்தார்த்தன் வெளியே சென்று இரவெல்லாம் ஆற்றையே கேட்டுக்கொண்டு குடிசைக்கு முன் அமர்ந்திருந்தான். இறந்த காலமும், நிகழ்காலமும், அவன் வாழ்வின் எல்லாப் பகுதியும் ஒன்றாய் அவனைச் சுற்றிச் சூழ்ந்தன. எனினும், அவ்வப்பொழுது அவன் எழுந்தான். குடிசை வாசலுக்கு நடந்து பையன் தூங்கிக் கொண்டிருந்தானா என்று கவனித்தான்.

சூரியன் தென்படுமுன்னர், அதிகாலையில் கொட்டிலை விட்டு வாசுதேவன் வெளியே வந்தான், நண்பனிடம் நடந்தான்.

"நீ தூங்கவே இல்லை" என்றான் அவன்.

"இல்லை வாசுதேவா, நான் இங்கமர்ந்து ஆற்றைக் கேட்டுக் கொண்டிருந்தேன். அது எனக்கு நிறையச் சொல்லிற்று. பல பெரிய சிந்தனைகளால், ஒருமையைப் பற்றிய எண்ணங்களால் நிறைந்தது."

"மிகவும் நீ இடர்ப்பட்டிருக்கிறாய், சித்தார்த்தா, எனினும் உன் இதயத்தில் துயரமே புகவில்லை."

"இல்லை. எனதருமை நண்பா. நான் ஏன் துணுற வேண்டும்? செல்வனாக, ஆனந்தமாக, இருந்த நான் பெருஞ்செல்வனாகி, பேரானந்தம் உடையவனாகி விட்டிருக்கிறேன். என் குமாரனை எனக்கே கிடைக்கப் பெற்றேன்."

"நானும் உன் மகனை வரவேற்கிறேன். ஆனால், இப்பொழுது நாம் வேலைக்குப் போவோம், சித்தார்த்தா! செய்ய வேண்டியது நிறைய இருக்கிறது. என் மனைவி இறந்த அதே படுக்கையில்தான் கமலா இறந்தாள். என் மனைவியின் சிதையை முன்பு நான் கட்டிய அந்தக் குன்றிலேயே கமலாவின் சிதையையும் நாம் கட்டுவோம்."

பையன் உறங்கிக் கொண்டிருக்கும்பொழுதே அவர்கள் ஒரு சிதை கட்டினர்.

~

குமாரன்

பையன் பயந்துபோய் அழுது கொண்டே, தன் தாயின் ஈமக் கடன்கள் புரிந்தான். பயந்துபோய், ஒன்றும் புரியாமலே... வாசுதேவனுடைய குடிசையில் தன்னை இருக்கவைத்துத் தன்னைப் பிள்ளையென்றும் கொண்ட சித்தார்த்தன் சொற்படி கேட்டான். சின்னாட்கள் வரையிலும் இறந்தவளின் குன்றில் போய், முகம் வெளுத்தவனாய் உட்கார்ந்திருந்தான் குறிப்பற்றுப் பார்த்தான். நெஞ்சைப் பிடித்துக் கொண்டு தன் விதியை எதிர்த்து வாதாடினான், போராடினான்.

போகட்டும் என்று சித்தார்த்தன் அவனைத் தனியே விட்டான். ஏனெனில், அவனது துக்கத்தை மதித்தான். மகனுக்கு, தன்னைத் தெரியாதென்றும், தந்தையென்று தன்பால் பாசங்கொள்ள அவனால் இயலாதென்றும் சித்தார்த்தன் புரிந்து கொண்டான்.அந்தப் பதினோரு வயதுப் பிள்ளை, தாயின் செல்லத்தால் கெட்டுவிட்டவன் என்றும், சுவையான உணவு, சுகமான படுக்கை, ஆட்களை அதிகாரம் பண்ணுவது என்று பணக்காரத் தோரணையில் வளர்க்கப்பட்டவன் என்றும் புரிந்து கொண்டான். கெட்டு விட்டவனாகவும், துயருற்றவனாகவும் இருக்கும் பையனுக்கு, புதிய, எளிய இடம் அப்படியொன்றும் உடனே பிடித்து விடாது என்று சித்தார்த்தன் புரிந்து கொண்டான். அவனை ஒன்றும் வற்புறுத்தவில்லை. அவனுக்காக நிறையச் செய்தான். அவனுக்கு நல்ல உணவு தேடித் தந்தான். நல்லபடியாக மெதுவாய் அவனைத் திருப்பி விடலாமென்று நம்பினான்.

பையன் தன்னிடம் வந்து சேர்ந்தபோது, அதனைப் பேறாகவும் மகிழ்வாகவும் கருதினான் சித்தார்த்தன். ஆனால், நாளாகவும், அந்தப் பையன் இறுமாப்புடன், எதிர்த்துக் கொண்டு, ஒரு வேலையும் செய்யாமல், பெரியவர்களிடம் மரியாதையில்லாமல், வாசுதேவனுடைய கனி மரங்களை மொட்டையடித்து, சொன்னபடி கேளாமல் வெடு வடு என்றிருக்கவும்தான், மகனால் தனக்கு களிப்பும் சாந்தியும் வரவில்லை, துயரும் தொல்லையுமே எஞ்சியதென்று சித்தார்த்தன் உணரத் தலைப்பட்டான். ஆயினும் அவனிடம் பாசங் கொண்டான். பிள்ளை இல்லாமல் வரக்கூடிய மகிழ்ச்சியையும் சுகத்தையும் விட, அவன்பால் கொண்ட பரிவால் வருகிற துயரும் தொல்லையுமே அவனுக்கு உகப்பாய் இருந்தன.

சின்ன சித்தார்த்தன் குடிசையில் இருந்து வந்தபடியால், கிழவர்கள் வேலையைப் பங்கிட்டுக் கொண்டனர். ஓடத் துறைப் பொறுப்பை வாசுதேவன் ஏற்றுக்கொண்டான். பையனோடு இருக்கும் பொருட்டு, குடிசையிலும், வயல்களிலுமுள்ள வேலைகளைக் கவனித்துக் கொண்டான் சித்தார்த்தன். பையன் தன்னைப் புரிந்து கொள்வான் - தனது பாசத்திற்கு உரியவன் ஆவான் - தானும் அவ்வாறே நடந்து கொள்வான் - என்ற நம்பிக்கையில் பல மாதங்கள்பொறுமையாய்க் காத்திருந்தான் சித்தார்த்தன். பல மாதங்கள் இதனைக் கவனித்தான் வாசுதேவன். பார்ப்போம் என்று பேசாமலிருந்தான். ஒருநாள் சின்ன சித்தார்த்தன், சோற்றுப் பானைகள் இரண்டையும் போட்டு உடைத்துவிட்டு, தன் இயற்கைப்படி. தந்தையை எதிர்த்துக் கலகம் பண்ணிக் கொண்டிருந்ததைக் கண்டபோது, வாசுதேவன் தனது நண்பனை மாலையில் தனியாகக் கொண்டுபோய் அவனிடம் உரைத்தான். "மன்னித்துக் கொள். நண்பனென்று உன்னிடம் கூறுகிறேன். மிகவும் மகிழ்வற்று நீ இடர்படுவதைக் காண்கிறேன். அருமை நண்பா, உன் மகன் உன்னைத் தொல்லைப்படுத்துகிறான், என்னையும்தான். அச்சிறுபறவை, வேறு வாழ்வில், வேறு கூட்டில் பழக்கப்பட்டது. நீ செய்தது போல, தானாகவே வெறுத்துப்போய் ஊரையும் உடைமைகளையும் உதறிவிட்டு ஓடிப்போகவில்லை. விருப்பமின்றியே அவன் இத்தனையும் விட்டுவர நேர்ந்துவிட்டது. நண்பா, ஆற்றை நான் கேட்டேன், பல தடவை அதனிடம் கேட்டேன். ஆறு சிரித்தது, என்னைக் கண்டு சிரித்தது உன்னையும் கண்டு சிரித்தது, நமது அறிவின்மையை எண்ணி அது குலுங்கச் சிரித்தது. நீர் நீரை நாடும். இளமை இளமையை நாடும். இங்கே உன் பிள்ளை களிப்போடு இருக்கமாட்டான். நீ கேள் ஆற்றை. அது கூறுவதைக் கேள்."

அல்லலுற்று மனம் வருந்திய சித்தார்த்தன் அந்தக் கருணை வதனத்தைக் கண்டான். அங்கு நல் இயல்பின் ரேகைகள் மிகப் பல படர்ந்திருந்தன.

"அவனைவிட்டு எப்படி நான் பிரிவேன்?" என்று மெதுவாய்ச் சொன்னான் அவன். "இன்னும் தவணை கொடு நண்பா. அவனுக்காகப் போராடிக் கொண்டிருக்கிறேன், அவனுடைய இதயத்தைத் தொட முயன்று கொண்டிருக்கிறேன். அன்பாலும் பொறுமையாலும் அவனைத் திருப்பி விடுவேன். ஒருநாள் அவனிடமும் ஆறு பேசும். அவனும் அழைக்கப் பெற்றவன்தான்."

வாசுதேவனுடைய முறுவல் கனிவுற்றது. "ஆமாம், அவனும் நற்பிறவிதான். அவனும் என்றுமுள்ள பேருயிரைச் சேரவேண்டியவன்தான். ஆனால், அவன் எதற்கு வந்தவன், எந்த வழிக்கு, எச்செயல்களுக்கு, எத்துயரங்களுக்கு? நீயோ நானோ அறிவோமா? அவனுடைய துயரங்கள் எளிதாயிரா. அவனுடைய இதயம் கருவமும் கடினமுமுள்ளது. ஒருக்கால் அவன் அதிகம் பட்டுத் தீருவான். பல பிழைகள் செய்வான், அநீதம் பல புரிவான். பல பாவங்கள் பண்ணுவான். நண்பா, நீ உன் பிள்ளையை நல்ல வழியில் பழக்குகிறாயா? உனக்கு அவன் அடங்குகிறானா? அவனை நீ அடிக்கிறாயா, தண்டிக்கிறாயா?"

"இல்லை, வாசுதேவா, இது ஒன்றும் நான் செய்வதில்லை."

"நான் அறிவேன். அவனிடம் நீ கண்டிப்பாயில்லை. அவனை நீ தண்டிப்பதில்லை. நீ அவனைக் கட்டளையிடுவதில்லை. ஏனென்றால், கண்டிப்பைவிட தயவே வலிமையானதென்று நீ அறிவாய். பாறையைவிட நீரும், பலாத்காரத்தைவிட அன்பும் வலிமையானதென்று நீ அறிவாய். மிக நன்று, நான் போற்றுகிறேன். ஆனால், அவனிடம் கண்டிப்புக் காட்டாமல், அவனைத் தண்டிக்காமலிருந்து விடுவது, ஒருவேளை, உன்பாற்பட்ட பிழை அல்லவா? உனது பாசத்தால் நீ அவனைப் பிணைக்கவில்லையா? உன் நல்லதனத்தாலும் பொறுமையினாலும் நீ அவனை அன்றாடம் நாணுறச் செய்து மேலும் அவனைத் துன்புறுத்தவில்லையா? இரண்டு பழந்தின்னிக் கிழங்களுடன் - அவர்களுக்கு அரிசிகூட அதிரஸமாயிருக்கிறது. அவர்களின் எண்ணங்களோ அவனுடையதைப் போன்றவையல்ல, அவர்களின் இதயங்களோ அவனில் வேறுபட்டுக் கிழடு தட்டி ஓய்ந்து போனவை அந்தக் கிழங்களோடு ஒரு குடிசையில் இருக்கும்படி, அந்தத் தன் மூப்பான கெட்டுப்போன

திருலோக சீதாராம்

பிள்ளையை நீ நிர்பந்தப்படுத்தவில்லையா? இப்படியெல்லாம் அகப்பட்டுக் கொண்டு அவன் திண்டாடவில்லையா?"

சித்தார்த்தன் குழம்பிப் போய்த் தரையைப் பார்த்துக் கொண்டு, "நான் என்னதான் செய்ய வேண்டுமென்று எண்ணுகிறாய்?" என்று கேட்டான்.

வாசுதேவன் கூறினான்: "அவனை நகருக்குக் கொண்டு விடு, அவனுடைய தாயின் வீட்டில் கொண்டு விடு, அங்கே இன்னமும் ஏவலாளர் இருப்பார்கள் - அவர்களிடம் அவனைக் கொண்டு விடு, ஒருவேளை அவர்கள் இலராயின், ஒரு ஆசிரியரிடம் விடு, படிப்பதற்கு மட்டுமல்ல, மற்ற பிள்ளைகளையும் பெண்களையும் சந்தித்து, தனக்கு ஏற்ற உலகத்தில் அவன் இருப்பான். அதைப்பற்றி எப்போதும் நீ நினைக்கவில்லையே!"

"என் உள்ளம் உனக்குத் தெரியும். அடிக்கடி நான் அதுபற்றி எண்ணினேன். ஆனால், இவ்வளவு கடின சித்தமுள்ள பையன் இந்த உலகில் எப்படி முன்னேறுவான்? தன்னை உயர்ந்தவன் என்று எண்ணிக் கொண்டுவிட மாட்டானா? இன்பங்களிலும் அதிகாரத்திலும் கெட்டுப் போகமாட்டானா? தன் தகப்பன் செய்த பிழைகள் அனைத்தையும் மறுபடி அவனும் செய்யமாட்டானா? ஒருக்கால் அவன் சம்சாரத்தில் முற்றும் மூழ்கிப்போய்விட மாட்டானா?"

தோணிக்காரன் மீண்டும் புன்னகை புரிந்தான். சித்தார்த்தனுடைய கரங்களை மெதுவாய்ப் பற்றியவாறு கூறினான். "ஆற்றைக் கேள் அதுபற்றி. அது கூறுவதைக் கேள். அது சிரிப்பதைக் கேள். அப்படியானால் உன் மகனைக் காப்பாற்றுவதற்காகத்தான், உன் பிழைகள் அனைத்தையும் நீ புரிந்ததாக உண்மையில் நம்புகிறாயா? அதனால் உன் மகனை சம்சாரத்திலிருந்து நீ காப்பாற்ற முடியுமா? எப்படி? அறிவுறுத்தியா, கெஞ்சிக் கேட்டா, மிரட்டியா? அருமை நண்பா, இங்கு முன்னர் என்னிடம் கூறினாயே, அந்தண குமாரன் சித்தார்த்தனுடைய கதை - கருத்துமிக்க அந்தக் கதையை நீ மறந்து விட்டாயா? சமண சித்தார்த்தனை, சம்சாரத்திலிருந்து, பாவங்களிலிருந்து பேராசை - பிழைகளிலிருந்து யார் காத்தார்கள்? அவனுடைய தந்தையின் பிரேமை, ஆசிரியரின் எச்சரிக்கைகள், சுய அறிவ, தன் முயற்சி, இவை அவனைக் காக்க முடிந்ததா? தனது சொந்த வாழ்க்கையை அவன் வாழ்வதிலிருந்து வாழ்க்கையால் கறைபட்டுப் போவதிலிருந்து, பாவ மூட்டையைத் தூக்குவதிலிருந்து, கைத்துப் போன காடியைத் தானே விழுங்குவதிலிருந்து, தானே

தனது பாதையை வகுப்பதிலிருந்து, எந்தத் தந்தை, எந்த ஆசிரியர் அவனைத் தடுக்க முடிந்தது? அருமை நண்பா, இதன் பாதையைத் தானே வகுக்காமல் யாரேனும் தப்ப முடியுமென்று நீ கருதுகிறாயா? மாயையிலிருந்து, துக்கங்கள், வேதனைகளிலிருந்து அவன் பிழைத்துக் கொள்ள வேண்டுமென்று நீ எண்ணுவதனால் உனது இளங்குமரன் தப்ப முடியுமா? அவனுக்காக நீ பத்துத் தடவை செத்தே போவதாயினும் அவன் கதியை மாற்ற உன்னால் இயலுமா?"

அவ்வளவு தூரம் வாசுதேவன் பேசியதில்லை. சுமுகமாக அவனை வணங்கிவிட்டு, சஞ்சலத்தோடு குடிசைக்குள் சென்றான் அவன். ஆனால், தூங்க முடியவில்லை. ஏற்கெனவே அவன் நினைத்திராததையோ, அவன் அறியாததையோ, ஒன்றும் வாசுதேவன் கூறிவிடவில்லை. ஆனால், தனது அறிவைக் காட்டிலும் பையன் பற்று, அவன்மேலுள்ள பாசம், அவனை இழந்துவிடப்போகிறோமோ என்ற அச்சம் பலமாய் இருந்தது. அவன் என்றேனும் யாருக்கேனும் தன் இதயத்தை அப்படி முற்றும் இழந்ததுண்டா? அவ்வளவு அதிகமாக, அவ்வளவு கண்மூடித்தனமாக, அவ்வளவு வேதனையுடன், அப்படி நம்பிக்கையின்றி, ஆனால் களிப்புடன் யாரையேனும் எப்பொழுதேனும் அவன் நேசித்ததுண்டா?

நண்பனுடைய யோசனையைச் சித்தார்த்தன் ஏற்க முடியவில்லை. பிள்ளையைக் கைவிட அவனால் முடியவில்லை. பையன் தன்னை அதிகாரம் பண்ணவும், அவமதிக்கவும் விட்டான். பேசாமல் பொறுத்துக் கொண்டான்.

சுமுகம், பொறுமை என்னும் ஊமைப் போர் தொடங்கினான் அன்றாடம் வாசுதேவனும் சகிப்புத் தன்மையுடனும் அனுதாபத்தோடும், வாஞ்சையோடும் பொறுத்துக்கொண்டு பேசாமலிருந்தான். அவ்விருவரும் பொறுமையில் வல்லவர்.

ஒரு சமயம் பையனுடைய முகம் கமலாவை நினைவூட்டியபோது, வெகு காலத்துக்கு முன்பு அவள் ஒருநாள் கூறியதை திடீரென்று நினைத்துக் கொண்டான். அவன் சொன்னாள் அன்று: "உன்னால் காதலிக்க முடியாது" என்று, அவனும் அதை ஏற்றுக் கொண்டான். தன்னை ஒரு தாரகைக்கும் ஏனையோரை உதிர் சருகுகளுக்கும், ஒப்பிட்டிருந்தாள். என்றாலும் அவளுடைய பேச்சில் ஏதோ சற்று நிந்தை அவனுக்குப் படத்தான் செய்தது. தன்னை முற்றும் மறந்துபோகும் அளவுக்கு அப்படி ஒருவரிடம் அவன் ஒருநாளும் ஈடுப்பட்டிருக்கவில்லை என்பது உண்மைதான். பிறர் ஒருவர் பால் கொள்ளும் காதலால் விளையும் பேதமைகளுக்கு அவன்

ஒருநாளும் உள்ளானதில்லை. அவனுக்கு அது முடிந்ததில்லை. தனக்கும் சாதாரண மக்களுக்கும் உள்ள பெரும் வேற்றுமையே அதுதான் என்றே அப்பொழுது அவனுக்குத் தோன்றிற்று. ஆனால் இப்பொழுதோ அவன் மகன் அங்கு இருந்த காரணத்தால், அவன் சித்தார்த்தன், துக்கத்தால், அன்பால், மக்களின் ஒருவன் போலவே ஆகிவிட்டான். அவன் அன்புவெறிகொண்டான். அன்பால் அறிவிழந்தான், தன் வாழ்வில் ஒருமுறை காலங்கடந்து, இப்பொழுது புதிதான, பலமான ஒரு பாசத்தை அவனும் உணர்ந்தான். அதனால் பெரிதும் வருந்தினான். எனினும், உயர்ந்ததாக உணர்ந்தான். ஏதோ ஒரு வகையில் புதுமையும் செழுமையும் பெற்றான்.

தன்னுடைய இந்த அன்பு, பிள்ளை மேற்கொண்ட குருட்டுக் காதல், வெறும் மானிட உணர்ச்சியே என்றும், அதுவே சம்சாரமென்றும் துன்பம் மிகுந்த ஆழ்நீர் என்றும் அவனுக்குத் தெரியும். அதே சமயத்தில் அது பயனற்றதல்லவென்றும், அது தேவையானதே என்றும், அது தன்னியல்பின் விளைவே என்றும் உணர்ந்தான். இவ்வுணர்ச்சி, இந்த வேதனை, இந்த பேதமைகளும் கூட அனுபவிக்க வேண்டியவைதான்.

இதற்கிடையே அவன் மகன் அவனை, தனது பேதமைகளை புரிய, போராட தனது உணர்ச்சிகளால் தலை குனியவிட்டான். அவனைக் கவர தந்தையிடம் ஒன்றுமில்லை. அச்சமுறுத்தவும் யாதொன்றுமில்லை. இந்தத் தந்தை நல்லவர், அன்புள்ள ஒரு சாது. ஒருவேளை பக்திமானாகவோ, புண்ணிய சீலராகவோ இருக்கலாம். ஆனால், ஒரு பையனைக் கவரக்கூடிய மாண்புகள் அல்ல அவை. தரித்திரம் பிடித்த இந்தக் குடிசையில் தன்னைப் பிடித்து வைத்திருந்த தந்தை அவனுக்கு ஒரு தொணதொணப்பாக இருந்தார். தனது முரட்டுத் தனத்துக்கெல்லாம் அவர் முறுவல் புரிவதும், சுமுகம் காட்டித் தன்னை நாணுறச் செய்வதும், தனது கொட்டத்துக்கெல்லாம், அவர் பட்சம் காட்டுவதும் எல்லாம், வெறுக்கத்தக்கதாய், கிழட்டுக் குள்ளநரித் தந்திரமாய் இருந்தது. அவர் அவனை மிரட்டினால், கொடுமைப்படுத்தினால் அதுவே அவனுக்குப் பிடித்திருக்கும்.

ஒருநாள், சின்ன சித்தார்த்தன் தன் மனதில் உள்ளதைக் கூறி, தந்தையை வெளிப்படையாகவே எச்சரித்தான். கொஞ்சம் சுள்ளி பொறுக்கி வருமாறு அவர் கூறிவிட்டார். ஆனால், பையன் குடிசையை விட்டு அசையவில்லை. மாட்டேன் என்று கோபத்துடன், தரையை காலால் உதைத்து, தந்தையின் முகத்துக்கு நேரே முடியை

மடக்கிக் காட்டி விரல்களை நெறித்தான். தனது கசப்பையும் வெறுப்பையும் வெளிப்படுத்தினான்.

"சுள்ளி வேண்டுமானால் நீயே போய்ப் பொறுக்கிக் கொள்" என்று பொறுமிக் கொண்டே இரைந்தான். "நான் உன் வேலைக்காரன் இல்லை, என்னை நீ அடிக்க மாட்டாய் என்பது எனக்குத் தெரியும். உனக்கு தைரியம் இல்லை. ஆனால், உன் பக்தியாலும், செல்லத்தாலும் என்னை தண்டித்து சிறுமைப்படுத்திக் கொண்டிருக்கிறாய் என்பதும் தெரியும். உன்னைப் போலவே நானும் பக்தனாய், சாதுவாய், ஞானியாய் ஆகிவிட வேண்டுமென்பது உன் ஆசை. ஆனால் அதற்காகவோ நான் ஒரு திருடனாய், கொலைகாரனாய் நரகத்துக்கே போவேனே தவிர உன்னைப் போல் ஆக மாட்டேன். உன்னைக் கண்டாலே எனக்கு வெறுப்பாக இருக்கிறது. என் தாயை நீ பன்முறை தொட்டிருந்தாலும் நீ என் தகப்பனல்ல."

தந்தையின் மேல் கோபமும் கொடுமையும் நிறைந்த வார்த்தைகளைப் பொழிந்து தள்ளுவதில், தன்னில் நிறைந்து போயிருந்த துன்பத்துக்கும் பொங்குதலுக்கும் ஒரு போக்குக் கண்டான். பின்னர் அந்தப் பையன் வெளியே ஓடிப் போனான். மாலையில் நெடுநேரம் ஆகித்தான் திரும்பி வந்தான்.

மறுநாட் காலையில் அவன் மறைந்தே போய்விட்டான். சிம்புமுடைந்த இரு வண்ணக் கட்டை ஒன்று - ஓடக் கூலியாக வந்த செப்பு, வெள்ளிக் காசுகள் அந்தத் தோணிக்காரன் போட்டு வைத்திருந்தது அதுவும் கூடவே மறைந்து போயிற்று. படகு அதுகூட போய்விட்டது. அடுத்தகரையில் அதைச் சித்தார்த்தன் பார்த்தான். பையன் ஓடியே விட்டான்.

முதல் நாள், பையன் கடுமையான வார்த்தைகள் பேசியதிலிருந்தே மிகவும் சஞ்சலமடைந்திருந்த சித்தார்த்தன், "நானும் பின் தொடர வேண்டும், காட்டுவழியில் குழந்தை தனியாகப் போக முடியாது. ஏதாவது அவனுக்கு ஆபத்து வரும். வாசுதேவா, ஆற்றைக் கடக்க ஒரு புணை கட்ட வேண்டும்" என்றான்.

வாசுதேவன் கூறினான்: "புணை கட்டுவோம், பையன் அடித்துக் கொண்டு போன நமது படகை அடைவதற்காக, ஆனால், அவன் போகட்டும் நண்பா, அவன் இனியும் குழந்தையல்ல, பிழைத்துக் கொள்ளத் தெரியும் அவனுக்கு. அவன் நகரை நாடிச் செல்கிறான். அவன் செய்தது சரி. அதை மறுக்காதே - நீ செய்யத் தவறிவிட்டதை அவன் செய்து கொண்டிருக்கிறான். தானே தன்னைக் காப்பாற்றிக் கொள்கிறான் அவன். தன் பாதையில் அவன் போகிறான் சித்தார்த்தா!

திருலோக சீதாராம்

நீ துயரப்படுவதைக் காண்கிறேன். சிரிக்க வேண்டியதைப் பற்றி நீ வேதனைப்பட்டு வாடுகிறாய். விரைவில் நீயே அதை நினைத்து சிரிக்கப் போகிறாய்."

சித்தார்த்தன் பதில் பேசவில்லை. கையில் முன்னரே வாள் வைத்திருந்தான். மூங்கில் கொண்டு புணை முடையத் தொடங்கினான். புல்லங் கயிற்றால் சிம்புகளை இறுக்க வாசுதேவன் அவனுக்கு துணை செய்தான். பின்னர், அவர்கள் ஆற்றின் குறுக்கே புணையில் ஊர்ந்தனர். இழுத்துக் கொண்டு போயிற்று. எனினும், எதிர் ஏற்றமாக புணையை அக்கரைக்குச் செலுத்தினர்.

"உன்னுடன் எதற்கு வாள் கொண்டு வந்திருக்கிறாய்?" என்று சித்தார்த்தன் கேட்டான்.

"படகின் துடுப்பு ஒருவேளை தொலைந்து போயிருக்கலாம்" என்றான் வாசுதேவன்.

நண்பன் நினைப்பது தெரிந்தது சித்தார்த்தனுக்கு. பின்னால் அவர்கள் தொடர்ந்து வராமலிருப்பதற்காக வயிற்றெரிச்சலோடு பிள்ளை ஒருவேளை அதை வீசி எறிந்திருக்கலாம் அல்லது உடைத்துப் போட்டிருக்கலாம். உண்மையாகவே படகில் துடுப்பு இல்லை. "பையன் என்ன சொல்ல விரும்புகிறான் என்று தெரியவில்லையா உனக்கு? அவனை நாம் தொடரக் கூடாது என்று அவன் விரும்புகிறான் என்பது தெரியவில்லையா உனக்கு?" என்று கூறுவதுபோல, வாசுதேவன் படகின் உள்ளே சுட்டிக்காட்டி புன்னகை செய்தான். ஆனால் அதை வார்த்தைகளால் சொல்லாமல் புதிய துடுப்பு செய்ய ஆரம்பித்து விட்டான். பையனைத் தேடுவதற்காக சித்தார்த்தன் விடைபெற்றான். வாசுதேவன் அவனைத் தடுக்கவில்லை.

தேடிப் பயனில்லை என்று தனக்குத் தோன்றும் வரையிலும் சித்தார்த்தன் நெடுநேரம் காட்டில் இருந்தான். அப்பொழுதே காட்டைக் கடந்து நகருக்குச் சென்றிருப்பான், அல்லது ஒரு வேளை இன்னமும் அங்கேயே இருந்து கொண்டிருந்தால் தொடர்பவனிடமிருந்து ஒளிந்து கொண்டிருப்பான் என்று அவன் எண்ணினான். அவனுக்கு அப்படி ஒன்றும் தீங்கு வந்திராது, காட்டில் அபாயம் ஏதும் தோன்றி வெருட்டியிராது என்று அவனுக்கு உள்ளூர ஒரு உணர்வு. எனவே, பிள்ளையைப் பற்றிக் கவலை ஒன்றுமில்லை என்றே அவனுக்குப்பட்டது. ஆனாலும் அவனைக் காப்பாற்ற வேண்டும் என்பதற்காக இல்லாமல், மறுபடியும் ஒருவேளை அவனைப் பார்க்கலாமோ என்ற ஒரு சபலத்தோடு, நிற்காமல் மேலும் சென்று நகரத்தின் எல்லையை அடைந்தான்.

நகரின் அருகே விசாலப் பாதையை அவன் அடைந்தபோது, பல்லக்கொன்றில் கமலாவை முதன் முதல் அவன் பார்த்த - அவளது அழகான சோலை வாசலில் வந்து அசைவற்று நின்றான். அவன் கண்களில் முன்பு, கடந்த காலம் எழுந்து விளங்கியது. மீண்டும் ஒருமுறை, திகம்பரச் சமணனாக, தாடியுடன், இளைஞனாய், தலையெல்லாம் புழுதியுடன், தான் நின்றுகொண்டிருக்கக் கண்டான். சித்தார்த்தன் நெடுநேரம் அங்கு நின்று, திறந்த வாயில் வழியே தோட்டத்தினுள்ளே பார்த்தான். அழகிய தருக்களின் அடியில் பிக்ஷுகள் நடமாடிக் கொண்டிருந்தனர். அவன் நீண்ட நேரம் சிந்தித்துக் கொண்டு தனது வாழ்வின் கட்சிகளையும் கதையையும் பார்த்துக் கொண்டு அங்கு நின்றான். பிக்ஷுக்களைப் பார்த்துக் கொண்டு நெடுநேரம் நின்றான். அவர்கள் இருந்த இடத்தில், இளைஞனாக சித்தார்த்தனும் கமலாவும் அதே நெடு மரங்களின் கீழே நடமாடிக் கொண்டிருக்கக் கண்டான். கமலாவினால் உபசரிக்கப் பெற்று, அவளது முதல் முத்தத்தைத் தான் பெற்றுக் கொண்டிருக்கக் கண்டான். எவ்வளவு இறுமாந்து அருவெறுப்புடன் சமண வாழ்வை எண்ணிப் பார்த்தான் என்பதையும் எவ்வளவு பெருமையுடன், ஆர்வத்துடன் உலக வாழ்வைத்தான் தொடங்கினான் என்பதையும் கண்டான். காமஸ்வாமி, வேலைக்காரர்கள், கேளிக்கைகள், சூதர்கள், பாடகர்கள் அனைவரையும் கண்டான். தனது கூட்டில் கமலாவின் பாட்டுக் குருவி இருக்கக் கண்டான். மறுபடியும் எல்லாவற்றையும் முழுவதும் வாழ்ந்தான். சம்சாரம் நடத்தினான். மீண்டும் கிழவனானான், களைத்தான், வெறுப்புற்றான், சாக ஆவல் கொண்டான், மறுபடியும் அந்தப் புனித 'ஓங்காரம்' கேட்டான்.

சோலைக்குட் புகும் வாயிலில் நெடுநேரம் அவன் நின்றிருந்த பிறகு, தன்னை இவ்விடத்திற்கு உந்திய ஆசை பேதமையாதென்றும், தனது மகனுக்கு உதவத் தன்னால் ஆகாதென்றும், தான் அவன்மீது வலிந்து கொண்டாடலாகாதென்றும் உணர்வு பெற்றான். ஓடிப்போன பையனிடம் ஆழ்ந்த பற்றுணர்ச்சி கொண்டான். அவ்வுணர்ச்சி ஒரு காயம் போல் இருந்தது. ஆனால், அந்தக் காயம் தன்னில் புரையோடிப் போய்விடாதென்றும், ஆறிப்போக வேண்டியதே என்றும் தோன்றியது. அச்சமயம் காயம் ஆறாது இருந்தபடியால் அவன் வருத்தமுற்றாள் மகனைத்தேடி அவனை இங்கு கொணர்ந்த லட்சியத்திற்குப் பதிலாக அங்கு ஒரு சூன்யமே இருந்தது வருத்தத்தோடு அவன் கீழே உட்கார்ந்தான். தன்னுள்ளே ஏதோ ஒன்று இறப்பது போன்று உணர்ந்தான். ஆனந்தமே அங்கில்லை. லட்சியம் ஒன்றுமே இல்லை. தளர்ந்துபோய் அங்கு உட்கார்ந்து

திருலோக சீதாராம்

காத்திருந்தான். ஆற்றினிடமிருந்து அவன் அதைக் கற்றிருந்தான்: "காத்திருப்பது, பொறுப்பது, கேட்பது."

புழுதி நிறைந்த பாட்டையில் உட்கார்ந்து கேட்டான். தளர்ந்து சோகத்தால் தள்ளாடி நடக்கும் தனது இதயத் துடிப்பைக் கேட்டான். ஒரு குரலைக் கேட்கக் காத்திருந்தான். அங்கே முடங்கிப் பல நாழிகை செவி சாய்த்தான். காட்சிகள் எதுவும் அகக் கண்முன் காணவில்லை, சூன்யத்தில் அமிழ்ந்தான், வெளியேற வழி காணாமல், தன்னை அதில் அமிழ்ந்து போக விடுத்தான். அந்தக் காயம் வலிப்பது உணர்ந்ததும் மெதுவாகப் பிரணவத்தை உச்சரித்தான், தன்னை ஓங்காரத்தால் நிரப்பிக் கொண்டான்.

அங்கு, தரையில், கீழே ஒண்டிக் கொண்டு நரைத்த தலையெல்லாம் புழுதி படிந்த அவனை, தோட்டத்திலிருந்த பிக்ஷுக்ஷுக்கள் கண்டனர். பிக்ஷுக்களில் ஒருவர் அவன்பால் வந்து அவன் முன்னர் இரண்டு வாழைப்பழங்களை வைத்தார். கிழவன் அவரைப் பார்க்கவேயில்லை.

அவனது புயத்தைத் தொட்ட கரம் ஒன்று அவனுடைய அவசத்திலிருந்து அவனை எழுப்பியது. அன்பும் கூச்சமும் மிகுந்த அந்தக் கை அவனுக்கு அடையாளம் தெரிந்தது. அவன் சுய நிலை பெற்றான். அவன் எழுந்து, தன்னைத் தொடர்ந்து வந்திருந்த வாசுதேவனை வணங்கினான்.

வாசுதேவனின் அன்பு நிறைந்த முகத்தைக் கண்டான் அவன். முறுவல் மலர்ந்த முகச் சுருக்கங்களையும், ஒளி மிகுந்த அவனது விழிகளையும், உற்று நோக்கினான். அவனும் கூடவே சிரித்தான். தன் அருகில் பழங்கள் கிடப்பதை இப்பொழுதே கண்டான். அவற்றைப் பொறுக்கி, ஒன்றைத் தோணிக்காரனிடம் கொடுத்து மற்றதை உண்டான். பின்னர் வாசுதேவனுடன், காட்டு வழியே, பேசாமல் சென்று, ஓடத்துறைக்கே மீண்டும் வந்தடைந்தான். என்ன நடந்தது என்பது பற்றி இருவரும் பேசவே இல்லை. பையனுடைய பெயரை உச்சரிக்கவுமில்லை. அன்றி அவன் ஓடிப்போனதைப் பற்றியோ அல்லது அந்தக் காயத்தைப் பற்றியோ பேசவில்லை. குடிசைக்குள் சித்தார்த்தன் படுக்கச் சென்றான். அவனுக்குக் கொஞ்சம் இளநீர் கொடுக்கலாமென்று வாசுதேவன் அவனிடம் சென்ற போது அவன் உறங்குவதைக் கண்டான்.

~

ஓம்

அந்தக் காயம். நெடுங்காலம் கடுத்தது, தங்கள் பிள்ளையையோ, பெண்ணையோ உடன் அழைத்துச் செல்லும் வழிப்போக்கர் பலரை சித்தார்த்தன் ஆறு கடத்தி விட்டான். "எத்தனையோ பேர் இந்த மகத்தான இன்பம் பெற்றிருக்கிறார்கள். நான் ஏன் கூடாது?" என்று எண்ணாமலும், அவர்களில் யாரைப் பார்த்தேனும் பொறாமைப்படாமலும் அவனால் இருக்க முடியவில்லை. "என்னைத்தவிர, துஷ்டர்களுக்கும், திருடர்களுக்கும், கொள்ளைக்காரர்களுக்கும் கூடப் பிள்ளைகள் இருக்கின்றன. அவர்கள்பால் பாசம் கொள்கிறார்கள், மக்கள் அன்பைப் பெறுகிறார்கள்," அவன் அவ்வளவு சிறுபிள்ளைத்தனமாகவும் குதர்க்கமாகவும் தர்க்கித்தான்; அவ்வளவு சாதாரண மக்களைப் போல் ஆகிவிட்டான்.

முன்னிலும் மாறான ஒரு முறையில் மக்களை இப்போது மதித்தான். முன்போன்று அவ்வளவு சாமர்த்தியத்தோடு, அவ்வளவு பெருமிதத்தோடு இல்லாமல் மிகவும் அன்போடு, ஆவலோடு, பரிவோடு ஜனங்களை மதித்தான்.

வியாபாரிகள், சிப்பாய்கள், பெண்டிர் என்று வழக்கமாய் வருகிற வழிப்போக்கர்களை அவன் ஆறு கடத்தி விடும்போது, அவர்கள் முன்னர் காணப்பட்டது போல் இப்பொழுதெல்லாம் அவ்வளவு அன்னியமாகத் தோன்றவில்லை. அவர்களின் ஆசாபாசங்களில் அவன் கலக்கவோ, அவற்றைப் புரிந்து கொள்ளவோ இல்லை.

எனினும், வாழ்க்கையின் வேகங்கள், ஆவல்கள் இவற்றில் இவனும் அவர்களுடன் சேர்ந்து கொண்டான். தன்னடக்கத்தின் மேற்படிப்பை அவன் அடைந்து விட்டிருந்த போதிலும் கடைசிக் காயத்தைத் திறமையாகச் சமாளித்துக் கொண்டுவிட்ட போதிலும், இந்தச் சாதாரண மக்கள் யாவரும் தனது சகோதரர்கள் போலவே அவன் உணர்ந்தான். அவர்களுடைய மோகங்கள், விருப்பங்கள், சிறுமைகளும் கூட அவனுக்கு அபத்தமாகத் தெரியவில்லை. அவர்கள் புரிந்து கொள்ளக் கூடியவர்களாகவும், அன்புக்கு உரியவர்களாகவும், மதிக்கத் தக்கவர்களாகவும் கூட ஆகிவிட்டிருந்தனர். அங்கு, தன் குழந்தையின்பால் அன்னை ஒருத்தி காட்டிய குருட்டுத்தனமான அன்பிருந்தது. தனது ஒரே பிள்ளையின்பால் தந்தையொருவன் கொண்ட கண் மூடித்தனமான பேதமையன்பு இருந்தது. ஆடவரின் ஆசைக்காகவும், நகைகளுக்காகவும் இளநங்கை ஒருத்தி கொண்ட குருட்டுத்தனமான மோகத் தவிப்பு இருந்தது. இச்சிறிய, சாதாரண, பேதமையான ஆயினும் அழுத்தமான, பலமான, ஜீவசக்தி நிறைந்த துடிதுடித்த உணர்ச்சி வேகங்கள் யாவும் சிறுமை என்று இப்பொழுது சித்தார்த்தனுக்குத் தோன்றவில்லை. இவற்றிற்காகவே மக்கள் வாழ்வதும், பெருஞ்செயல்கள் புரிவதும், பிரயாணம் செய்வதும், போர் புரிவதும், இடர்ப்படுவதும், முனைந்து முயல்வதும் அவன் கண்டான். அதற்காகவே அவர்களிடம் அவன் அன்பு கொண்டான்.

ஒவ்வொரு ஆசையிலும், தேவையிலும், உயிரையே, உயிர்ச் சக்தியையே, அழியாததையே, பிரம்மத்தையே அவன் கண்டான். தங்கள் கண்மூடித்தனமான விசுவாசத்திலும் தங்கள் குருட்டுத்தனமான பலத்திலும், பிடிவாதத்திலும் இந்த மக்கள் மெச்சத் தக்கவராகவும் நேசிக்கத் தக்கவராகவுமே இருந்தனர்.

ஒரு சிறு விஷயம், சின்னஞ்சிறியது, அது ஒன்றைத் தவிர, மற்றபடி, ஒரு முனிவனிடமோ, சிந்தனையாளனிடமோ உள்ள எதுவும் அவர்களிடம் இல்லாமல் இல்லை. அது - உயிர் அனைத்தும் ஒன்றே என்ற அறிவு ஒன்றுதான். ஒருவேளை, இந்த ஞானம், இந்தச் சிந்தனை அத்துணைப் பெருமதிப்புள்ளதுதானோ வெறும் சிந்தனைக் குழந்தைகளாக இருந்த சிந்தனையாளர்களின் சிறுபிள்ளைத்தனமான சொந்தத் தம்பட்டம்தானோ - என்று கூட சித்தார்த்தன் பல தடவை சந்தேகப்பட்டான். உலக மாந்தர், மற்றெதனிலும் சிந்தனையாளர்களுக்கு நிகராகவே விளங்கினர்; சில சமயங்களில் இன்னும் சிறந்தும் விளங்கினர். ஏன், மிருகங்களும் உறுதியுடன்

விடாப்பிடியாக நடந்து கொள்வதில் அவசியமானபோது மனிதரிலும் மேம்பட்டு விளங்குவது போலத்தான்.

அவனது நெடுநாளைய லட்சியம் - ஞானம் என்பது உண்மையில் இதுதான் என்னும் அறிவு சித்தார்த்தனுக்குள் மெதுவாய் வளர்ந்து முதிர்ந்தது. அது, வாழ்வின் ஒவ்வோர் கணத்திலும் ஒருமைப்பாட்டை எண்ணி, உணர்ந்து வாழ்கிற அந்தரங்கமானதொரு கலை, ஒரு திறல், ஆன்ம பரிபாகம் அல்லது வேறல்ல. உலகில் இணங்கும், அழிவிறுதியில்லாத, பூர்ணத்துவம், ஒருமை இவ்வெண்ணம் அவனில் மெதுவாய்ப் பழுத்தது. அதுவே வாசுதேவனுடைய குழந்தை போன்ற கிழட்டு முகத்தில் பிரதிபலித்தது.

ஆனால், காயம் இன்னும் கடுத்தது. கசப்போடும் ஆவலுடனும் தன் பிள்ளையைப் பற்றி எண்ணினான் சித்தார்த்தன். அவன்பால் கொண்ட பரிவையும் அன்பையும் பேணி வளர்த்தான். தன்னை அந்த வேதனை அரித்துத் தின்னவிட்டான். அன்பின் பேதமைகள் அனைத்திற்கும் ஆளானான். அழல் தானே தணிந்துவிடவில்லை. ஒருநாள், காயம் பயங்கரமாக் கடுத்தபோது, தாபத்தால் விழுங்கப்பட்டவனாய் ஆற்றில் துடுப்பசைத்துப் போனான் சித்தார்த்தன். மகனைத் தேடுவதற்கு நகருக்குச் செல்லும் பொருட்டு படகை விட்டு வெளியே வந்தான். ஆறு அமைதியாகவும், மெதுவாகவும் பெருகிச் சென்றது. அது கோடையாயினும், அதன் குரல் ஒரு புதுமையுடன் எழுந்தொலித்தது. அது சிரித்தக் கொண்டிருந்தது. தெளிவாய்ச் சிரித்துக் கொண்டிருந்தது. அந்தக் கிழட்டுத் தோணிக்காரனைப் பார்த்து தெளிவாகவும் களிப்போடும், அந்த நதி நகைத்தது. சித்தார்த்தன் அசையாது நின்றான். மேலும் நன்றாய்க் கேட்கும் பொருட்டு நீரின் மீது குனிந்தான். மெதுவாய் ஊர்ந்து கொண்டிருக்கும் தண்ணீரில் அவன் முகம் நன்றாய்த் தெரிந்தது. அந்த எதிர்த் தோற்றம், முன்பு அவன் மறந்து போய்விட்டிருந்த ஏதோ ஒன்றை நினைவுறுத்தியது. அதைப் பற்றி அவன் ஆழ்ந்து சிந்தித்தபோது அது நினைவுக்கு வந்து விட்டது. அவன் முகம், இவன் முன்பொருகால் அறிந்து, நேசித்து, அஞ்சியும், இருந்த ஒருவருடைய முகம் போலவே தோற்றம் அளித்தது. அவனது தந்தை அந்தப் பிராமணருடைய முகத்தை அது பிரதிபலித்தது. ஒரு காலத்தில் தான் இளைஞனாக இருந்தபோது, தந்தையை விட்டுப் பிரிந்து துறவிகளுடன் சேர்ந்து கொள்ளத் தன்னை விடுமாறு அவரிடம் எப்படி வற்புறுத்தினான். எப்படி அவரிடம் விடை பெற்றான், எப்படி அவன் சென்று

பின் திரும்பாமலே போய் விட்டான் என்பதையெல்லாம் அவன் நினைத்துக் கொண்டான். தன் மகனுக்காக அவன் இப்பொழுது படுகிற வேதனைகளை அவனுடைய தந்தையும் படவில்லையா? மகனை மீண்டும் காணாமலேயே அவனுடைய தந்தையும், தனியாக, நெடுங்காலத்துக்கு முன்பே இறந்துவிடவில்லையா? அதே விதியைத் தானும் எதிர்பார்க்கவில்லையா? விதியின் வட்டத்தில் வளைய வருகிற நிகழ்ச்சிகளின் போக்கில் மீண்டும் மீண்டும் ஒன்றே நிகழ்வது சிரிப்பானதல்லவா? விந்தையும் மதியற்றதுமல்லவா?

ஆறு நகைத்தது. ஆம், அப்படித்தானிருந்தது அது. கடைசிவரையில் பட்டனுபவித்து முடிவாகத் தீர்ந்து போகாத எதுவும் மறுபடியும் நிகழ்கிறது. அதே துயரங்கள் அனுபவிக்கப்படுகின்றன. சித்தார்த்தன் மறுபடியும் படகில் ஏறிக்கொண்டான். தந்தையைப் பற்றி எண்ணியவனாய், மகனைப் பற்றி எண்ணியவனாய், நதியால் நகைக்கப் பெற்றவனாய், தனக்குத்தானே முரண்பட்டு, நம்பிக்கையற்று, தன்னையும் அகில உலகையும் கண்டு நகைத்துக் கொண்டு, குடிசையை நோக்கியே திரும்பித் துடுப்புத் தள்ளினான். காயம் இன்னமும் கடுத்தது. தன் விதியை இன்னமும் எதிர்த்தே நின்றான். அவனது துயரங்களின் மீது இன்னமும் ஒரு வெற்றியோ, அமைதியோ கிட்டவில்லை. ஆயினும் ஒரு சிறு நம்பிக்கை இருந்தது.

குடிசைக்குத் திரும்பி வந்தபோது, வாசுதேவனிடம் தன் தோல்வியை ஒப்புக்கொண்டுவிட வேண்டும் - ஒவ்வொன்றையும் திறந்து காட்ட வேண்டும் - கேட்கும் கலை அறிந்த அம்மனிதனிடம் ஒவ்வொன்றும் கூற வேண்டும் என்ற வெல்ல முடியாத ஆவல் நிறைந்து இருந்தான்.

வாசுதேவன் கூடை முடைந்து கொண்டு குடிசையில் அமர்ந்திருந்தான். தோணிப் படகுக்காக இப்பொழுதெல்லாம் அவன் பாடுபடுவதில்லை. அவன் கண்கள் மங்கலாகி வந்தன. அவனது தோள்களும் கரங்களும் கூடத்தான். ஆனால், அவனது ஆனந்தம் மாறாததாகவும், ஒளி கூடியதாகவுமே இருந்தது. அவனது வதனத்தில் சாந்தம் பொலிந்தது.

அந்தக் கிழவன் பக்கலில் அமர்ந்து சித்தார்த்தன் மெதுவாகப் பேசத் தொடங்கினான். அவனிடம் இதுவரை என்றுமே தான் குறிப்பிடாமலிருந்து வந்ததை தான் முன்பு நகருக்குச் சென்ற விதத்தை - தனது காயத்தின் கடுப்பை - களிப்புடைய தந்தைகளின் மேல் தான் கொண்ட ஆற்றாமையை - அத்தகைய உணர்ச்சிகளின் பேதமையை அறிந்ததை - தன்னுடனேயே தான் நடத்திய பயனற்ற போராட்டத்தை

விவரித்தான். ஒவ்வொன்றையும் விடாமல் குறிப்பிட்டான். ஒவ்வொன்றையும், மிக்க வேதனையான விஷயங்களைக் கூட அவனால் கூற முடிந்தது. ஒவ்வொன்றையும் வெளியிட முடிந்தது அவனால். தனது காயத்தை விளக்கிக் காட்டினான். அன்றைய தனது ஓட்டத்தைப் பற்றி உரைத்தான். நகருக்குள் அலையும் பொருட்டு ஆற்றில் படகேறிச் சென்றவாறும், அப்போது ஆறு நகைத்தவாறும் நவின்றான்.

அவன் பேசிக்கொண்டே போகும் பொழுது அமைதி தவழும் முகத்துடன் வாசுதேவன் கேட்டுக் கொண்டிருந்தான். வாசுதேவனுடைய ஆழ்ந்த கவனத்தை முன்னிலும் அதிகமாய் அறிந்து கொண்டான் சித்தார்த்தன். தனது துயர்கள், சஞ்சலங்கள், உள்ளூர நிலவும் நம்பிக்கைகள், யாவுமே அவன்பால் குறிகொண்டு மீண்டும் அவை தன்பால் திரும்ப வருவது போன்று அவன் உணர்ந்தான். கேட்போனாகிய அவனிடம், தனது காயத்தைத் திறந்து காட்டுவது, அது ஆற்றில் ஒன்றும் வரை அதனை நீரில் தோய்ப்பது போல இருந்தது. பேசிக் கொண்டே தன் பிழைகளை ஒப்புக் கொண்ட அவன் சொல்லச் சொல்ல, இன்னமும் அவன் வாசுதேவன் அல்லவென்றும், அவனைக் கேட்டுக் கொண்டிருந்த மனிதன் அல்ல என்றும் தோன்றிக் கொண்டே இருந்தது அவனுக்கு. மழையைத் தன்னில் வாங்கிக்கொள்ளும் மரத்தைப் போல, அந்த அசைவற்ற 'கேட்போனும்' அவனுக்குத் தோன்றினான். அந்த அசைவிலாக் கேட்போன் அந்த நதியேதான். அவன் கடவுள்தான். அழிவும் இறுதியும் அற்ற முழு முதல்தான் அவன் என்று தோன்றிற்று. தன்னைப் பற்றியும் தனது புண்ணைப் பற்றியும் எண்ணுவதைச் சித்தார்த்தன் நிறுத்தியவுடனே, வாசுதேவனிடம் தோன்றிய மாற்றத்தைப் பற்றிய உணர்வு அவனைப் பற்றிக் கொண்டது. மேலும் அதை அவன் உணர உணர, அவ்வாறே அதில் விந்தையில்லை என்றும், எல்லாம் சகஜமாகவும் சரியாகவுமே இருக்கிறதென்றும், பண்டுதொட்டே வாசுதேவன் இவ்வாறே திகழ்ந்தான் என்றும், அதைச் சரியாய் உணர்ந்து கொள்ளாதது தானே என்றும், உண்மையில் தான் கூட அவனிற் பிறிதானவனே அல்லவென்றும், அவன் உணர்ந்தான். மக்கள் தெய்வங்களை மதிப்பது போன்று வாசுதேவனைத் தான் கருதுவதாகவும், அதுவும் நீடிக்காதென்றும் அவனுக்குத் தோன்றியது. உண்முகமாக, வாசுதேவனிடம் விடை கொள்ளத் தொடங்கினான். அதனிடையிலும் அவன் பேசிக் கொண்டே போனான்.

திருலோக சீதாராம்

அவன் பேசி முடிந்ததும், சற்று மங்கிய தனது பார்வையை அவன் மேல் செலுத்தினான் வாசுதேவன். அவன் பேசவில்லையாயினும் அவன் முகத்தில் அன்பும் அமைதியும், அருளும் அறிவும் சுடர் விடுத்தன. அவன் சித்தார்த்தனின் கரங்களைப் பற்றினான். ஆற்றங்கரையில் அவர்களுடைய இடத்திற்கு அழைத்துப் போனான். அவன் மருங்கே அமர்ந்தான். ஆற்றைப் பார்த்து முறுவல் பூத்தான். அவன் கூறினான்: "அது நகைக்க நீ கேட்டிருக்கிறாய், ஒவ்வொன்றையும் நீ கேட்டுவிடவில்லை. இப்பொழுது கேட்போம். அதிகம் கேட்போம்."

அவர்கள் கேட்டனர். நதியின் பல்குரல் பாட்டு மெலிதாய் எதிரொலித்தது. சித்தார்த்தன் நதியினுள் நோக்கினான். ஓடும் தண்ணீரில் காட்சிகள் பல கண்டான். அவனது தந்தை தனியராய், தன் மகனை எண்ணித் துக்கித்திருக்கக் கண்டான். ஓடிப்போன தனது மகனுக்காகப் பாசத்தால் கட்டுண்டு கிடக்கும் தன்னைக் கண்டான். தனது பிள்ளையும் அங்கே தனியாயிருக்கக் கண்டான் அந்தப் பையன், உயிர் ஆசைகள் என்னும் எரிபாதையில் நீள முன்னேறிக்கொண்டிருந்தான். ஆசைகள் யாவும் லட்சியத்தில் ஊன்றியிருந்தன. ஒவ்வொன்றும் லட்சியத்தில் நாட்டப்பெற்றிருந்தது. ஒவ்வொன்றும் துன்பமாக இருந்தது. நதியின் குரல் சோகம் நிறைந்ததாயிருந்தது. அது துயரோடும் தவிப்புற்றும் பாடிற்று, தனது லட்சியத்தை நோக்கி ஓடிக் கொண்டிருந்தது.

"நீ கேட்கிறாயா?" என்றது வாசுதேவனின் ஊமைப் பார்வை. சித்தார்த்தன் தலையசைத்தான்.

"கூர்ந்து கேள்" என்று வாசுதேவன் காதோடு கூறினான். சித்தார்த்தன் இன்னும் நன்றாய்க் கேட்க முயன்றான். தந்தையின் உருவம், தன் உருவம், தனது பிள்ளையின் உருவம் யாவும் ஒன்றில் ஒன்று பாய்ந்து கொண்டிருந்தன. கமலாவின் உருவும் தோன்றி விரைந்தோடியது. கோவிந்தன், இன்னும் மற்றவர்களின் உருவங்களும் எழுந்து விரைந்தன. அவை யாவும் ஆற்றின் அங்கமாகிவிட்டன. மோகித்தல், விரும்புதல், துன்புறல் இவையே அவையனைத்தின் லட்சியமாக இருந்தது. தாபமும், ஆறாத் துயரும், தணியா ஆவலும் நிறைந்ததாயிருந்தது ஆற்றின் குரல். ஆறு தனது லட்சியத்தை நாடி ஓடிற்று.

தானும், தனது சுற்றமும், தான் பார்த்திருந்த அத்தனை மக்களுமே உருவாய் விளங்கிய ஆறு, விரைவது கண்டான் சித்தார்த்தன். அலைகளும், நீரும், யாவும் விரைந்தன, லட்சியங்களுக்காக

இடர்ப்பட்டன - பல லட்சியங்கள் - நீர்வீழ்ச்சி, கடல், நீரோட்டம், சமுத்திரம் என்று பல லட்சியங்கள் -எல்லா லட்சியங்களும் எய்தப் பெற்றது. ஒவ்வொன்றும் மற்றொன்றால் தொடரப் பெற்றது. நீர் ஆவியாகி, எழுந்து, மழையாகி மீண்டும் கீழே வந்தது, அருவியாய், ஓடையும் ஆறுமாகி, நதியாய் மாறிற்று, நதியாய் ஓடிற்று. ஆனால் அதன் தாபக் குரல் மட்டும் இதில் வேறுபட்டது. அது இன்னமும் துயர் நிறைந்து, தேடியவாறு எதிரொலித்தது. ஆயினும் ஏனைய குரல்கள் - இன்ப துன்பம், நன்று தீது, நகையொலியும் அழு குரலும் என நூற்றுக்கணக்கான குரல்கள், ஆயிரக்கணக்கான குரல்கள் - அத்துடன் இணைந்தன.

சித்தார்த்தன் கேட்டான், ஊன்றிய சிந்தையுடன் இப்போது அவன் கேட்டான், முற்றும் ஈடுபட்டு, நிதானமாய், ஒவ்வொன்றையும் வாங்கிக் கொண்டுகேட்டான். இப்பொழுது கேட்கும் கலையைத் தான் முற்றும் கற்றுவிட்டதாக உணர்ந்தான். இதையெல்லாம், ஆற்றின் இந்த எண்ணற்ற குரல்களையெல்லாம், முன்பே அவன் கேட்டிருந்தான். ஆனால், இன்று அவை வேறாய் ஒலித்தன. இப்பொழுது, ஒப்பாரியிலிருந்து உல்லாசக் குரல், மனிதக் குரலினின்று மதலையின் குரல் இப்படி வேறுபட்ட குரல்களை அவன் பிரித்துணர முடியவில்லை. தவிப்போரின் ஓலம், அறிஞனுடைய நகைப்பு, கோபக் குரல் சாகின்றவனின் புலம்பல் ஒவ்வொன்றும் மற்றொன்றினுடையதாயிருந்தன. அவை யாவும் ஒன்றோடொன்று பின்னியும் பிணைந்தும் கிடந்தன. ஓராயிரம் விதங்களில் ஒன்றுடன் ஒன்று அவை இறுக்கி முடிச்சிடப்பட்டிருந்தன. எல்லாக் குரல்களும், எல்லா லட்சியங்களும, எல்லாத் தாபங்களும், எல்லாத் துயரங்களும், எல்லா இன்பங்களும், எல்லா நன்று தீதுகளும் அனைத்தும் ஒன்று சேர்ந்தே உலகமாக இருந்தது. அவை யாவும் ஒன்று சேர்ந்தே நிகழ்ச்சிப் பெருக்காய், உயிரின் இசையாய் இருந்தது.

சித்தார்த்தன் உன்னிப்பாக, ஆற்றை, ஆயிரங்குரல்களின் இந்த பாடலைக் கேட்டபேது, துயரத்தை அல்லது சிரிப்பைக் கேட்காதபோது, எந்தத் தனி ஒரு குரலோடும் தனது ஆன்மாவைப் பந்தப்படுத்தி அதைத் தனது ஆன்மாவில் கிரகிக்காது கேட்டபோதுதான், அவையனைத்தை, அம்முழுமையை, அவ் ஒருமையை பின்னர் - பரிபூர்ணம்: ஓம் எனும் ஒரு சொல்லை உள்ளடக்கிய ஓராயிரங் குரல்களின் மகா கீதத்தைக் கேட்டான்.

“கேட்கிறாயா?” என்றது மறுபடியும் வாசுதேவனின் பார்வை.

வாசுதேவனுடைய முறுவல் சுடர் வீசியது: அது, ஆற்றின் குரல்களனைத்தின் மீதும் ஓங்காரம் எழுந்தபோது, அவனது கிழ முகத்தின் தசைச் சுருக்கமனைத்திலும் ஒளிர் அதிர்ந்தது. தனது நண்பனை அவன் நோக்கியபோது அவனது முறுவல் சுடர் விசிறியது, இப்பொழுது அதே முறுவல் சித்தார்த்தன் முகத்தில் தோன்றியது. அவனது காயம் ஆறி வந்தது. அவனது வலி மறைந்து வந்தது, அவனது ஆன்மா ஒருமையிற் கலந்தது.

அது முதல் சித்தார்த்தன், தனது விதியை எதிர்த்துப் போராடுவதை விட்டான். இச்சைகளின் முரணிற் பொருது நில்லாது, நிர்வாணம் பெற்று, வாழ்வெனும் வெள்ளப்பெருக்கில் அனுதாபமும் பரிவும் தோய, அவ்வெள்ளத்தில் தன்னையே அர்ப்பணித்து, அகில ஒருமையைச் சார்ந்தவனாய், உயிர் வெள்ளத்துடன், நிகழ்ச்சிப்பெருக்குடன் ஒத்தியலும் ஒருவனுடைய அறிவின் அமைதி அவன் வதனத்தில் பொலிந்தது.

ஆற்றங்கரை ஆசனத்திலிருந்து எழுந்த வாசுதேவன் சித்தார்த்தனுடைய விழிகளை நோக்கி, அவற்றில் அறிவின் அமைதி பொலிவதைக் கண்டபோது, தனது ஆதரவு கனிந்த முறையில் அவனது தோளை மெல்லெனத் தொட்டுரைத்தான்: “நண்பா இந்த வேளைக்கே நான் காத்திருந்தேன். வேளை வந்து விட்டது, என்னைப் போகவிடு. தோணிக்கார வாசுதேவனாக நெடுங்காலம் இருந்து வந்தேன், இது இப்பொழுது தீர்ந்தது, குடிசையே, வருகிறேன், நதியே வருகிறேன், சித்தார்த்தா சென்று வருகிறேன்.”

பிரிந்து கொண்டிருப்போன் முன் சித்தார்த்தன் தாழ்ந்து வணங்கினான்.

“அது நான் அறிவேன். காட்டுக்குச் செல்கிறாயா?” என்று மெதுவாய்க் கேட்டான் அவன்.

பொலிவுடன் உரைத்தான் வாசுதேவன்: “ஆம், கானகத்திற்குள்ளே சென்று கொண்டிருக்கிறேன். எல்லாவற்றின் ஒருமைக்குள்ளும் சென்று கொண்டிருக்கிறேன்.”

ஆக, அவன் சென்றுவிட்டான். சித்தார்த்தன் அவனைப் பார்த்திருந்தான். பெருங்களியுடன் ஈடுபட்டுப் பார்த்தான். அமைதி நிறைந்த அவனது காலடிகளை, சுடரும் முகத்தை, சோதி மயமான அவனது தோற்றத்தைக் கண்டான்.

~

கோவிந்தன்

கௌதமரின் சீடர்களுக்கு, ஒரு சமயம் தாசி கமலா தானம் கொடுத்திருந்த அந்த உத்யான வனத்தில் மற்றும் பிக்ஷுக்களுடன் ஒரு தடவை கோவிந்தன் ஓய்வுக் காலம் ஒன்றைக் கழித்தான். தொலைவில் நதியருகே ஒரு தோணிக்காரக் கிழவன் இருக்கிறான் என்றும், அவன் ஒரு முனிவன் என்று பலர் கருதுவதாகவும், ஒருநாள், பேசக் கேட்டான். அங்கிருந்து பெயர்ந்த கோவிந்தன் தோணிக்காரனைக் காண ஆவலுற்று, ஓடத்துறை குறித்துச் செல்லலானான். கட்டளைப்படி தனது வாழ்க்கையை அவன் வாழ்ந்து வந்த போதிலும் அவன் வயது, சாந்தம் இவற்றிற்கு இளந்துறவிகள் எவ்வளவோ மதிப்பு வைத்திருந்த போதிலும் கூட அவனது இதயத்தே அமைதியின்மை இன்னமும் இருந்தது, அவனது நாட்டம் திருப்தி அடையாமலே இருந்தது.

அவன் ஆற்றை அடைந்து, தன்னை ஆறு தாண்டி விடுமாறு அந்தக் கிழவனிடம் கேட்டுக் கொண்டான். அக்கரை சேர்ந்து அவர்கள் படகிலிருந்து வெளியேறியதும் கிழவனிடம் அவன் இயம்பினான்: "பிக்ஷுக்களிடம் வழிப்போக்கரிடமும் தாங்கள் பேரன்பு காட்டுகிறீர்கள், எங்களில் பலரைத் தாங்கள் ஆறு கடத்தி விட்டிருக்கிறீர்கள், தாங்களும் சாதகர்தானா?"

"பூஜ்ய, ஏற்கனவே வயது முதிர்ந்து, புத்த பிக்ஷுக்களின் ஆடையணிந்திருக்கும் நீர், உம்மை ஒரு

சாதகர் என்றா கூறுகிறீர்.'' இப்படிக் கேட்ட சித்தார்த்தனுடைய கிழட்டுக் கண்களில் ஒரு முறுவல் இருந்தது.

கோவிந்தன் கூறினான்: "ஆம்'' நான் கிழவன்தான். நான் என்றும் விசாரத்தை நிறுத்தியதில்லை, என்றும் விசாரத்தை நிறுத்த மாட்டேன். என் விதி அது என்று தோன்றுகிறது. தாங்களும் விசாரம் புரிந்திருக்கிறீர்கள் என்று எனக்குத் தோன்றுகிறது, நண்பரே, அதைப் பற்றிக் கொஞ்சம் எனக்குக் கூறுவீர்களா?''

சித்தார்த்தன் உரைத்தான்: "உமது விசாரணை ஒருக்கால் அதிகப்படியானது உமது விசாரணையால் நீர் காண முடியாது - என்பது தவிர பயன்படக்கூடியதாக நான் வேறு என்ன கூறமுடியும்?''

"அது எப்படி?'' என்றான் கோவிந்தன்.

சித்தார்த்தன் கூறினான்: "ஒருவன் விசாரிக்குங்கால், தான் ஆராயும் ஒன்றை எளிதில் பார்க்க முடிகிறதேயல்லாமல் எதுவும் அவன் கண்டு கொள்ள முடிவதில்லை. எதையும் தன்னுள்ளே வாங்க முடிவதில்லை. ஏனெனில், தான் தேடுகிற பொருளைப் பற்றியே, அவன் சிந்திக்கிறான், ஏனெனில், தனக்கென்று ஒரு லட்சியம் அவனுக்கு இருக்கிறது. ஏனெனில், தனது லட்சியத்தால் அவன் பிடிபட்டிருக்கிறான். வழிகளைத் தேடுவது என்பது லட்சியத்தை அடைய. ஆனால், வழி காண்பதோ, விடுபட, தன் மயமாக, லட்சியம் அற்றிருக்க. உமது லட்சியத்திற்காகப் பாடுபடும்போது உம்முன் எதிர்ப்படும் பலவற்றை நீர் காண்பதில்லை என்பதனால், தக்கோய், நீர் நிச்சயம் சாதகர்தான்.''

"நான் சரியாகப் புரிந்து கொள்ளவில்லை. எப்படி அவ்வாறு கொள்கிறீர்கள்?''என்றான் கோவிந்தன்.

சித்தார்த்தன் கூறினான்: "தக்கோய், ஒரு சமயம் இந்த ஆற்றிற்கு நீர் வந்து ஒரு மனிதன் அங்கு தூங்கிக் கொண்டிருக்கக் கண்டீர். அவன் தூங்கிய போது அவனை காப்பதற்காக அவனருகில் நீர் அமர்ந்தீர். ஆனால் தூங்குகிற மனிதனை நீ அறிந்து கொள்ளவில்லையே கோவிந்தா.''

மருண்டு போனவன்போல் வியந்த அந்தப் பிக்ஷு தோணிக்காரரை விழித்து நோக்கினான். தழுதழுத்த குரலில் "சித்தார்த்தனா?'' என்றான். "இந்தத் தடவைகூட நான் உன்னைத் தெரிந்து கொள்ளவில்லை. சித்தார்த்தா மீண்டும் உன்னைக் காண நான் மிகவும் மகிழ்கிறேன், மிகவும் மகிழ்கிறேன். நண்பா, நீ

பெரிதும் மாறியிருக்கிறாய், ஆமாம், நீ தோணிக்காரனாகிவிட்டாயா இப்பொழுது?"

சித்தார்த்தன் கனிவுடன் சிரித்தான். "ஆம். நான் தோணிக்காரன் ஆகியிருக்கிறேன். பலபேர் எவ்வளவோ மாறியாக வேண்டியிருக்கிறது, எல்லா வேஷமும் போட வேண்டியிருக்கிறது. நண்பா, நான் அவர்களில் ஒருவன், வா, கோவிந்தா, இன்றிரவு என் குடிசையில் இரு."

குடிசையில் கோவிந்தன் இரவு தங்கினான். முன்னர் வாசுதேவனுடையதாயிருந்த படுக்கையில் உறங்கினான். தனது இளமைத் தோழனிடம் அவன் பல கேள்விகள் கேட்டான். சித்தார்த்தன், தனது வாழ்க்கை பற்றி அவனுக்கு நிறையச் சொல்ல வேண்டியிருந்தது. மறுநாட் காலை, கோவிந்தன் பிரிய வேண்டிய சமயத்தில் சற்று தயக்கத்துடன் அவனிடம் சொன்னான். "சித்தார்த்தா, என் வழியே நான் போகுமுன் இன்னும் ஒரு கேள்வி உன்னைக் கேட்க விரும்புகிறேன். நீ வாழவும், நலம் சூழவும் உதவுகிற, நீ ஒழுகி வருகிற ஒரு கோட்பாடு நம்பிக்கை அல்லது சித்தாந்தம் உன்னிடமிருக்கிறதா?"

சித்தார்த்தன் கூறினான்: "நண்பா, இளைஞனாக இருந்தபோதே, கானகத்தில் நாம் துறவிகளுடன் வாழ்ந்த போதும், கோட்பாடுகள், ஆசிரியர்கள்பால் அவநம்பிக்கை கொண்டு, அவர்களுக்கு முதுகைக் காட்டி வந்தேன் என்று நீ அறிவாய். அந்த நாள் முதலாக நான் பல ஆசிரியர்களைப் பெற்றேன் என்றாலும், அதே மனம் திரும்பியவனாகவேதான் இன்னமும் இருக்கிறேன். நெடுங்காலம் ஒரு அழகிய தாசி எனக்கு ஆசிரியையாக இருந்தாள். ஒரு பணக்கார வர்த்ததனும், சூதனும்கூட, ஒரு சந்தர்ப்பத்தில் புத்தரின் பிரசார பிக்ஷுக்களில் ஒருவர் எனது ஆசிரியராயிருந்தார். காட்டில் நான் தூங்கிக் கிடந்தபோது என் பக்கத்தில் அமர்ந்திருப்பதற்காக தமது யாத்திரையில் அவர் தங்கினார். அவரிடம் இருந்தும்கூட நான் ஏதோ கற்றுக் கொண்டேன் அவரிடம் எனக்கு நன்றி, மிகவும் நன்றி. ஆனால், பெரிதும் இந்நதியிடமிருந்தும், என் முன்னவனான வாசுதேவனிடமிருந்தும்தான் நான் கற்றுக் கொண்டேன். அவன் ஒரு எளிய மனிதன். ஒரு சிந்தனையாளனல்ல. ஆயினும், கௌதமரைப் போல் சத்தானதை அவன் உணர்ந்திருந்தான், அவன் புண்ணிய புருஷன், முனிவன்."

கோவிந்தன் கூறினான்: "சித்தார்த்தா, இன்னமும் சற்று பரிகாசம் பண்ணவே விரும்புகிறாய் என்று எனக்குத்தோன்றுகிறது. எந்த

ஆசிரியரையும் நீ பின்பற்றவில்லையென்றும் நான் அறிவேன். நம்புகிறேன். ஆனால், கோட்பாடு யாதுமில்லையென்றாலும், உனக்காகச் சில கருத்துகள் கூடவா நீ கொண்டிருக்கவில்லை? இதைப் பற்றி ஏதாவது எனக்குச் சொல்வாயென்றால் அது எனக்கு மிக்க மகிழ்வளிக்கும்."

சித்தார்த்தன் கூறினான்: "ஏதோ இங்குமங்கும் நான் சில கருத்துகளும் சித்தாந்தமும் கொண்டிருந்தேன். சில சமயங்களில் ஒருவன் தன் இதயத்தில் உயிர்த் துடிப்பை உணர்வது போன்றே நானும் மணிக்கணக்கில் அல்லது நாள் கணக்கில் அறிவின் நிகழ்ச்சியில் இருந்திருக்கிறேன். எனக்குப் பல எண்ணங்கள் இருந்திருக்கின்றன. ஆயினும், உனக்கு அவற்றைப் பற்றிச் சொல்வது கடினம். ஆனால், கோவிந்தா, இந்த ஒரு எண்ணம் எனக்குப் பிடித்திருக்கிறது. ஞானம் என்பது வழங்கக் கூடியதல்ல. ஞானி ஒருவன் பிறருக்கு வழங்குகிற ஞானம், பேதமை போலவே எப்பொழுதும் காணப்படுகிறது."

"கேலி செய்கிறாயா?" என்று கேட்டான் கோவிந்தன்.

"இல்லை, நான் கண்டு கொண்டதை உனக்குக் கூறுகிறேன். அறிவு பிறருக்கு வழங்கக்கூடியது, ஆனால் ஞானம் அவ்வாறல்ல. ஞானத்தை ஒருவன் அடையலாம். அதில் வாழலாம், எனினும், ஒருவன் அதைப் பிறருக்கு வழங்கவோ, புகட்டவோ மட்டும் இயலாது. இளைஞனாக இருந்த பொழுதே இப்படி நான் சந்தேகித்தேன். போதகர்களிடமிருந்து என்னை விரட்டியதும் இதுவே. கோவிந்தா, மறுபடியும் உனக்குக் கேலியாகவோ பேதமையாகவோ தோன்றக் கூடிய என் கருத்து ஒன்று: அது ஒவ்வோர் உண்மையிலும் அதன் எதிர்மறையும் அவ்வளவு உண்மை - என்பது. உதாரணமாக உண்மை ஒவ்வொன்றும், ஒரு சார்பு உடையதாக இருந்தால்தான் அதை வெளியிடவோ, வார்த்தைகளில் தேக்கவோ முடியும். அதில் முழுமை, தீர்ந்த வடிவம், ஒருமை இவை இருக்காது. மகாத்மாவான புத்தர் உலகைப் பற்றி உணர்த்தியபோது, இதைச் சம்சாரம் - நிர்வாணம் என்றும், மாயை சத்தியம் என்றும், துக்கம் - நிவாரணம் என்றும் அவர் பகுத்துக் காட்ட வேண்டியிருந்தது, ஒருவர் வேறு வகையில் இதைக் காட்ட முடியாது, ஏனென்றால், போதிக்கிறவர்களுக்கு வேறு வழியில்லை. ஆனால் உலகம், உள்ளும் புறம்பும் ஒரு சார்புடையதல்ல. ஒரு மனிதனோ, ஒரு செய்கையோ முற்றும் சம்சாரமாகவோ முற்றும் நிர்வாணமாகவோ ஒரு நாளும் இல்லை. ஒரு மனிதன் முற்றிலும் முனிவனோ அல்லது

பாவியோ அல்ல. இது இப்படியெல்லாம் தோன்றக் காரணம், காலம் என்பது ஏதோ உண்மை போல நாம் மயங்குவதேயாகும். காலம் என்பது உண்மையல்ல. கோவிந்தா, காலம் உண்மையல்ல என்னும்போது, உலகுக்கும், இறுதியற்றதற்கும் இடையில், துயருக்கும் களிப்புக்குமிடையில், நன்மைக்கும் தீமைக்குமிடையில் கிடப்பது போல் தோன்றுகிற பிரிவுக்கோடும் ஒரு பொய்த் தோற்றம்தான்.''

``அது எப்படி?'' என்று புதிர் விளங்காமற் கேட்டான் கோவிந்தன்.

``கேள், நண்பா, நான் ஒரு பாவி. நீயும் ஒரு பாவி. ஆனால், ஏதோ ஒரு நாள் பாவி மீண்டும் பிரம்மமாகி இருப்பான். ஏதோ ஒருநாள் நிர்வாணம் பெறுவான். 'ஏதோ ஒருநாள்' புத்தனாகி விடுவான், இந்த 'ஏதோ ஒரு நாள்' என்பது வெறும் தோற்ற அளவுக்குத்தான். ஒரு ஒப்புக்குத்தான். நமது சிந்தனைகள், விஷயங்களை வேறு விதத்தில் கற்பனை செய்து பார்க்க இயலாவிடினும், பாவி என்பவன் புத்தர் என்ற நிலையை நோக்கிச் சென்று கொண்டிருக்கவில்லை. அவன் பரிணமிக்கவில்லை. சத்வ புத்தர் முன்னமேயே அந்தப் பாவிக்குள் நிலவுகிறார் அவன் எதிர்காலம் ஏற்கெனவேயே அங்கு இருக்கிறது. அவனில், உன்னில், ஒவ்வொருவரிலும் மறைந்து உறையும் சத்வ புத்தர் உணரப்பட வேண்டும். கோவிந்தா, உலகம் அபூர்ணமானதோ, நிறைவை நோக்கி நெடிய பாதையொன்றில் மெதுவாய்ப் பரிணமித்துக்கொண்டிருப்பதோ அல்ல. இல்லை; ஒவ்வொரு கணமும் அது முழு நிறைவானது. ஒவ்வொரு பாவமும் தன்னில் முன்னமேயே அருள் நிறையப் பெற்றே இருக்கிறது. எல்லாச் சிறு குழந்தைகளும் பழுத்த கிழவர்கள்தான். ஒவ்வொரு தாய்ப்பால் பருகும் குழவியும் மரணத்தைக் கொண்டிருக்கிறது. இறந்துபடும் மக்கள் அனைவரும் அழிவிறுதியற்ற உயிரே. பாதையில் மற்றொருவர் எவ்வளவு தூரத்தில் இருக்கிறார் என்பதை ஒருவர் காண இயலாது. கொள்ளைக்காரனிலும் சூதனிலும் புத்தர் நிலவுகிறார். கொள்ளைக்காரன் ஒரு பிராம்மணனில் இருக்கிறான். ஆழ்ந்த தியானத்தில் ஒருவன் காலத்தை விலக்கலாகும், கடந்தது, நடப்பது, வருவது ஆகிய அனைத்தையும் ஒருங்கே காணலாகும். ஒவ்வொன்றும் நல்லதென்றும், ஒவ்வொன்றும் நிறைவானதென்றும், ஒவ்வொன்றும் பிரம்மம் என்றும் காணலாகும். ஆகையால் உயிரைப் போலவே மரணம். புண்ணியத்தைப் போலவே பாவமும், பேதமையைப் போன்றே ஞானமும், நிலவுகிற ஒவ்வொன்றுமே நல்லதென்று எனக்குத் தோன்றுகிறது. ஒவ்வொன்றும் வேண்டுவதே

ஒவ்வொன்றோடும் நான் ஒத்து, இணங்கி, அன்புடன் அதைப் புரிந்து கொள்ள வேண்டும் என்பதே தேவை. பின்னர் யாவும் எனக்குச் சரியாகவே இருக்கிறது. எதுவும் எனக்குத் தீங்கு செய்யவியலாது.

“நிறைவெய்திய ஏதோ கற்பனைக் காட்சியுடன் லட்சியமான ஏதோ கற்பனை உலகத்துடன் - இவ்வுலகை ஒப்பிட்டுப் பார்க்காமல், உள்ளது போலவே அதை இருக்கவிட்டு, அதை நேசித்து, அதில் சேர்ந்தவனாக இருப்பதை எண்ணி மகிழ்வுற்றிருக்க வேண்டும் என்பதைக் கற்கும் பொருட்டு, எதையும் தடுக்காமல் இருப்பதைத் தெரிந்து கொள்ளும் பொருட்டு நான் பாவம் செய்வது அவசியமாக இருந்தது, காமம் எனக்குத் தேவைப்பட்டது. சொத்துக்காகப் பாடுபட வேண்டியிருந்தது, அருவருப்பையும் மனச்சோர்வின் ஆழங்களையும் நான் துய்க்க வேண்டியிருந்தது என்பதை எனது உடலாலும் உயிராலும் நான் தெரிந்து கொண்டேன். கோவிந்தா, என் மனதிலிருக்கும் எண்ணங்களிற் சில இவை.”

சித்தார்த்தன் கீழே குனிந்து ஒரு கல்லை எடுத்துக் கையில் வைத்துக் கொண்டான்.

அதை அவனிடம் கொடுத்துச் சொன்னான்: “இது ஒரு கல். ஏதோ ஒரு கால அளவில் இது ஒரு வேளை மண்ணாகலாம், பின் அம்மண்ணிலிருந்து அது ஒரு தாவரமாகி, விலங்கு அல்லது மனிதன் ஆகும். முன்பு நான் சொல்லியிருக்கக்கூடியது என்னவென்றால், ‘இந்தக் கல் ஒரு கல்லேதான், அதற்கு மதிப்பில்லை, ஏனென்றால் இந்த மாயா உலகத்தைச் சேர்ந்தது, வேண்டுமானால் - இது மாற்றச் சுழற்சியில் இருந்து கொண்டிருப்பதானால் அதுவும் ஒருக்கால் மனிதனாகலாம், ஆவியாகலாம் அதுவும் முக்கியமானதுதான்’ என்பதே. அதுதான் நான் எண்ணியிருக்கக்கூடியது. இப்பொழுது நான் என்ன எண்ணுகிறேன் என்றால்: “இந்தக் கல் ஒரு கல் தான். அது விலங்கும், கடவுளும், புத்தனும் கூடத்தான். அது ஒரு பொருளாயிருந்து பிறிதொரு பொருளாய் ஆவதனால் அல்ல நான் அதை மதிப்பதும், நேசிப்பதும்; அது ஏற்கெனவே எப்பொருளுமாய் எப்பொழுதுமே இலகுவதனால்தான். அது ஒரு கல் என்பதற்காகவே, இன்று இப்பொழுது கல்லாய் எனக்குத் தோற்றமளிப்பதற்காகவே நான் அதனை நேசிக்கிறேன். அதன் ஒவ்வொரு வரியிலும், குழியிலும், மஞ்சளிலும், வெண்மையிலும், அதன் வன்மையிலும், அதைத் தட்டினால் எழுகிற நாதத்திலும், அதன் மேல் உள் வறட்சி அல்லது கசிவிலும் பொருளும் பயனும் காண்கிறேன். எண்ணெய் அல்லது புண்ணாக்கைப் போல் தட்டுப்படுகின்ற, இலைகள் அல்லது

மணலைப்போல் காண்கிற, ஒவ்வொன்றும் தனித்து விளங்கி, அதனதன் வழியில் ஓங்காரத்தை உபாசிக்கின்றவையான கற்கள் இருக்கின்றன, ஒவ்வொன்றும் பிரம்மம்தான். அதே சமயம் அவை அப்படியப்படியே கல், எண்ணெய் அல்லது புண்ணாக்காகவே இருக்கின்றன. அப்படியிருப்பதுதான் எனக்கு மகிழ்ச்சியாகவும், வியந்து போற்றற்குரியதாகவும் இருக்கிறது. அதைப் பற்றி மேலும் கூறமாட்டன். சொற்கள், எண்ணங்களைச் செவ்வனே புலப்படுத்துவதில்லை. அவை உச்சரிக்கப்பட்டவுடன் எப்பொழுதும் சற்று வேறுபட்டு, குலைந்து பேதமையாய் ஆகிவிடுகின்றன. ஆனாலும், ஒருவனுக்கு மதிக்கத்தக்கதாயும் ஞானமென்றும் இருக்கிற ஒன்று மற்றவனுக்கு, அறிவற்றதாய்த் தோன்றுவது கூட எனக்குப் பிடிக்கிறது. சரியென்று தோன்றுகிறது."

பேசாமல் கேட்டுக் கொண்டிருந்தான் கோவிந்தன். சற்றுப் பொறுத்து, தயங்கியவாறே, "ஏன், எனக்குக் கல்லைப் பற்றி உரைத்தாய்?" என்று கேட்டான்.

"ஒரு குறிப்பும் இல்லாமல்தான் சொன்னேன். ஒருவேளை, நாம் அவற்றிடமிருந்து கற்றுக் கொள்ளத் தக்கனவாய் விளங்கும் கல்லும், ஆறும், நாம் பார்க்கும் இந்தப் பொருள் அனைத்துமே எனக்கு மிகவும் உகந்தவையாயிருப்பதை அது காட்டுகிறது போலும். கோவிந்தா, நான் ஒரு கல்லைக் காதலிக்க முடியும், ஒரு மரத்தையும், ஒரு துண்டு மரப்பட்டையையும் கூடத்தான். இவை பொருள்கள், ஒருவன் காதலிக்கத்தக்க பொருள்கள். ஆனால், ஒருவன் சொற்களைக் காதலிக்க முடியாது. எனவே, உபதேசங்கள் எனக்குப் பயனற்றவை. அவற்றில் உறுதியில்லை, மென்மையில்லை, வண்ணம் இல்லை, மூலைகள் இல்லை, மனமில்லை, சுவையில்லை – அவை வெறும் சொற்களேயல்லால் வேறில்லை. ஒருக்கால், நீ சாந்தி காண்பதை அவைதான் தடுக்கின்றன போலும், ஒருக்கால், மிகையான சொற்களே காரணம் போலும், நிர்வாணம் மாண்பு என்பவைகூடத்தான். கோவிந்தா, சம்சாரம், நிர்வாணம் இவையும் வெறும் சொற்களே, நிர்வாணம் ஒரு பொருளேயல்ல. நிர்வாணம் என்ற சொல்தான் இருக்கிறது."

கோவிந்தன் உரைத்தான்: "நிர்வாணம் என்பது வெறும் சொல் அல்ல, என் நண்பா. அது ஒரு எண்ணம்."

சித்தார்த்தன் தொடர்ந்தான்: "அது ஒரு எண்ணமாகவே இருக்கலாம். ஆயினும் நண்பா, எண்ணங்களுக்கும் சொற்களுக்குமிடையில் அவ்வளவாக நான் பேதம் பாராட்டுவதில்லை

திருலோக சீதாராம்

என்பதை ஒப்புக்கொள்ளத்தான் வேண்டும். உள்ளபடி சொன்னால், எண்ணங்கள் எதற்குமே நான் பெருமதிப்புக் கொடுப்பதில்லை, பொருளுக்கே அதிக மதிப்புக் கொடுக்கிறேன். உதாரணத்திற்கு, இந்தத் தோணிக்கரையில் எனக்கு முன்னவனாய், எனக்குக் குருவாய் இருந்த ஒரு மனிதன் இருந்தான். அவன் புண்ணியசாலி. இந்த ஆற்றை மட்டுமே ஆண்டுகள் நம்பியவனாய் வேறொன்றையும் நம்பாதிருந்து வந்தான். இந்த ஆற்றின் குரல் தன்னுடன் பேசுவதை அவன் கவனித்தான். அதனிடமாக அவன் கற்றுக் கொண்டான். அவனுக்கு அது பாடம் சொல்லியது. அவனை அது கற்பித்தது. இந்த ஆறு அவனுக்கு கடவுள் போலத் தோன்றியது. பல்லாண்டுகள் வரையிலும், ஒவ்வொரு பொன்வண்டுங்கூட அவ்வளவு தெய்வீகமானதென்றோ, இந்த மகா நதியைப் போலவே அவையும் அவ்வளவு நன்றாய் உபதேசிக்கக் கூடுமென்றோகூட அவன் அறியான். ஆனால், அந்தப் புண்ணியசாலி காட்டிக்குள் சென்றுவிட்ட பிறகு யாவுமறிந்தான். போதகரின்றி, புத்தகங்களின்றி, இந்த ஆற்றை நம்பியதால் அவன் உன்னையும் என்னையும் விட அதிகம் தெரிந்து கொண்டவன்.''

கோவிந்தன் உரைத்தான்: ''ஆனால் நீ பொருள் என்று கூறுவது, ஏதாவது சத்யமானதா? ஏதாவது சுயம்புவானதா? அது மாயையின் தோற்றமேயல்லவா? வெறும் உருவமும் தோற்றமும் அல்லவா? உன் மரம், கல் இவை சத்தியமானவையா?''

''இதுவும்கூட என்னை அதிகம் பாதிப்பதில்லை. அவை பொய்த் தோற்றமாயின் நானும் பொய்த் தோற்றம்தானே? ஆக அவையும் என் போன்ற இயல்புடையவைதாமே? அதுதானே அவற்றை நேசிக்கத் தக்கவையாகவும், மதிப்புள்ளவையாகவும் செய்கிறது? அதனால்தான் அவற்றை என்னால் நேசிக்க முடிகிறது. நீ நகைக்க கூடியதோர் சித்தாந்தம் இது. கோவிந்தா, அன்பு ஒன்றே உலகில் மிக முக்கியமான பொருள் என்று எனக்குப்படுகிறது. உலகை ஆய்ந்து பார்த்து விளக்கி அதைக் கழித்துக்கட்டிவிடுவது பெரும் சிந்தனையாளர்களுக்கு முதன்மையானதாக இருக்கலாம். ஆனால், இவ்வுலகைக் காதலிப்பதொன்றே முக்கியமென்று நான் எண்ணுகிறேன்; அதைப் புறக்கணிப்பதல்ல, நாம் ஒருவரை ஒருவர் பகைப்பதல்ல, ஆனால், உலகையும் நம்மையும் எல்லா உயிர்களையும் அன்புடன் போற்றிக்கௌரவித்து மதிக்க முடிய வேண்டும்'' என்றான் சித்தார்த்தன்.

கோவிந்தன் ''அதை நான் உணர்கிறேன். ஆனால், அது அந்தப் பேராளர் மாயை என்று கூறினாரே, அதுவேதான். பொறை,

தொண்டு, இரக்கம், சகிப்புத்தன்மை இவற்றையே அவர் போதித்தார்; ஆனால், அன்பையல்ல, உலகாயதமான அன்பில் பிணிப்புண்டு போய்விடக்கூடாதென்றே அவர் எங்களுக்குக் கட்டளையிட்டருளினார்."

"'அறிவேன்' என்று சித்தார்த்தன் ஒளியுடன் முறுவலித்துக் கூறுவான். 'கோவிந்தா', நான் அறிவேன். இங்குதான் நாம் பொருள் கொள்வதில் மயங்கி நிற்கிறோம். சொற்களின் முரண்பாட்டில் படுகிறோம். கௌதமரின் போதனைகளினின்றும், எனது சொற்கள் மாறாகத் தோன்றுவதை நான் மறுக்கவில்லை. அதனால்தான் நான் அவ்வளவாகச் சொற்களில் நம்பிக்கை வைப்பதில்லை. ஏனெனில், இந்த முரண்பாடு ஒரு பொய்த் தோற்றமென்று நான் அறிவேன். கௌதமருடன் நான் ஒத்தியல்பவனே என்பது எனக்குத் தெரியும். மன்பதையின் ஆசாபாசங்களையும், மாற்றங்களையும் தேர்ந்து தெளிந்த பின்னரும்கூட, அந்த மனித குலத்திற்குப் போதிக்கவும் துணை புரியவும் என்றே, தன்னந்தனியாக ஒரு நெடிய வாழ்வையே அர்ப்பணித்து விட்டிருக்கும் அவர் எப்படி அன்பு என்பதை அறியாமலிருக்க முடியும்? இந்த மகா போதகரைக் குறித்தும்கூட, அவர் சொற்களைவிட, பொருளே எனக்கு முதன்மையாக இருக்கிறது. அவரது கருத்துகளைவிட அவரது செயல்களே, வாழ்வே எனக்கு மிகவும் முக்கியமானவை. அவரது எண்ணங்கள், பேச்சு இவற்றால் அல்ல; நான் அவரை மகான் என்று மதிப்பது. அவரது செயல்களால், வாழ்வால்."

நெடுநேரம் அந்தக் கிழவர் இருவரும் வாளாவிருந்தனர். பின்னர் போக எழுந்தபோது சொன்னான். "சித்தார்த்தா, உன் எண்ணங்களில் சிலவற்றை எனக்கு உரைத்ததற்காக நான் நன்றி பாராட்டுகிறேன். அவற்றில் சில புதுமையாயிருக்கின்றன. அவை அனைத்தையும் உடனே என்னால் வாங்கிக் கொண்டுவிடக்கூடவில்லை. எப்படியாயினும் உனக்கு நன்றி, பல நாட்கள் நீ சௌக்கியமாய் இருக்க வேண்டும்."

தனக்குள்ளாகவே அவன் இவ்வாறு எண்ணலானான். "சித்தார்த்தன் விசித்திரமானவன். விந்தையான கருத்துகள் வெளியிடுகிறான். அவனுடைய கருத்துகள் மதிமயங்கச்செய்கின்றன. அந்த மகானுடைய போதனைகள் எவ்வளவு மாறாக இருக்கின்றன! அவை தெளிவாகவும், நேராகவும், எளிதில் புரியக் கூடியவையாகவும் இருக்கின்றன. அவற்றில் விசித்திரமோ, பயங்கரமோ, நகைக்கத்தக்கதோ யாதுமில்லை. சித்தார்த்தனுடைய எண்ணங்கள்?

திருலோக சீதாராம்

ஆனால், அதற்கு மாறாக அவனது கால் கைகள், கண்கள், புருவங்கள், அவனது சுவாசம், அவனது புன்னகை அவனது விலாசம், அவனது பாங்கு. இவை என்னைக் கவருகின்றன. மகாத்மா புத்தர் நிர்வாணம் எய்திய காலத்திலிருந்து இந்தச் சித்தார்த்தன் ஒருவனை அல்லால் 'புண்ணியசாலி' என்று நான் உணரும் மற்றொரு மனிதனை சந்தித்ததில்லை. அவனது கருத்துகள் விசித்திரமாயிருக்கலாம். அவனது சொற்கள் பேதமையாகத் தோன்றலாம். ஆனால், அவனது அருள் நோக்கு, அவனது கரம், அவனது சரீரம், அவனது தலைமயிர் யாவும் - எங்கள் மகா போதகர்க்கு முன் எந்த மனிதரிடமும் நான் கண்டிராத ஒரு தூய்மையை, அமைதியை, சாந்தியை, மென்மையை, தெய்வீகத் தன்மையை ஒளி வீசுகின்றன."

இவ்வெண்ணங்களைக் கோவிந்தன் எண்ணிக் கொண்டிருந்த போது, அவன் உள்ளத்தில் முரண்பாடுகள் இருந்தன. மீண்டும் சித்தார்த்தன் பால் அன்பு நிறைந்தவனாக அவன்முன் தாழ்ந்தான். அமைதியுடன் வீற்றிருந்த அம்மனிதன் முன்னர் தாழ்ந்து வணங்கினான்.

"சித்தார்த்தா, நாம் கிழவர்கள் இப்பொழுது இவ்வாழ்வில் மறுபடியும் ஒருவரை ஒருவர் சந்திக்க முடியாமலே போகலாம். நண்பா, நீ சாந்தி எய்திவிட்டாய் என்பதை நான் பார்க்கிறேன்; நான் அதைப் பெறவில்லை என்பதையும் உணர்கிறேன். இன்னும் ஒரு வார்த்தை எனக்குச் சொல்லு. எனது மேண்மை நண்பா, நான் கருதிப் பார்க்கக் கூடியதாக - நான் புரிந்து கொள்ளத்த தக்கதாக -ஏதாவது எனக்குக் கூறு. எனக்குக் கதி தருவதாக ஏதாவது ஒன்று கொடு, சித்தார்த்தா என் பாதை அடிக்கடி கடினமானதாகவும் இருண்டும் கிடக்கிறது."

சித்தார்த்தன் மௌனமாகத் தனது அமைதியான சாந்தப் புன்னகையுடன் அவனை நோக்கினான். கோவிந்தன் உறுதி தோன்ற, தவிப்புடன் ஆவலுடன் அசைவின்றி அவன் முகத்தைப் பார்த்தான். அவனது பார்வையில் துயரமும், தொடர்ந்த நாட்டமும், தொடர்ந்த தோல்வியும் வரையப்பட்டிருந்தன.

அதனைக் கண்ட சித்தார்த்தன், முறுவலித்தான், "அருகேவா, குனி" என்று கோவிந்தனுடைய காதோடு கூறினான். "வா இன்னும் அருகில்! மிக நெருங்கி, கோவிந்தா, என் நெற்றியில் முத்தமிடு!"

கோவிந்தன் வியப்புற்ற போதிலும், பெருங் காதலோடும், உணர்ச்சிமயமாகி, அவன் சொற்படி இயங்கித் தீர

வேண்டியவனானான். அவனருகே நெருங்கிச் சரிந்து அவனது நெற்றில் தனது உதடுகளை வைத்தான். இதைச் செய்ததும் அவனுக்கு ஏதோ அற்புதம் நிகழ்ந்தது. சித்தார்த்தனுடைய விசித்திர வாசகங்களையே அவன் நினைத்துக் கொண்டிருந்தபோது, காலம் என்ற கருத்தை விலக்கி நிர்வாணத்தையும், சம்சாரத்தையும் ஒன்றெனக் கொள்ள அவன் முயன்று கொண்டிருந்தபோது, நண்பனின் சொற்கள் சிலவற்றின்பால் அவனுக்குண்டான வெறுப்பு அவன்பால் தான் கொண்ட பெருங்காதலுடன் மதிப்புடனும் முரண்பட்டிருந்தபோது, இந்த அற்புதம் அவனுக்கு நிகழ்ந்தது.

இப்பொழுது சித்தார்த்தனுடைய முகமே அவனுக்குத் தெரியவில்லை. மாறாக, வேறு முகங்கள், பல முகங்கள், ஒரு நீண்ட வரிசையான முகங்கள், தொடர்ந்து செல்லும் ஒரு ஆறு, நூற்றுக் கணக்கில், ஆயிரக் கணக்கில் யாவும் வந்து வந்து மறைவதும், ஆனால், ஏக காலத்தில் அவை அங்கேயே இருப்பதுபோல் தோன்றுவதும், தொடர்ந்து அவை மாறிப் போய் தம்மில் தாமே புதுமையடைவதுமாய், ஆயினும் அவையனைத்தும் சித்தார்த்தனுடைய முகமாகவே இருப்பதும் அவன் கண்டான்.

ஒரு மீன், கயல்மீன், சிரமத்துடன் வாய் பிளந்து நிற்கும் முகத்துடன் கூடிய மீன், ஒளியிழந்த கண்களுடன் இறந்து கொண்டிருக்கும் ஒரு மீனின் முகத்தை அவன் கண்டான். சிவந்து ரேகைகள் நிறைந்த முகத்துடன் அழத் தொடங்குகிற பாவனையில், அவ்பொழுதே பிறந்த குழந்தையின் முகத்தைக் கண்டான். ஒரு மனிதனின் உடலில் வாளைச் செருகிக் கொண்டிருக்கும் ஒரு கொலைகாரனின் - அதே சமயத்தில் அவன் ஒரு கொலையாளியின் முன் கட்டுண்டு மண்டியிட்டுத் தலை சாய்த்து வெட்டப்படுகிற நிலையில் இருக்கிற முகத்தை கண்டான். பிறந்த மேனியாக ஆண்களும் பெண்களும் காம லீலைகளில் தோய்ந்து பற்பல பாவனைகளில் விரைத்து, வெளியே தூக்கிச்செல்லப்படுகிற பிணங்களைக் கண்டான், விலங்குகள் ஆண் பன்றிகள், முதலைகள், யானைகள், எருதுகள், பறவைகள் இவற்றின் தலைகளைக் கண்டான். கிருஷ்ணனையும் அக்கினியையும் கண்டான். ஒன்றுடன் ஒன்று ஆயிரம் விதங்களில் உறவு பூண்டனவாய், ஒன்றை ஒன்று ஆதரித்தும், காதலித்தும், வெறுத்தும், ஒன்றை ஒன்று அழித்தும், மீண்டும் புதிதாய்ப் பிறவி எடுத்தும் தோன்றுகிற இந்த உருவங்களையும் முகங்களையும் அவன் கண்டான். ஒவ்வொன்றும் இறப்பதாய், மாறிப் போகிறவற்றின் உணர்ச்சியுள்ள துக்கமுள்ள சின்னமாய்

இருந்தது. எனினும், அவை ஒன்றும் இறக்கவில்லை, அவை மாறத்தான் செய்தன. சதா மீண்டும் பிறந்தன. தொடர்ந்து புது முகம் பெற்றன. ஒரு முகத்துக்கும் மற்றொன்றுக்கும் இடையில் காலம்தான் நின்றது. இவ்வுருவங்களும் முகங்களும் யாவும் நின்றன. ஓடின, மறுபிறப்பு அளித்தன. விரைந்து நீந்தின, ஒன்றில் மற்றொன்று கரைந்தன. இவை எல்லாவற்றிற்கும் மேலே, மெல்லியதாய் ஏதோ ஒன்று, உண்மையல்லாததாய், ஆயினும் இருந்து கொண்டிருப்பதாய், பனியைப் போலவே, கண்ணாடியைப் போலவே மெல்லியதாய்ப் படர்ந்து, ஒரு துலங்கும் சவ்வு போலவோ, கவசம் போலவோ, நீர்த்திரை போலவோ, தொடர்ந்து இருந்து கொண்டே இருந்தது. அந்த நேரம் கோவிந்தன் முத்தமிட்ட சித்தார்த்தனுடைய முறுவல் வதனமே அந்த நீர்த்திரை. ஆயிரங்களான பிறப்பு இறப்புகளின் மீது ஏக காலத்தில் படர்ந்த இந்த முறுவல். இந்த நீர்த்திறை போன்ற முறுவல், சித்தார்த்தனுடைய இந்தப் புன்முறுவல் இதனைக் கண்டான் கோவிந்தன். அது - அதே அமைதியான, நுண்ணிய, ஆழங்காண முடியாத, சற்றே கருணை பூத்த, சற்றே நகைத்த, அறிவார்ந்த, ஆயிரமாய் முகிழ்த்த -கௌதமரின் குமிண் சிரிப்பு நூறு தடவை ஆவலுடன் அவன் நேரே கண்டது - அதுவாகவே இருக்கக் கண்டான். அந்தப் பூரணர் அப்படித்தான் முறுவல் செய்வார் என்று கோவிந்தனுக்குத் தெரியும்.

காலம் என்பது ஒன்று இருந்ததா என்றோ, இந்தத் தெருட்சி ஒரு கணம் இருந்ததா அல்லது ஒரு நூற்றாண்டா என்றோ, அங்கு இருந்தது சித்தார்த்தனா, அல்லது கௌதமரா என்றோ, ஒரு ஆத்மாவா, மற்ற யாவுமேதானா என்றோ, ஏதும் அறியாதவனாய் உள்ளே ஊடுருவித் தைத்தும் உவகையே தருகிற தெய்வீக அம்பு ஒன்றால் காயமுற்று, தீவிர மந்திர வலியால் வீறு பெற்று, இன்பத் துளிப்புற்று கோவிந்தன், அப்பொழுதான் முத்தமிட்ட - கடந்ததும் வரப் போவதுமான சகல தோற்றங்களின் நாடக மேடையாக அப்பொழுதுதான் அவன் முன் இருந்த - சித்தார்த்தனுடைய சாந்தவதனத்தின்மீது இன்னும் சற்றுத் தாழ்ந்தவாறே குனிந்து நின்றிருந்தான். மேல் மட்டத்திலிருந்து ஆயிரமாயிரம் உருவங்களையும் தோற்றிய அந்தக் கண்ணாடி மறைந்த பிறகும் அவனுடைய திருமுகம் மாறாமலே இருந்தது. அமைதியாகவும், மென்மையாகவும், ஒரே வேளை எள்ளியும், அந்த மகாத்மா முறுவலித்ததைப் போன்றே அவன் முறுவலித்தான்.

கோவிந்தன் தாழ்ந்து வணங்கினான். அவனது கிழ வதனத்திலிருந்து அடக்க முடியாமல் கண்ணீர் கொட்டியது.

பேரன்புணர்ச்சி, மிகத் தாழ்ந்த பவ்ய உணர்ச்சி ஒன்று, வெள்ளம்போல் எழுந்து, அவனைத் தன்னுள் ஆழ்த்தி விட்டது.

தன்னுடைய வாழ்வில் அவனுக்குப் புனிதமும் பொருளும் உடையதாக விளங்கும் ஒவ்வொன்றையும், தனது வாழ்வில் என்றும் அவன் விரும்பிய ஒவ்வொன்றையும் நினைவூட்டுகிற முறுவலுடன் அசைவற்று வீற்றிருக்கும் அம்மனிதனுடைய திருமுன்னர், தரையில் நெடுங்கிடையாக வீழ்ந்து அவன் தாழ்ந்து பணிந்தான்.

முற்றும்